ஆமென்
ஒரு கன்னிகாஸ்திரீயின் தன்வரலாறு

ஆமென்
ஒரு கன்னிகாஸ்திரீயின் தன்வரலாறு

சிஸ்டர் ஜெஸ்மி (1956)

திருச்சூர், சிரக்கேகாரன் ஸி.வி. ராஃபேல் – கொச்சன்னம் தம்பதியரின் மகளாக 1956இல் பிறந்தார். செயின்ட் ஜோஸஃப்ஸ் லத்தீன் கான்வென்ட், செயின்ட் மேரீஸ் கல்லூரி, விமலா மற்றும் மெர்சி கல்லூரிகளில் இளநிலை மற்றும் முதுநிலைப் பட்டங்கள் பெற்றார். 1974இல் துறவு வாழ்க்கைக்காக சி.எம்.சி. மடத்தில் சேர்ந்தார். 1980இல் ஆசிரியர் பணியின் துவக்கம். யூ.ஜி.ஸி. உதவியுடன் பிஎச்.டி பட்டம் பெற்றதுடன் விமலா கல்லூரியில் மூன்றாண்டுகள் துணை முதல்வராகவும் செயின்ட் மேரீஸ் கல்லூரியில் மூன்றாண்டுகள் முதல்வராகவும் பணியாற்றினார். 2008 ஆகஸ்ட் 31இல் சி.எம்.சி. மடத்திலிருந்து விடுதலை பெறுவதற்கான விண்ணப்பம் அளித்து மடத்தைவிட்டு வெளியேறியதுடன் துறவு வாழ்க்கையைத் தொடர்கிறார். ஆங்கிலத்தில் மூன்று கவிதைத் தொகுப்புகளும் ஒரு ஆய்வு நூலும் வெளிவந்திருக்கின்றன.

குளச்சல் யூசுஃப்
மொழிபெயர்ப்பாளர்

குமரி மாவட்டம், குளச்சலில் பிறந்தவர். தற்போது நாகர்கோவிலில் வசித்துவருகிறார். வைக்கம் முகம்மது பஷீரின் படைப்புகள் உட்பட முப்பதுக்கும் மேற்பட்ட நூல்களைத் தமிழில் மொழிபெயர்த்துள்ளார். செம்மொழித் தமிழாய்வு மத்திய நிறுவனத்துக்காக நாலடியார், இன்னா நாற்பது, இனியவை நாற்பது, கார் நாற்பது, களவழி நாற்பது, நான்மணிக்கடிகை ஆகிய அறநூல்களை மலையாளத்திலும் மொழியாக்கம் செய்துள்ளார். மொழிபெயர்ப்பிற்கான சாகித்திய அகாதெமி விருது, தமிழ்நாடு அரசு விருது, ஆனந்த விகடன் விருது, உள்ளூர் பரமேஸ்வரய்யர் விருது, வி.ஆர். கிருஷ்ணய்யர், நல்லி திசையெட்டும், ஸ்பாரோ கவிக்கோ உட்படப் பல்வேறு விருதுகள் பெற்றுள்ளார்.

மின்னஞ்சல்: *kulachalsmyoosuf@gmail.com*

அலைபேசி: 99949 23926

சிஸ்டர் ஜெஸ்மி

ஆமென்
ஒரு கன்னிகாஸ்திரீயின் தன் வரலாறு

தமிழில்
குளச்சல் யூசுஃப்

காலச்சுவடு பதிப்பகம்

அன்பார்ந்த வாசகருக்கு,

வணக்கம்.

காலச்சுவடு நூலை வாங்கியமைக்கு நன்றி.

நூலின் உள்ளடக்கம், உருவாக்கம், அட்டைப்படம் இன்ன பிற அம்சங்கள் பற்றிய உங்கள் கருத்துகளையும் ஆலோசனைகளையும் காலச்சுவடு வரவேற்கிறது. தகவல், எழுத்து, வாக்கியப் பிழைகள் தென்பட்டால் கட்டாயம் தெரிவித்து உதவுங்கள். நூல் தயாரிப்பில் கடும் குறைபாடு இருப்பின் மாற்றுப் பிரதி உங்களுக்குக் கிடைக்கக் காலச்சுவடு ஏற்பாடு செய்யும்.

மின்னஞ்சல்: publisher@kalachuvadu.com

காலச்சுவடு நாகர்கோவில் அலுவலகத்திற்குக் கடிதம் அனுப்பலாம்.

தங்கள்
எஸ். ஆர். சுந்தரம் (கண்ணன்)
பதிப்பாளர் – நிர்வாக இயக்குநர்

ஆமென் – ஒரு கன்னிகாஸ்திரீயின் தன்வரலாறு ✧ சுயசரிதை ✧ ஆசிரியர்: சிஸ்டர் ஜெஸ்மி ✧ மலையாளத்திலிருந்து தமிழில்: குளச்சல் யூசுஃப் ✧ © சிஸ்டர் ஜெஸ்மி ✧ முதல் பதிப்பு: டிசம்பர் 2010, எட்டாம் பதிப்பு: டிசம்பர் 2023 ✧ வெளியீடு: காலச்சுவடு பப்ளிகேஷன்ஸ் (பி) லிட்., 669 கே. பி. சாலை, நாகர்கோவில் 629001

aamen - oru kannikasthrien than varalaru ✧ Autobiography ✧ Author: sister jesme ✧ Translated from Malayalam by: Colachel Yoosuf ✧ © Sister Jesme-originally published by D.C. Books in Malayalam ✧ Language: Tamil ✧ First Edition: December 2010, Eighth Edition: December 2023 ✧ Size: Demy 1 x 8 ✧ Paper: 18.6 kg maplitho ✧ Pages: 224

Published by Kalachuvadu Publications Pvt. Ltd., 669 K.P. Road, Nagercoil 629001, India ✧ Phone: 91-4652-278525 ✧ e-mail: publications@kalachuvadu.com ✧ Printed at Clicto Print, Jaleel Towers, 42 KB Dasan Road, Teynampet Chennai 600018

ISBN: 978-93-80240-15-2

12/2023/S.No. 362, kcp 4909, 18.6 (8) uss

என்னுடைய எல்லாமுமாகிய இயேசுவிற்கும்
அவரது அன்பிற்கும் பாசத்திற்கும்
— ஜெஸ்மி

நன்றி

இம்மொழியாக்க முயற்சிகளில்
உடன்நின்று ஒத்துழைப்பு நல்கிய
ஆசிரியர் தா. சுபாஷ் சந்திரபோஸ்,
மெய்ப்புரு பார்த்துச் செம்மைப்படுத்திய
முனைவர் பெர்னார்ட் சந்திரா,
கவிஞர் சுகுமாரன், எம்.எஸ்.,
காலச்சுவடு பதிப்பக தோழியர்
ஆகியோருக்கு

குளச்சல் யூசுஃப்

1

டெல்லியிலிருந்து எரணாகுளம் செல்கிற மங்களா எக்ஸ்பிரஸ், வழக்கத்திற்கு மாறாக அன்று மிக வேகமாக வந்துகொண்டிருந்தது. கூட்டம் மிகக் குறைவாக இருந்த ஒரு கம்பார்ட்மெண்ட் அது. இலேசாக பதற்றம் தொற்றிக் கொண்டது. தனியாகப் பயணம் செய்வதால் ஏற்பட்ட பதற்றமா அது? இல்லை. இது ஒரு தப்பித்தல். வேடம் மாறி சுடிதாரில். வாழ்க்கையின் மிக முக்கியமான ஒரு கட்டத்திலிருந்து மற்றொரு கட்டத்தை நோக்கிய பயணம். மூடப்பட்ட ஒன்றிலிருந்து திறந்த வாழ்க்கையை நோக்கிய வழிப் பயணம். கன்னியர் மட உள்ளறைகளின், அதன் இறையியல் நம்பிக்கைகளின் பெருமதில்களைக் கடந்து, ஆன்மிக வாழ்க்கையின் கறுப்பும் வெளுப்புமான தெய்வீக அழகின் அனுபவங்களிலிருந்து, உயிரோட்டமான பன்முக தேவஅழகின் உன்னத நிலையான பலவர்ண பரவசங் களைத்தேடி. ரோமானியன் கட்டுப்பெட்டிச் சூழலிலிருந்து அடங்க மறுக்கும் பாய்ச்சலின் அமைதியைத் தேடி.

என்னுடைய இலக்கு இன்னும் தீர்மானிக்கப்பட வில்லை. நீண்டகாலத் தோழியான சுஸ்மிதா பலமுறை என்னிடம் சொல்லியிருக்கிறாள்:

“எப்ப வேணும்னாலும் நீ வரலாம். என் வீடு உனக்காகத் திறந்திருக்கும்.”

அவளுடன் அவளது கணவனும் ஒரே மகனும். நான் பிஎச்.டி. ஆய்வு செய்துகொண்டிருந்தபோது பலமுறை அந்த வீட்டில் தங்கியிருக்கிறேன். அவளது கணவன் அப்போது வெளிநாட்டிலிருந்தார். மடத்தை விடவும் இந்த வீடு பாதுகாப்பாக இருப்பதாக எனக்குத் தோன்றிய துண்டு. சிஸ்டர்களிடம் நான் சொல்வேன்:

"வெளிநாட்டு சிஸ்டர்கள் மடத்துக்கு ஆளெடுக்கும் ரிக்ரூட்டிங் ஹவுசில் நான் தங்கியிருக்கேன்."

சுஸ்மிதாவின் மகன், படிப்புக்காக தொலைதூரத்திற்குச் சென்றிருக்கும்போது வீட்டில் அவள் மட்டும் தனியாகவே இருப்பாள்.

"நீ இங்க வரும்போது மட்டும்தான் ரொம்பப் பாதுகாப்பாக இருக்கிறதாக எனக்குத் தோணுது. நான் சரிவரத் தூங்கியே பல நாட்களாகுது. நீ இருக்கும்போதுதான் என்னால மன அமைதியோடு படுத்துத் தூங்க முடிகிறது" என்பாள் சுஸ்மிதா.

கன்யாஸ்திரிகள் மடத்திலிருந்து வெளியேறுவதைப் பற்றி நான் எடுத்த இறுதி முடிவை அவளிடம் தெரிவித்தேன். முழு மனதுடனும் மிகுந்த அன்புடனும் அவள் இதை வரவேற்றாள். தன்னுடைய கணவரிடமும் மகனிடமும் இதை அவள் சொன்ன போது அவர்களும் மகிழ்ச்சியுடன் வரவேற்றார்களாம்.

"அக்கா, உங்களுக்கு எங்க போகணும்?"

நினைவுகளிலிருந்து மீண்டேன். த்ரீ – டயர் ஏசி கோச் அட்டெண்டர் என்னைக் கூர்ந்து பார்த்தான். அறிமுகமில்லாத வர்கள் யாரும் என்னை அக்கா என்று அழைத்துப் பேசியதில்லை. எல்லோருமே சிஸ்டர் என்றுதான் சொல்வார்கள். இனி, புதிய சொற்களுக்குப் பழகியாக வேண்டும். இது சுடிதார் தந்திருக்கும் திரை. பயணத்தின்போது சுடிதார் அணிந்திருக்க வேண்டுமென்று சொன்ன தோழிக்கு நன்றி. இது உன் தரப்பிலான சிறு எதிர்ப்பாக இருக்கட்டுமே? அவள்தான் அறிவுரை சொன்னாள். எங்கள் மடத்தில் சுடிதார் அணிவதென்பது கடுமையான குற்றம். கடந்த 33 வருடங்களாக மடத்தின் விதிகளைப் பேணுவதில் நான் அங்கீகரிக்கப்பட்டவளாகவே இருந்தேன். நல்ல செயல்பாடு களினூடே விதிகளைப் புறக்கணித்தால் மட்டுமே அவர்கள் என்னை விடுவிப்பதற்கான விண்ணப்பத்தை ஏற்றுக்கொள்கிற நிர்ப்பந்தம் உருவாகும்.

மடத்தை விட்டுப் போவது எனும் என்னுடைய விண்ணப்பத்தை சாட்சிகளின் முன்னிலையில் அதிகாரபூர்வ மாக கை மாற இயலுமா என்பதை விட நான் அதிகமாக பயந்த மற்றொன்று, கையோடு பிடிபட்டு விடுவேனோ என்பது தான். என்னுடன் வேறு யாருமில்லாமலிருந்தால் விண்ணப்பத் தினை அவர்கள் கிழித்தெறிந்துவிடலாம். திரும்பவும் நான் மடத்திற்கே கொண்டு செல்லப்படலாம். மடத்தை விட்டு நான் விலகினால், சபைக்குக் கிடைக்க வேண்டிய பல்கலைக்கழக மான்யக்குழுவின் மிகப் பெரிய ஈவுத் தொகையை அவர்கள் இழந்து விடுவார்கள். கூடவே, மடத்திலுள்ள இரகசியங்களும்

அம்பலமாகிவிடும். மடத்தை விட்டு விலகுவதான என்னுடைய ஆரம்பக் கட்ட முயற்சியின்போது, சபை மேலிடம் எனக்கு நிபந்தனைகளின்றி மன்னிப்பு அளித்ததையும் திரும்பவும் என்னை மடத்தில் சேர்த்ததையும் பயத்துடன் நினைவு கூர்ந்தேன்.

அட்டெண்டரின் கேள்விக்கான பதிலைச் சொல்வதற்கு முன், முன்பதிவுச் சீட்டில் குறிப்பிட்டிருந்த சில தகவல்கள் என்னுள் எச்சரிக்கையை உருவாக்கியது. நிஜாமுதீனிலிருந்து கோழிக்கோட்டுக்கு டிக்கெட் ரிசர்வ் செய்யச் சொல்லி டெல்லி யிலிருக்கும் ஒரு தோழியிடம் கேட்டிருந்தேன். ஆனால், அது டெல்லியிலிருந்து எரணாகுளத்திற்கான டிக்கெட் என்பது வண்டி புறப்படுவதற்குச் சற்று முன்புதான் என் கவனத்தில் பட்டது. இது தேவனின் மகிமையால் நடந்திருப்பதாகவே எனக்குத் தோன்றியது.

“கோழிக்கோட்டுக்கு.”

சற்றுத் தயக்கத்துடன் பதில் சொன்னேன். அட்டெண்டரின் கேள்வியின் நோக்கம் வினியோகம் செய்யப்பட்ட போர்வைகள் எப்போது திரும்பக் கிடைக்கும் என்று தெரிந்துகொள்வதுதான். இதனிடையே திருச்சூரிலிருந்து அம்மாவின் தொலைபேசி அழைப்பு. என்னுடைய பயணத் தேதி அம்மாவின் நினைவுக்கு வந்திருக்கலாம். அல்லது யாராவது நினைவுபடுத்தி இருப்பார்கள். எதுவாயினும் சரி, அம்மாவிடம் என்னால் பொய் சொல்ல இயலாது. கோழிக்கோட்டுக்கு சுஸ்மிதாவின் வீட்டுக்குப் போவ தாக முடிவு செய்திருக்கிறேன் என்றேன். இங்கேயே வந்து விடும்படி அம்மா வற்புறுத்த ஆரம்பித்தாள்.

“மேமி . . .” அலுவலகத்திலும் வீட்டிலும் என்னை இப்படித் தான் கூப்பிடுவார்கள். அம்மா சொன்னாள்:

“மேமி, நீ நேராக இங்கயே வந்துடு. இங்கிருந்து நீ வட்டாயி ஃபாதரோட ஜெபத்துக்குப் போகலாம். சிஎம்சியை விட்டு வர்றதைப் பற்றிய கடைசி முடிவை நீ அதன் பிறகு எடுக்கலாம்.”

“இனி எனக்கு எந்த ஜெபமும் வேண்டியதில்லை அம்மா. எடுத்த முடிவிலிருந்து இனி நான் பின்வாங்குவதாகவுமில்லை. இதுதான் என்னோட கடைசி முடிவு.”

“அப்படின்னா மேமி, ஒண்ணு செய். நீ சாலோம் ஜெபக் கூடத்திலோ பத்திரிகையிலோ சேவை செய்யலாம். அப்படீன்னா நீ தொடர்ந்து கன்யாஸ்திரியாகவே இருந்துடலாமில்லையா?”

“இல்லையம்மா, அங்கே என்னை யாருமே ஏத்துக்க மாட்டாங்க. நல்லவங்களுக்கு மட்டும்தான் அங்கே வாய்ப்புகள்

கிடைக்கும். ஒண்ணு சொல்லட்டுமா? நான் விடுபடுவதற்கான விண்ணப்பம் கொடுத்துட்டேன்."

அம்மாவின் நிர்ப்பந்த உபதேசங்களிலிருந்து தப்பிப்பதற்கு எனக்கு இந்தப் பொய்யைச் சொல்லியே ஆக வேண்டும்.

"அய்யோ, அப்போ எல்லாமே முடிஞ்சுபோயிட்டுதா? உன்னைப் பின்வாங்க வைக்கிறதுக்கான எந்த மார்க்கமுமே இனி கிடையாதா? நான் உனக்காக மண்டியிட்டுப் பிரார்த்திக்கிறேன் மகளே..."

கர்த்தருக்கு ஸ்தோத்திரம். இந்த நிமிட அக்னி பரீட்சை முடிந்துவிட்டது. அதிகம் தாமதிக்காமல் நான் சுஸ்மிதாவை மொபைலில் தொடர்புகொண்டேன். ரயிலில் பாதுகாப்பாக ஏறிவிட்டதையும் மங்களா எக்ஸ்பிரஸ், நிலையத்துக்கு வந்து சேரும்போது அங்கே வந்துவிடும்படியும் நினைவுபடுத்தினேன்:

"சுஸ்மிதா... நான் நிறைய லக்கேஜ் வெச்சுருக்கேன். நீ ரெண்டு போர்ட்டர்களை ஏற்பாடு செய்து வெச்சிக்கோ."

ஆனால், அவளது பதிலில் வருத்தமும் பதற்றமுமிருந்தன. "மேமி, இப்போதுள்ள என்னோட நிலைமையை உங்கிட்டே சொல்லவே தயக்கமாக இருக்கு. உனக்குத்தான் தெரியுமே? வீட்டில இரண்டாவது மாடி வேலை நடந்துட்டிருக்கு. கான்கிரீட் வேலைக்காக எல்லாப் பொருட்களையும் உடனடியாக இரண்டு அறைகளிலே இருந்தும் மாற்றிடச் சொல்லிட்டாங்க. இப்போ கூட அதுக்காகத்தான் நான் கிளம்பிட்டிருக்கேன். மட்டுமில்லே, வேலைக்கு உதவியாக அவரோட தம்பியும் வந்திருக்காரு. உன்னையும் உன்னோட பொருட்களையும் எங்க வைக்கிற துன்னே எனக்குத் தெரியல."

நான் வருத்தத்துடன் சொன்னேன்:

"இன்னைக்குக் காலையிலாவது நீ இதைச் சொல்லியிருக்க லாமே சுஸ்மிதா? எத்தனை நாட்களாக நான் தினமும் உனக்கு ஃபோன் பண்றேன். போதுமான கால அவகாசமில்லாத இந்த நிலையிலே இப்போ நான் என்ன பண்ணுவேன். ரோமிங்கில் இருக்கிற, ரேஞ்ச் கிடைக்காத மொபைலையும் வெச்சிட்டு?"

"மேமி, முடிஞ்சவரைக்கும் நாம அட்ஜஸ்ட் பண்ணிக்கலாம். உனக்கும் பிரச்சினை தெரிஞ்சிருக்கணும்கிறதுக்காகத்தான் இதைச் சொல்றேன்."

இப்படியான பதிலை அவளிடமிருந்து நான் எதிர்பார்க்கவே இல்லை. யாராவது அவளை நிர்ப்பந்தம் செய்திருப்பார்கள் என்பது மட்டும் நிச்சயம்.

ஆமென்

என்னை வீட்டில் தங்க வைப்பதில் அவளுடைய கணவனுக்கு எதிர்ப்பெதுவுமில்லை என்பதை அண்மையில் நாங்கள் நடத்திய தொலைபேசி உரையாடலிலிருந்து என்னால் புரிந்து கொள்ள முடிந்தது. சில மாதங்களுக்கு முன்பு நாங்கள் சந்தித்த போது அவர் இதை நேரடியாகவே சொல்லவும் செய்தார்:

“உங்களுக்காக எங்கள் வீட்டின் கதவுகள் எப்போதும் திறந்தே இருக்கும். வீடு, உணவு, பிற வசதிகள் எல்லாவற்றையுமே நீங்க விரும்புகிற காலம் வரைக்கும் உபயோகிக்கலாம்”

மிகுந்த மகிழ்ச்சியுடன் நான் சொன்னேன்:

“நான் ஒருபோதும் உங்களுக்கு பாரமாக இருக்க மாட்டேன். ஆனால், உங்களுடைய தயவு கொஞ்ச நாட்களுக்கு எனக்குத் தேவைப்படுகிறது.”

பயணத்தின் முதல் நாளே எனக்குத் தோன்றியது. சுஸ்மிதா ஏனோ கொஞ்சம் பதற்றத்துடனிருக்கிறாள். எனக்கு அபயமளிக்கக் கூடாதென்று என்னுடைய கடைசித் தங்கை அவளை மிரட்டி வைத்திருக்கலாம். எனக்கு உதவி செய்ய யாருமில்லாமல் போனால் நான் கான்வென்டிலேயே இருந்துவிடுவேன் என்று அவள் தவறாக நினைத்திருக்கிறாள். டெல்லியிலுள்ள என்னுடைய தோழியிடம் சுஸ்மிதாவின் பதற்றத்தைப் பற்றி சொன்னபோது அவள், ‘இது உன்னோட தவறான யூகம்’ என்று சொல்லிவிட்டு, ‘நீ விரும்புகிற காலம்வரைக்கும் டெல்லியில் என் வீட்டிலேயே தங்கியிருக்கலாம்’ என்றும் உறுதியளித்தாள். டெல்லியில் நிரந்தரமாகத் தங்குவதென்பது என் திட்டத்தில் கிடையாது. ஆகவேதான் நான் சுஸ்மிதாவின் வீட்டைத் தேர்வு செய்தேன். ஆனால் அவளது சிக்கலான நிலைமைதான் அவளை இப்படிப் பேச வைத்திருக்கிறது என்பதையும் புரிந்து கொண்டேன். நம்பியவர்களை இக்கட்டான நிலையில் இப்படித் தவிக்க விடுபவளல்ல அவள்.

இந்த அளவுக்குச் சிக்கலான நிலைமையில் இனி நான் என்ன செய்வேன்? எங்கே போவேன்? என்னுடைய மூளையும் ஆன்மாவும் சேர்ந்து செயல்பட ஆரம்பித்தன. இறங்கவேண்டிய இடத்தை டிக்கெட் பரிசோதகரிடம் கேட்டு உறுதி செய்து கொண்டேன். முனைவர் ஆய்வின் திருத்தங்களுக்காக ஒருமுறை எரணாகுளத்திலுள்ள ஒரு தோழியுடன் தங்கியிருந்தேன். இவளது வீடும் என்னுடைய வருகையை வரவேற்கிற ஒரு இடம்தான். உடனடியாக அவளைத் தொடர்புகொண்டு என்னுடைய இப்போதைய பிரச்சினையைப் பற்றி சொன்னேன். வேறெதைப் பற்றியும் யோசிக்காமல் அவள் சொன்னாள்:

“சிஸ்டர் நீங்க இங்கேயே வந்துடுங்க.”

மிகவும் ஆறுதலாக இருந்தது. தேவையான கட்டத்தில் நம்ப முடிகிற நட்பு. என்னுடைய திட்டத்தை நான் மாற்றியமைத்து விட்டதை சுஸ்மிதாவிடம் தெரிவித்தேன். அவளுக்கும் ஆறுதலாக இருந்தது. பிறகு, நான் டெல்லியிலுள்ள தோழியை தொலைபேசி யில் தொடர்புகொண்டேன்.

"உன் வழியாகவும் டிக்கெட் புக்கிங் ஏஜெண்ட் வழியாகவும் தேவ அற்புதம் நிகழ்ந்திருக்கிறது. டிக்கெட்டில் குறிப்பிட்டிருக் கிறதைப்போல நான் எரணாகுளத்திற்கே போகிறேன்."

நான் விவரித்ததைக் கேட்ட அவளும் தேவ சித்தத்தின் மகிமையைச் சொல்லி ஆச்சரியப்பட்டாள். சுற்றிலுமிருந்த பயணிகளில் யாருக்கும் அதிர்ஷ்டவசமாக மலையாளம் தெரியாது. ஆகவே, சிக்கல் மிகுந்த என்னுடைய தொலைபேசி அழைப்புகள் அவர்களில் யாருக்கும் புரியாது. காட்ஃபாதர் என்ற நாவலை எடுத்த நான் வாசிப்பில் மூழ்கினேன். என் னுடைய தனிப்பட்ட விஷயங்களில் மற்றவர்கள் தலையிடுவதி லிருந்து இந்தக் கவனமான வாசிப்பு என்னைப் பாதுகாத்தது. என்னுடைய தனிப்பட்ட அடையாளத்தை மறைத்துக் கொள்ள வும் இதுதான் வழி. பிடிபட்டு விடுவோமோ என்ற பயத்துடன் மூன்று பகல்களும் இரண்டு இரவுகளும் நீண்ட இந்த ரயில் பயணம் சகித்துக்கொள்ள முடியாததாக இருந்தது.

என்னுடைய வாழ்க்கையிலும் இப்படியான நிலைமை உருவாகுமென்று நான் ஒருபோதுமே நினைத்ததில்லை.

மொபைல் திரும்பவும் பாடுகிறது. கடந்த மாதங்களில் நான் டெல்லியில் வேலை செய்துகொண்டிருந்த அருட்தந்தை ஜோசப்பின் பெயர் ஸ்கிரீனில் தெரிவதை நான் இதயத் துடிப் புடன் பார்த்தேன். இரண்டு நாட்களுக்குப் பிறகுதான் அவர் பெங்களூருவிலிருந்து டெல்லிக்குத் திரும்புவார் என்று நினைத் திருந்தேன். அவர் பெங்களூருவிலிருந்தபோதுதான் டெல்லியி லிருந்து நான் தப்பித்து வந்தேன். அவரிடம் தெரிவித்துவிட்டு வருவதென்பது என்னுடைய திட்டங்களைப் பாழடித்துவிடும். அதிகாரிகள் அவரை நம்பித்தான் என்னை ஒப்படைத்திருந்தார் கள். ஆகவே, இதை அறிந்த அடுத்த நிமிடமே அவர் அதிகாரி களிடம் விவரத்தைச் சொல்லிவிடுவார். நிச்சயமாக இது என் னுடைய திட்டங்களுக்கு வினையாக முடிந்து போய்விடும். அருட்தந்தையின் அழைப்பைத் தற்போது தவிர்த்துவிட வேண்டியதுதான். கேள்விகளிலிருந்து தப்பிக்க இப்போது இதுதான் ஒரே வழி. மொபைலில் சத்தம் வெளிவராமலிருப்பதற் காக ஏற்கனவே அதை வைப்ரேட் மோடில் வைத்திருந்தேன். ஃபோனை தவிர்க்கிறேன் என்பது மற்றவர்களின் சிரத்தையில் விழாமலிருக்க வேண்டுமல்லவா?

ஆமென்

மிகச் சீக்கிரமாகவே இரவுச் சாப்பாட்டை முடித்துவிட்ட சக பயணிகள் தூங்குவதற்கான ஏற்பாடுகளில் ஈடுபட்டார்கள். மெல்ல மெல்ல என் மனம் அலை பாய்ந்துகொண்டிருந்தது. பிரியமான இயேசுவிடமிருந்து தேவ அழைப்பு வந்த நாட்களைத் தேடி! பின்னால் நகர்ந்த நினைவுகள், அதன் முக்கிய வருடமான 1973ஐ நோக்கிச் சென்றடைந்தது. அப்போது நான் பெருமைக்குரிய புனித மரியாள் கல்லூரியின் புகுமுக வகுப்பு மாணவி. சக மாணவிகளுடனும் தோழிகளுடனும் கல்லூரியின் உள்ளும் வெளியிலும் எந்தவிதக் கவலைகளுமில்லாமல் வண்ணத்துப்பூச்சிகளாக பறந்து திரிந்த காலம். நேர்த்தியான, நவீன ஆடைகள் அணிந்துகொள்வதற்கு அம்மாவின் அனுமதி இருந்தது. ஒவ்வொரு ஆடையுமே அணிந்திருக்கும் ஆபரணத்திற்குப் பொருத்தமாக இருக்கும். நான் அணிந்திருக்கும் ஆடைகளை அங்குள்ள கன்யாஸ்திரிகள்கூட சிலாகித்துப் பேசுவார்கள். படிப்பதில் எனக்கிருந்த ஆர்வம் போதுமான அளவில் தோழிகளையும் பெற்றுத் தந்திருந்தது. சினிமாவும் நாவல்களும்தான் என்னுடைய ஆர்வங்கள். எத்தனையோ நாவல்களை ஒரே நாளிரவில் உட்கார்ந்து வாசித்துத் தீர்த்திருக்கிறேன். எங்கே போனாலும் சரி, முதலில் அங்கே நாவல்கள் கிடைக்குமா என்றுதான் பார்ப்பேன். சென்றதெல்லாம் கௌரவமான இடங்களாக இருந்ததால் மோசமான புத்தகங்கள் எதுவும் அதிர்ஷ்டவசமாக என்னுடைய கையில் வந்து கிடைக்கவில்லை. டிராகுலா போன்ற பயமுறுத்தும் பாத்திரங்கள் என்னை இரவு பகலாக வேட்டையாடிய போது மனித கதாபாத்திரங்களும் என்னுள் ஆர்வத்தைத் தூண்டின. ஒவ்வொரு நாள் காலையிலும் பத்திரிகைகளைப் பார்த்து ஆகாசவாணியின் கேளிக்கை நிகழ்ச்சிகளைக் குறிப்பெடுத்து அதை ரேடியோ ஸ்டாண்டில் வைத்திருப்பேன். திருவனந்தபுரத்தை, திரு என்றும் கோழிக்கோட்டை, கோழி என்றும் இரண்டு பகுதிகளாகச் சுருக்கி எழுதுவேன். இதைப் பார்த்துவிட்டு அப்பா சொல்வார்:

"அவளோட திருக்கோழி ரேடியோ ஸ்டாண்டில ஏறிடுச்சு."

இசையின் பின்னணியில் எனக்கு நன்றாகப் படிக்க வரும். இது என் அறிவைத் தூண்டவும் மனதை அமைதிப்படுத்தவும் செய்யும்.

அப்பா எங்களை அடிக்கடி சினிமாவுக்கு அழைத்துச் செல்வார். பெரும்பாலும் இரவுக் காட்சிக்கு. இரவு நேரங்களில் குடும்பப் பிரார்த்தனை முடிவடையும்போது நான் முழந்தாளிட்ட அதே நிலையில் கட்டிலில் தலைசாய்த்துத் தூங்கி விடுவேன். அப்பா கேட்பார்:

“யாரெல்லாம் சினிமா பார்க்க வர்றீங்க, கை தூக்குங்க . . .”

முதலில் என் கைதான் உயரும். இதைப் பார்த்து அனைவரும் சிரிப்பார்கள். தொலைபேசியில் அப்பா டிக்கெட்டிற்குச் சொல்லி விட்டு ஷெட்டிற்குப்போய் காரை ரெடிபண்ணுவார். திரைப் படம் பார்த்துவிட்டு கேரள இண்டஸ்டரி என்னும் எங்களின் ஓர்க் ஷாப்பிற்குக் கூட்டிச்செல்வார். வாட்ச்மேனை எழுப்பிச் சாப்பிடுவதற்கான ஓட்டல் எங்காவது திறந்திருக்கிறதா என்று பார்க்கச் சொல்லி அனுப்புவார். குறைந்தது, இரண்டு வாரத்திற் கொரு தடவையாவது நிகழும் இந்தக் கொண்டாட்டம் முடிந்து வீட்டிற்கு வந்து சேரும்போது அதிகாலை நேரமாகியிருக்கும். வாரத்தில் மூன்று திரைப்படங்கள் பார்க்கிற அதிர்ஷடமும் எங்களுக்கு வாய்த்ததுண்டு.

மறுநாள் மத்தியான சாப்பாட்டு வேளையின்போது அம்மா விசேஷமான ஆடையணிந்திருப்பாள். முதல் நாளன்று பார்த்த திரைப்படத்தைப் பற்றிய விவாதத்தை அம்மாதான் ஆரம்பித்து வைப்பாள். ஆண் மக்கள்தான் அம்மாவின் இலக்கு:

“அப்பாவிடம் சவால்விட்ட பிறகு உம்மர் என்ன ஆனா ரென்று நீங்கள் கவனித்தீர்களா?” “பிரேம் நசீரின் தியாகத்தை நினைத்துப்பாருங்கள். கர்த்தர் கடைசியில் அவருக்கான நற் பலனைக் கொடுத்து விட்டார் பார்த்தீர்களா?”

நாங்கள் ஆர்வத்துடன் கலந்துகொள்ளும் இந்த விவாதத்தின் போது அம்மா, பிள்ளைகளுக்கு தேவையான உபதேசங்களை வழங்குவாள். இப்படியாக மற்ற வீடுகளிலிருந்து வித்தியாசமாக, நல்ல நீதிபோதனைகள் தரக்கூடியதாக அமைந்த வாழ்வியல் சுகபோகங்கள் எங்களுக்குக் கிடைத்தன. எல்லாவற்றையுமே சன்மார்க்கத்தை உபதேசிப்பதற்கான வாய்ப்புகளாகவே அம்மா பயன்படுத்திக்கொண்டாள். இதுபோன்ற, இயல்பான, மகிழ்ச்சி யான தருணங்களை மறுப்பதற்கு வீட்டில் தாத்தாக்களோ வேறு பெரியவர்களோ கிடையாது. அப்பாதான் அவருடைய குடும்பத்தில் இளையவர். அப்பாவுக்கு 21ஆவது வயதில் திருமணம் நடந்தது. அம்மாவுக்கு பதினைந்து வயது. அம்மாதான் அவளது குடும்பத்திலும் கடைசி வாரிசு.

இப்படியான வாழ்வியல் அனுபவங்களையும் கடந்து சிறு வயது முதலே எனக்கு இயேசுவைக் குறித்த ஆன்மிகத் தேடலும் அவர்மீது புனிதமான வசீகரமும் இருந்தன. அம்மாவின் பக்தியும் சில கன்யாஸ்திரிகளின் முன்மாதிரியான வாழ்க்கை முறையும் உபதேசங்களும் என்னுள் இயேசுவின் மீதான நேசத்தை மேலும் தூண்டின. ஐந்து மற்றும் ஆறாம் வகுப்புகளின் ஆசிரியையான சிஸ்டர் மைக்கேல், பாடமெடுப்பதனிடையே புனிதர்கள் மற்றும்

குழந்தை இயேசுவின் கதைகளைச் சொல்லுவார். இந்நாட்களில், என் முன்னால் ஆட்களிருப்பதான கற்பனையில் அவர்களிடம் கடவுளைப் பற்றி பிரசங்கம் செய்வது என்னுடைய வழக்கமாக இருந்தது. வீட்டில் மூத்திரப்புரையின் படிக்கட்டுகளில் ஏறி நின்று பைபிள் வசனங்களை நான் உணர்ச்சிகரமாகப் பேசுவதை சமையலறையின் ஜன்னல் வழியாகக் கவனித்துக்கொண்டிருக்கும் அம்மா உற்சாகப்படுத்துவாள். இளைய சகோதரர்களிடம் இயேசுவைப் பற்றிய கதைகளை மீண்டும் மீண்டும் சொல்வதுதான் என்னுடைய பொழுதுபோக்காக மாறியது. எந்தவித அறிவுறுத்தல்களோ முயற்சிகளோ இல்லாமல் இயேசுவானவர் என்னுள் வளர்ந்து பிரியத்திற்குரிய நண்பரும் தோழருமாக ஆனார்.

பிரி டிகிரி இரண்டாம் ஆண்டில் பயிலும் எல்லா கத்தோலிக்க மாணவர்களும் பிரார்த்தனையில் கலந்துகொள்ள வேண்டுமென்பது கட்டாயம். கல்லூரியிலேயே மூன்று நாட்கள் தங்கியிருந்து நடத்துகிற ஜெபம் என்பதால் இதனை *குளோஸ்டு ரீட்ரீட் என்பார்கள். ஏனோ தெரியாது; எனக்கு இப்படியாக தங்கியிருந்து ஜெபம் செய்யும் முறையில் உடன்பாடில்லாமல் இருந்தது. கல்லூரி நடத்துகிற இந்தத் தியானத்தின்மூலம் ஒரு நல்ல ஆன்மிக அனுபவம் வாய்க்குமென்று நான் கருதவும் இல்லை. இந்த முன் முடிவுகளுடன்தான் என்னுடைய கத்தோலிக்க நண்பர்களுடன் நான் சேர்ந்து கொண்டேன். இந்த மூன்று நாட்களையும் நண்பர்களுடன் சேர்ந்து கொண்டாடுவதில்தான் எனக்கு ஆர்வமிருந்தது. ஆனால், தியானத்தை நிறைவுசெய்து அருட்தந்தை ஆற்றிய உரையில் ஆன்மிக அனுபவம் நிறைந்திருந்ததாக நான் உணர்ந்தேன்.

“இயேசுவாகிய கர்த்தர் இந்த மூன்று தினங்களும் உங்களினிடையே சஞ்சரிக்கிறார். உயரம் குறைந்த ஸக்கோவூஸியைப் போல், இயேசுவைத் தரிசிக்க வேண்டுமென்ற கடினமான ஆர்வம் உங்களுக்கு இருக்குமென்றால் அவர் உங்களைப் பெயர் சொல்லி அழைப்பார்; உங்களுடன் சேர்ந்து விருந்துண்பதற்காக உங்கள் இருதயத்தினுள் நுழைவார்.”

ஹா . . . எவ்வளவு ஆறுதலான வசனங்கள். எங்களில் பலரும் இதை எதார்த்தமான அர்த்தத்தில் புரிந்துகொண்டு இயேசுவைத் தரிசனம் செய்வதற்காக ஆழ்ந்த மன விருப்பத்துடன் காத்திருந்தோம்.

“ஒருவேளை, உங்களுக்கு மீட்பளிப்பதற்காக சொர்க்கத்திலிருந்து அனுப்பப்பட்ட இறுதி தீர்க்கதரிசி நானாகவுமிருக்க

* கட்டுப்படுத்தப்பட்ட தியானம்

லாம். இப்போதும் நீங்கள் பச்சாதாபப்படவோ மனந்திருந்தி இயேசுவிடம் வராமலோ இருப்பீர்களெனில் ஒருவேளை உங்களுக்கு இன்னுமொரு சந்தர்ப்பம் வாய்க்காமலும் இருந்து விடக் கூடும்."

இந்தத் தீர்க்கதரிசி வழியாக கடவுள் சொன்ன திருவசனங் கள் எங்களுக்குள் எதிரொலிக்கத் துவங்கின. புற சக்திகளின் எந்தத் தூண்டுதலுமின்றி நிசப்தமாக நாங்கள் தியானத்தில் ஈடுபட்டோம். அவரது ஒவ்வொரு பிரசங்கமும் எங்களுக்குள் சலனங்களை உருவாக்கின. வாழ்க்கையில் நான் முதன்முதலாக என்னுடைய எதிர்காலத்தைப் பற்றி தீவிரமாக சிந்திக்க ஆரம் பித்தேன். மூன்று நாளைய ஜெபத்தின் பலனாக நான் நாவல் வாசிப்பதையும் நாகரிகத்தின் மீதான தீராத மோகத்தையும் வாழ்க்கை சுகங்களின்பாலுள்ள ஆர்வத்தையும் விலக்குவதென்று முடிவு செய்தேன். ஆனால், பரிபூரண சமர்ப்பணம் நிகழ்ந்தது தியானத்தின் கடைசி நேரங்களில்தான். கடைசித் திருப்பலி துவங்குவதற்கு சில மணி நேரத்திற்கு முன் நாங்கள் அனைவரும் சர்ச் ஹாலில் இருந்தோம். என்னுடைய செயல் தளத்தைத் தேர்வு செய்ய எனக்கு உதவியாக இருக்கும்படி கன்னி மரியா ளிடம் வேண்டினேன். பிறகு, என்னுடைய பிரியமான இயேசு விடம் தீவிர நேசத்தோடு மன்றாடத் துவங்கினேன். அந்த இடத்தில் ஒரு மணி நேரத்தை என்னை மறந்து கழித்தேன். எந்தவித ஆசாபாச உணர்வுகளும் இல்லாததாக இருந்தது அந்த அனுபவம். கடைசியில் இயேசு என்னிடம் கேட்டதை நான் தெளிவாக உணர்ந்துகொண்டேன்:

"மேமி, உன்னுடைய இருதயத்தை முழுவதுமாக எனக்கு அர்ப்பணம் செய்வாயா?"

இது பரிபூரண சமர்ப்பணத்திற்கான அழைப்பாகவே இருந்தது. இயேசுவின்மீதான நேசம் அளப்பரியதாக இருந்ததால் 'ஆமாம்' என்று சொல்லவே விரும்பினேன். ஆனால், உலகியல் விருப்பங்களைப் பற்றிய எல்லாச் சிந்தனைகளும் அனுகூலமான ஒரு பதிலைச் சொல்வதிலிருந்து என்னைத் தடுத்தன. நான் விவாதித்தேன்; எதிர்த்தேன்; சஞ்சலமடைந்தேன்; தர்க்கம் செய்தேன்; மன்றாடினேன்; விளக்கம் சொன்னேன்; நியாயப்படுத்தினேன்; இன்னும் என்னவெல்லாமோ . . .

நான் பணிவது வரையிலும் இயேசு என்னிடம் விண்ணப் பித்துக்கொண்டே இருந்தார். முதலில் ஏராளமான நிபந்தனை களை முன்வைத்தேன்: 'உம்முடைய சகாயமில்லாமல் எந்த வாக்குறுதியையும் என்னால் கடைப்பிடித்தொழுக இயலாது. எப்போதுமே என்முன் நீர் இருக்கவேண்டும். நீர் இல்லாமல்

18 ஆமென்

என் ஜீவன் நிலைபெற இயலாது.' அப்போது ஒரு புன்னகை யால் இயேசு கிறிஸ்து என்னுடைய எல்லா நிபந்தனைகளை யும் ஏற்றுக்கொண்டார். இறுதியில் நான் அர்ப்பணித்தேன். இந்தமுறை அது பரிபூரண அர்ப்பணிப்பாக இருந்தது. ஒரு சிறு பெண்ணின் எளிய அர்ப்பணம்.

என்னுடைய இயேசுவானவர் என்னை மணமகளாக சுவீகரித்துக்கொண்ட அன்றைய பரிசுத்தத் திருப்பலியை மனதிற் கிசைந்த ஒரு திருவிருந்தாக நான் உணர்ந்தேன். திரு உட்கொண்ட தன்பின் நடக்கும் ஒன்றுகூடலின் பரவசத்தின்போது, நான் உமக்கானவள் மட்டுமே என்று அறிவித்த எனது விரலில் இயேசு மோதிரம் அணிவித்தார். ஆன்மிக நிலையில் மோட்சத் தினை நோக்கி உயர்த்தப்பட்ட அந்நிமிடங்களில் அவருக்கான வளாக மட்டுமே என்னாலிருக்க முடியும் என்பதைப் புரிந்து கொண்டேன். இனியொரு திருமணம் எனக்குத் தேவையில்லை. வாழ்க்கையில் எந்த உலகியல் ஆசாபாசங்களும் தேவையில்லை. அவர்தான் எனது ஜீவன், ஏக அபயம்; உறுதியான கற்பாறை; எனது கோட்டை; எனது வழி; உண்மை; எனது மோட்சம்; எனது ஆனந்தம்; என்னுடைய எல்லாமே . . .

தியானத்தை நடத்திய அருட்பணியாளருக்கு நன்றி தெரி விப்பதற்காக பொதுவாக, யாராவதொரு பெண்ணை, கன்யாஸ்திரி கள் ஏற்பாடு செய்வார்கள். ஆனால், இந்த முறை அவருக்கு நன்றி சொல்வதற்கு ஏராளமானோர் மேடையில் ஏறினார்கள். தேவ அனுபவம் எல்லோரையும் ஆட்கொண்டிருந்தது. திடீரென்று ஆலீஸ் என்னை நோக்கி வந்துகொண்டிருப்பது தெரிந்தது.

"மேமி, நீ ஏன் ஸ்டேஜுக்குப் போய் உன்னுடைய அனு பவத்தைப் பகிர்ந்துக்கல?"

"இல்லை ஆலீஸ், நான் போகலை."

"ஏன், தியானம் உனக்குப் பிடிக்கலையா?"

என்னுடைய அனுபவத்தை விவரணைக்குள் அடக்கிவிட இயலாதென்பதை அவளிடம் சொல்ல நினைத்தேன். ஆனால், சொல்லவில்லை.

இந்த அனுபவ நிலையை, சரியான அர்த்தத்துடன் வார்த்தை களால் வெளிப்படுத்த இயலாமல் போய்விடலாம். என்னுள் நிகழ்ந்த மாற்றத்தை படிப்படியாக அவர்கள் புரிந்துகொள் வார்கள். இப்போதைய என்னுடைய நிசப்தத்திற்கான கார ணத்தை பிறகு மற்றவர்களிடம் பகிர்ந்து கொள்ளலாம். வீட்டுக்குத் திரும்புகிற என்னுடைய பயணம், விரதத்தைப் பரிசீலிப்பதற் கான வாய்ப்பாக அமைந்தது. கேஎஸ்ஆர்டிசி பஸ்சில் என்னைச்

சுற்றி நிறைந்திருக்கும் ஆண், பெண்களினிடையே என்னுடைய இயேசுவின் கரத்தைப் பற்றியவளாக நான் மன அறையின் இரகசிய ஓய்வில்லத்தில் ஆழ்ந்து கிடந்தேன்.

வீட்டுக்கு வந்து சேர்ந்ததும் வீட்டிலுள்ளவர்கள் ஜெப நாட்களின் அனுபவங்களைப் பற்றித் தெரிந்து கொள்வதற்காக என்னைச் சுற்றிக் கூடினார்கள். எனது இந்த சிலநாள் பிரிவு அவர்களை வருத்தியிருந்தது. ஜெபகுரு நடத்திய மேற்கோள் களின் விவரணைகளையும் கதைகளையும் அனைத்து நிகழ்வு களையும் மட்டும் மொத்தமாக விவரித்த நான், என்னுடைய தனிப்பட்ட விஷயங்களுக்குள் ஆழ்ந்துவிட்டேன். அன்றிரவு தூக்கம் வராததால் நான் அம்மாவை எழுப்பினேன். மனம் விட்டுப் பேசுவதற்காக நாங்கள் சாப்பாட்டு மேஜையில் போய் அமர்ந்தோம். இயேசுவுடனான என்னுடைய நிஜ தரிசனத்தை நான் அப்போதுதான் சொன்னேன்: எனக்குக் கிடைத்த விசேஷ அழைப்பையும் என்னுடைய பரிபூரண சமர்ப்பணத்தை யும் இதற்காக நான் தயாரானதையும் சொன்னேன்.

“மகளே, இது தற்காலிகமானதாகவும் இருக்கலாம். உடனடி யாக எடுக்கிற முடிவு, சரியானதாக இல்லாமலும் இருக்கலா மில்லையா? பிரார்த்தனை நேரங்கள்ல நான்கூட கன்யாஸ்திரி யாக ஆகணும்னு நினைச்சதுண்டு. இதெல்லாம் வெறுமனே கற்பனையான சிந்தனைகள்தான்.”

“அம்மா, எனக்கும் இப்படியான அனுபவங்கள் உருவான துண்டு. ஆனால், இது வேறு. இயேசுநாதருக்கு நான் வாக்குக் கொடுத்துட்டேம்மா.”

“மேமி, நீ இதை வேறு யார்கிட்டேயும் சொல்லாமலிருக்கிறது தான் நல்லது. உன் சகோதரர்களுக்குத் தெரியவேண்டாம். தெரிந்தால் அந்த நிமிடத்திலிருந்தே உன்னைக் கேலி செய்ய ஆரம்பிச்சுடுவாங்க.”

இதனிடையே, மத்தியப் பிரதேசத்தில் சாந்த என்னுமிடத்தி லுள்ள மிஷனரி சென்டரிலிருந்து அக்கா எழுதியனுப்பிய கடிதங்களைப் பற்றி அம்மா என்னிடம் சொன்னாள். பிஎஸ்சி முடித்துவிட்டு, சிஎம்சி கன்யாஸ்திரிகளுடன் சேர்ந்து ஏசிசி சிமெண்ட் கம்பெனிக்குச் சொந்தமானதும் சிஸ்டர்கள் நடத்து வதுமான பள்ளிக்கூடத்திற்கு ஆசிரியையாகப் போயிருந்தாள். அவர்களுடன் சேர்ந்து மடத்தில் நடக்கும் பிரார்த்தனைகளில் பங்கு வகித்து அங்கேயே வாழ்ந்துகொண்டிருந்தாள். மகிழ்ச்சி யாகவும் இருந்தாள். ஆனால், எங்களையெல்லாம் ஆச்சரியத்தி லாழ்த்துவதுபோல் மடத்தில் சேர ஆசைப்படுவதாக அவள் ஒரு தடவை எழுதியிருந்தாள். எங்களுக்குத் தெரிந்து அக்கா,

ஒழுங்கமைப்புகளுடனான வாழ்க்கை முறைகளிலிருந்து வேறுபட்ட நாகரிக மோகமுள்ளவளாக இருந்தவள். ஆனால், அதே நாளில் அவள் மற்றொரு கடிதத்தில் எழுதியிருந்தது, எங்களின் ஆச்சரியத்தைப் போக்கியது. என்னிடம் அன்பாக நடந்துகொள்கிற சுப்பீரியரின் நிர்ப்பந்தத்தினால்தான் இப்படி எழுத வேண்டியதாயிற்று என்று அதில் விவரித்திருந்தாள். இரண்டாவதாக அனுப்பிய கடிதம்தான் சரியானது. மடத்தில் சேர்வதில் அவளுக்கு விருப்பமில்லை என்பதை இந்தக் கடிதம் தெளிவுபடுத்தியிருந்தது. சுப்பீரியருக்குத் தெரியாமல் வெளியே இருந்து அனுப்பிய கடிதம் இது.

"பாரேன், நம்மால புரிஞ்சிக்கிடவே முடியாத, கர்த்தரோட விருப்பத்தை. நிர்ப்பந்தம் செய்த பிறகுகூட என் மூத்த மகள் மடத்தில சேர விரும்பலை. ஆனால், யாருமே சொல்லாமல் இளைய மகள் கன்யாஸ்திரியாக முடிவு செய்திருக்கா."

பேச்சை முடித்துவிட்டு நாங்கள் தூங்கச் சென்றோம்.

2

மறுநாள், பிரி டிகிரி முதலாமாண்டுத் தேர்வு முடிவுகள் வெளிவந்தன. வழக்கமாக நான் இந்நேரத்தில் மிகுந்த பதற்றத்துடனும் சோர்வுடனுமிருப்பேன். ஆனால், இம்முறை அமைதியான மனநிலையில் கல்லூரிக்கு வந்தேன். ஏனென்றால் எனக்குத் தேவையானதைச் செய்து தர, கர்த்தர் என்னுடனிருக்கிறார் என்பதை அப்போது புரிந்துகொண்டிருந்தேன். மதிப்பெண் பட்டியலுடன் வந்த வகுப்பாசிரியையான கன்யாஸ்திரி ஒவ்வொரு பெயராக வாசிக்க ஆரம்பித்தார். என்னுடைய முறை வந்தபோது எந்தக் கருத்தும் சொல்லாமல் பட்டியலை என்னிடமே தந்துவிட்டார். இடைவேளையின்போது ஓடிவந்த வகுப்புத் தோழிகள் என்னுடைய மதிப்பெண் களைப் பார்த்து ஆச்சரியப்பட்டார்கள்.

"மேமி, நம்ம காலேஜில ஆர்ட்ஸ் குரூப்ல உனக்குத் தான் ஃபர்ஸ்ட் மார்க். இங்கே இதுவரைக்கும் யாருமே ஆர்ட்ஸ் குரூப்ல 77 சதவிகித மார்க் வாங்கியதில்லை."

என் இருதயத்திலிருந்த இயேசு கிறிஸ்துவை நான் புன்னகையுடன் தரிசித்தேன். என்னுடைய நாதர் தனது மணவாட்டியை சீராட்டத் துவங்கியிருக்கிறார். பிறகு, நான் கலந்துகொண்ட ஒவ்வொரு பரிசுத்தத் திருப்பலி யிலும் இயேசுவின்மீதான என்னுடைய வாக்குறுதியை மேலும் புதுப்பித்தேன்: 'நீர் இல்லாமல் எனக்கு நித்திய ஜீவனில்லையென்பதை அறிந்துகொண்டேன் நாதா.'

என்னுள் ஏற்பட்ட மன மாற்றத்தை யாரும் சந்தேகித் ததுகூட கிடையாது. நெருங்கிய தோழிகளினிடையில் கூட நான் இதை இரகசியமாகப் பாதுகாத்தேன். முன் போல் நாகரிகமான ஆடைகளையே அணிந்துகொண்டு மிருந்தேன். குடும்பத்துடன் சென்று திரைப்படம் பார்த் தேன். முன்போலவே இசையையும் நடனத்தையும்

ரசித்தேன். எனக்குள் உருவான மாற்றத்தை அம்மா உட்பட வீட்டிலுள்ளவர்கள் யாருமே கவனிக்கவில்லை. மறைக் கல்வியின் வருடத் தேர்வு ஆரம்பித்தது. கல்லூரியின் முதலாவ தாக வரும் மாணவிக்கு தங்கப்பதக்கம் கிடைக்கும். நான் இயேசுவிடம் சொன்னேன்: 'உமக்கு வெளியே உள்ள விஷயத் தில் எனக்கு அதிக மதிப்பெண் தந்தீர். உம்முடைய விஷயத்திலும் எனக்கு முதலிடம் அளித்துக் காப்பீராக!'

அப்பா, ஒருநாள் வீட்டிலுள்ளவர்களையெல்லாம் அழைத்து வைத்துச் சொன்னார்:

"நாம எல்லோரும் மேமியைப் பாராட்டணும். மறைக்கல்வி யில் அவளுக்குத் தங்கப்பதக்கம் கிடைச்சுருக்கு. காலேஜிலே ருந்து இப்பதான் ஃபோன் வந்தது."

என் கண்கள் இயேசுவை நோக்கி உயர்ந்தது: 'ஓ . . . என் இயேசுவே, நீரே அதைச் செய்தீர்.'

பிரி டிகிரி படிப்பு முடிவடையும்போது குடும்பத்தில் மிகுந்த பணச் சிக்கல் ஏற்பட்டிருந்தது. மாதந்தோறும் கட்ட வேண்டிய ஃபீசுக்குக்கூட சில நாட்களில் அம்மா மிகவும் சிரமப்பட்டாள். இதுபோன்ற விஷயங்களில் அப்பா, சிறிது கூட அக்கறை காட்டுவதில்லை. எனக்குக் கிடைத்த கல்வி உதவித்தொகையையும் வீட்டுச் செலவுகளுக்காகப் பயன்படுத்த வேண்டியதாயிற்று. பிஷப் குண்டுகுளம், பங்குத் தந்தையாக இருந்த காலத்தில் எங்களது குடும்ப போதகராக இருந்தவர். பிஷப்பான பிறகும் அவருடனான தொடர்பிருந்து வந்தது. திடீரென்று எங்களுக்கேற்பட்ட பொருளாதாரச் சிக்கலுக்காக அவர் வருந்தியதுடன் ஏதாவது தேவைப்பட்டால் வந்து பார்க்கும் படியும் சொல்லியிருந்தார்.

'மேமியின் படிப்புச் செலவுக்குப் பணம் தேவைப்பட்டால் அவளை உடனே அனுப்பி வையுங்கள்' என்று சொன்னவர்: "மத்தியதரக் குடும்பத்தில் பணமுடை ஏற்படுகிற பட்சத்தில் மற்றவர்களால் அதைப் புரிந்துகொள்ள இயலாது" என்றார்.

அம்மா சொன்னதன் பேரில், கல்லூரிக் கட்டணம் செலுத்து வதற்காக இரண்டு தடவை நான் ஆயரில்லத்திற்குப் போக வேண்டியதாயிற்று. இது, மனதுக்குக் கொஞ்சமும் பிடிக்காத, அவமானமான விஷயமாக இருந்தது. என்னைப் பொறுத்த வரைக்கும் செயிண்ட் தாமஸ் கல்லூரியின் முன்புற சாலையில், மாணவர்களின் வர்ணனைகளுக்கும் காகித அம்புகளுக்கு மிடையே நடப்பதென்பது தாங்கிக்கொள்ள முடியாத அனுபவ மாக இருந்தது. ஆயரில்லத்திற்கு வந்து அங்குள்ள அருட்பணி யாளர்களின் வெறித்த பார்வைகளை ஏற்று நேராக பிஷப்பின்

அறையை நோக்கி மாடிப்படிகளில் ஏறுவேன். அறைக்கு வெளியே நின்றிருக்கும் பிஷப் என்னைக் கண்டதும் தலையசைத்துவிட்டு உள்ளே செல்வார். கட்டணத் தொகையான பதினைந்து ரூபாய் ஐம்பது பைசாவை மட்டும் ஒரு கவரினுள் வைத்து நீட்டுவார். நன்றி எனும் வார்த்தையை வெறுமனே உச்சரிக்கவும் செய்யாமல் நான் உடனடியாக ஓடி கல்லூரிக்குச் செல்வேன். இந்தத் தண்டனையை அந்த வருடம் மீண்டுமொரு முறை அனுபவித்தேன்.

நாட்கள் கடந்தன. பிரி டிகிரி தேர்வு முடிந்தது. என்னுடைய தீர்மானத்தை அனைவரிடமும் அறிவிக்க வேண்டிய நேரம் வந்தது. ஒருநாள் அம்மாவிடம் சொன்னேன்:

“என்ன செய்றது; எப்படிச் செய்றது என்கிறதெல்லாம் எனக்கு எதுவுமே தெரியல. ஆனால், என்னோட முடிவை நான் நடைமுறைப்படுத்த வேண்டிய நேரம் வந்துட்டதாக நினைக்கிறேன் . . .”

“மகளே, அதை நீ இன்னுமா மறக்கல? உனக்கு இப்படியான ஆசையிருக்கிற விஷயத்தையே நான் மறந்துட்டேன்.”

“வேறு யார்கிட்டேயும் சொல்ல வேண்டாம்னு நீங்க சொன்னதாலதான் அதை ரகசியமாக வச்சிருந்தேம்மா. ஆனால், ஒவ்வொரு நாளுமே இயேசுகிட்டே என்னோட உறுதிப்பாட்டை நான் புதுப்பிச்சுட்டுதானிருந்தேன். அவரோட சேராமல் என்னால் வாழ முடியாதம்மா.”

நான் வீட்டை விட்டு ஒரேயடியாகப் போகப்போகிறேன் என்னும் விஷயத்தை அனைவரும் அறிந்துகொண்டார்கள். அப்பா அழ ஆரம்பித்தார். இளைய சகோதரன் ஆர்ப்பாட்டத்தில் இறங்கினான். அக்கா காரணம் கேட்டாள். ஆனால், அம்மா பெருமூச்சுடன் சொன்னாள்:

“என்னோட குழந்தைகள்லே நல்லதாகப் பார்த்துக் கர்த்தர் கேட்கிறார். கடவுளுக்குக் கொடுக்குறது நடுப்பகுதி மீனாகத்தான் இருக்கணும். அவர் கேட்கிற எதையுமே என்னால நிராகரிச்சுட முடியாது.”

அப்போது இடையில் வந்த அக்கா என்னுடைய திடீர் முடிவுக்கான காரணங்களைப் பற்றி ஆராயத் துவங்கினாள். எங்களுக்குத் தெரிந்து குடும்பத்தில் யாருமே இப்படி மடத்தில் சேர்ந்ததில்லை. எங்களுடைய குடும்பம் விருந்துபகாரத்துக்கும் கேளிக்கைக்கும் குடிக்கும் பெயர் பெற்றது. ஒவ்வொரு தடவையும் நிகழ்ச்சிகளில் பங்கெடுத்துவிட்டுத் திரும்பிச் செல்லும் உறவினர்கள் பரஸ்பரம் கேட்பதுண்டு:

அடுத்த நிகழ்ச்சி எப்போது, எந்த இடத்தில் ஒன்று கூடுவது? யார் யார் திருமண யோசனைகளைப் பற்றி பேசினார்கள்? நிகழ்ச்சி, அடுத்தது யாருடைய வீட்டில் நடக்கும்?

ஆன்மிக விஷயங்களோ செமினார்கள் பற்றியோ கன்யாஸ்திரிகள் மடத்தைப் பற்றியோ யாரும் பேசி நான் கேட்டதில்லை. பக்தியையும் பிரார்த்தனையையும் தவிர துறவு வாழ்க்கை, திருப்பணி பற்றியெல்லாம் வீட்டில் பேசவோ விவாதிக்கவோ செய்வதில்லை. இதற்காகவென்றே விதிக்கப் பட்ட சில குடும்பங்களில் பிறந்தவர்களுக்கு மட்டும்தான் இந்த வாழ்க்கை முறையென்றுதான் நாங்கள் கருதியிருந்தோம். கன்யாஸ்திரிகளின் வாழ்க்கைமுறைகளைப்பற்றி பெரிய அளவில் எனக்கும் எதுவும் தெரியாது.

கன்யாஸ்திரிகளால் வாய்விட்டுச் சிரிக்க முடியுமா? விகல்ப மில்லாமல் எதையாவது அவர்களால் இரசிக்க முடியுமா?

மற்றவர்களுக்கு வேடிக்கையாகத் தோன்றுகிற மற்றொரு முக்கியமான சந்தேகமும் எனக்கிருந்தது:

"சிஸ்டர்களோட மார்பகங்களை ஆபரேசன் செய்து நீக்கும்போது அவங்களுக்கு பயங்கரமாக வலிக்குமில்லை யாம்மா?" அம்மா சிரித்தாள்.

"நீ சிஸ்டர் ஜார்ஜியாவோட மார்பைக் கவனிச்சிருக்கிறியா?"

நான் கவனித்ததில்லை. நான் புரிந்துகொண்டவரை சிஸ்டர்களுக்கு மார்பகங்கள் அவசியமற்றவை. பிறகு, எதற்காக அவற்றைப் பாதுகாக்க வேண்டும்? கன்யாஸ்திரிகளின் வாழ்க்கை முறையைப் பற்றி அறிந்துகொள்வதில் எனக்கு ஆர்வம் கிடை யாது. நான் மடத்தில் சேர ஆசைப்பட்டது இயேசுவுக்காக! அவர் என்னைத் தேர்வு செய்ததால்; எனக்கு அழைப்பு விடுத்த தால்; என்னுடனிருப்பதாக அவர் எனக்கு வாக்குக் கொடுத்த தால் மட்டும்தான் நான் கன்யாஸ்திரியாக முடிவு செய்திருக் கிறேன். ஆகவே, சில அடிப்படையான விஷயங்களைத்தான் எனக்குத் தெரிந்துகொள்ள வேண்டும். 'இயேசுவின் விருப்பத்திற் கிணங்கித்தான் கன்யாஸ்திரிகள் வாழ்கிறார்களா? மடத்தில் சேர்ந்த பிறகு தாங்கள் ஏமாற்றப்பட்டுவிட்டதாக அவர்கள் எண்ணுவார்களா? உண்மையிலேயே அவர்களுக்கு மகிழ்ச்சியும் திருப்தியும் இருக்குமா?' இதையெல்லாம் சிஸ்டர் புஷ்பம் அக்காவிடம் கேட்டுத் தெரிந்து கொள்ள வேண்டுமென்று நினைத்துக்கொண்டேன். எங்களுடைய தூரத்து உறவினரான இந்த அக்கா உண்மையைத்தான் சொல்வார் என்று நான் நம்பினேன்.

என்னுடைய எல்லாக் கேள்விகளுக்கும் பதில் சொல்கிற இந்த அக்கா இப்போது இங்குதான் இருக்கிறாள். இதுபோன்ற கடினமான முடிவுகளையெல்லாம் எடுக்கவேண்டாமென்று கேட்டுகொண்ட அவள், முடிந்தவரைக்கும் என்னை பின்வாங்க வைப்பதற்கான எல்லா முயற்சிகளையும் மேற்கொண்டாள். இதனிடையே என்னுடைய மனதிலிருந்த எல்லாச் சந்தேகங்களையும் அவளால் தீர்க்கவும் முடிந்தது. நீண்ட காலமாக அவள் கன்யாஸ்திரிகளுடன் சேர்ந்து மிஷனரி செயல்பாடுகளில் ஈடுபட்டிருந்தவள்.

என்னுடைய முடிவில் நான் உறுதியாக இருப்பதை அறிந்த பிறகு, அவள் முக்கியமான விஷயங்களைப் பேச ஆரம்பித்தாள். எந்த சபையில் சேருவது என்பதைப் பற்றி நான் பெருங்குழப்பத்திலிருந்தேன். இதில் அக்கா எனக்கு உதவியாக இருந்தாள்.

சிஎம்சி துறவியர் சமூகத்தின் அடையாளமே தியானமும் சேவையும்தான்.

‘மேமி, உனக்கு இது பிடிக்கும்னு நினைக்கிறேன். பிரார்த்தனை செய்து இறை நிச்சயத்தை அறிந்துகொள். அதைக் கடைப்பிடிக்கும் பணியில் ஈடுபடு. சோர்வடையும்போது தேவ சன்னிதியில் உன்னை ஒப்புக்கொடுத்து, ஆன்ம தைரியத்தை மீட்டெடுத்துக்கொள். அதிலிருந்து கிடைக்கிற உற்சாகத்துடன் திரும்பவும் காரியங்களில் ஈடுபடு.’

இது என்னுடைய மனதுக்குப் பிடித்திருந்தது. அக்காவின் மூலமாக தேவனே என்னுடன் பேசுகிறார். அக்கா என்னை ஏமாற்ற மாட்டாள். இப்போது எந்த அமைப்பில் சேருவது என்பதை முடிவு செய்தேன். நான் முன்னேறிச் செல்வதற்கான தேவனின் பாதை தெளிவாகிக்கொண்டிருந்தது. இதற்கான வழிமுறைகளைப் பற்றி ஆராய்வதற்காக கல்லூரி முதல்வரைப் பார்ப்பதற்கு அம்மா என்னை அழைத்துச் சென்றார். கல்லூரி முதல்வர், கருணையே வடிவான கன்யாஸ்திரியாக இருந்தார். கர்த்தரின் செயலை எண்ணி அவர் அதிசயித்து விட்டார். ‘இன்றைய காலகட்டத்திலும் பெண்களுக்கு தேவனின் மனத் தூண்டுதல் உருவாகிறதா?’ அவருக்கு ஆச்சரியமாக இருந்தது.

அவரது அறிவுரையின்படி, நாங்கள் செயின்ட் ஆன்றனி மடத்திற்கு அங்குள்ள கன்யாஸ்திரிகளுடன் பேசுவதற்காகச் சென்றோம். ஜூன் மாதத்தில் பள்ளிக்கூடங்கள் திறக்கும்போது நான் மழலையர் பள்ளி ஆசிரியையாகப் பணியில் சேரலாமென்று அவர்கள் சொன்னார்கள். நான் கன்யாஸ்திரியாகப் போகும் விஷயத்தை நெருங்கிய உறவினர்கள் அறிந்துகொண்டார்கள். அதைத் தொடர்ந்து, வேதனைப்படுத்துகிற விமர்சனங்கள்;

அனுதாபமான அபிப்பிராயங்கள்; குத்திப்பேசுகிற வார்த்தைகள் ...
இப்படியாக!

ஒரு அத்தையின் விமர்சனம் இது:

"அவ, பெரிய சுயநலம் பிடிச்சவ; வாழ்க்கைப் பிரச்சினை களிலேருந்து ஒளிஞ்சுக்க நினைக்கிறா; இது ஒருவகையான தப்பித்தல் மனோபாவம்."

ஒரு பெரியம்மா சொன்னாள்:

"உங்க வீட்டில எப்பவுமே இப்படி அசாதாரணமான சம்பவங்கள்தான் நடக்குது. நம்ம குடும்பத்தில இரண்டாவது கன்யாஸ்திரி, மேமிதான். முதல்லே ஒருத்தி கிட்டத்தட்ட 25 வருஷங்களுக்கு முன்னால மடத்தில போய்ச் சேர்ந்தாள். இப்ப அவள் உயிரோடிருக்கிறாளானுகூட யாருக்கும் தெரியாது."

எங்களுடைய குடும்பத்தில் யாராவது கன்யாஸ்திரி வாழ்க்கையைத் தேர்ந்தெடுத்தால் பிறகு யாருமே அவளைப் போய்ப் பார்க்கவோ விசாரிக்கவோ செய்வதில்லை என்பது தான் பெரியம்மா சொன்னதன் அர்த்தம். நான் சேர்ந்தால் எனக்கும் இப்படித்தான் நடக்கப்போகிறதாம்.

ஒரு போர்டிங் நர்சரி டீச்சரின் வாழ்க்கைக்கான எல்லா அத்தியாவசியப் பொருட்களுடன் நான் மடத்திற்கு வந்து சேர்ந்தேன். பள்ளியில் உடுத்திக்கொள்வதற்கான சேலைகளும் ஓய்வு நேரங்களில் உடுத்த நீளமான பாவாடையும் ஜாக்கெட்டும் வைத்திருந்தேன். ஆனால், வேலை நேரத்திற்குப் பிறகு தாவணி அணிந்துகொள்ளும்படி அறிவுறுத்தப்பட்டது. அனாதை இல்லத்தில் வாழுகிற குழந்தைகளிடம் நன்மதிப்பை ஏற்படுத்துவதற்காகவே இந்த நடைமுறை என்பதையும் புரிந்துகொள்ள முடிந்தது. வகுப்பறைகளில் குறும்புகளும் உற்சாகமுமாக வளைய வந்த குழந்தைகள் என்னைச் சுற்றிக் கூடினார்கள். எனக்குள் பரிவு உருவானது. வீட்டில் செய்திராத பல்வேறு காரியங்களை இயேசுவுக்காக இப்போது முழு மனத்துடன் செய்ய ஆரம்பித்தேன். பணியிலிருக்கும்போது, நர்சரி வகுப்பிலுள்ள 30 குழந்தைகளுக்கும் தேவையான அடிப்படை விஷயங்களை நிறைவேற்ற உதவ வேண்டும். இதற்கு ஒத்தாசையாக ஒன்பதாம் வகுப்பில் படிக்கும் ஒரு அனாதை மாணவியின் உதவியைப் பெற்றுக்கொள்ளவும் அறிவுறுத்தப்பட்டிருந்தது.

மாடியில் வகுப்பறைக்குள்ளிருக்கும் அந்த மாணவியை ஒவ்வொரு முறையும் இதற்கென அழைப்பது மிகவும் சிரமமாக இருந்தது. மட்டுமல்ல, குழந்தைகள் கீழே இருக்க, நான் மாடிக்குப் போகும்போது அவர்கள் கேட்டின் பக்கத்திலோ ரோட்டிற்கோ

ஓடிவிடுவார்கள். கேட்டில் காவலுக்கு ஆளுமில்லை. மட்டுமல்ல, ஒரு மாணவியை இப்படி எடுபிடி வேலைகளை செய்யச் சொல்லிவிட்டு நான் ஆசிரியை தோரணையில் நடப்பது சரியாக இருக்குமா? இந்த வேலைகளை நானே ஏற்றுக்கொண்டு மாணவியை இதிலிருந்து விலக்கி விடுவதாக முடிவு செய்தேன். மூத்திரப்புரைக்கு அழைத்துக்கொண்டு போகவேண்டிய குழந்தை களைக் கொண்டுபோய் கழுவி, உடுப்புகளை மாற்றி உடுத்துக் கொண்டு வருவது; வகுப்பறையை இரண்டு தடவையாவது சுத்தம் செய்வது; அறையைக் கூட்டுவது எல்லாமே என்னுடைய வேலையாக ஆனது.

இந்நாட்களில் நான் இயேசுவோடு மேலும் ஐக்கியமாகிக் கொண்டிருந்தேன். தினமும் அவருடன் உரையாடலில் ஈடு பட்டேன். என்னை உடமையாக்கிக் கொண்டமைக்காக நன்றி சொன்னேன். பிரி டிகிரி இரண்டாமாண்டு தேர்வு முடிவை ஆவலுடன் எதிர்பார்த்திருந்த நான், தன்னம்பிக்கைக்காக இயேசுவை வேண்டினேன்: 'இயேசுவே, உம்மிடமே நான் மன்றாடுகிறேன்.'

தேர்வு முடிவு பத்திரிகைகளில் வெளிவந்த அன்று, கல்லூரி யிலிருந்து ஒரு சிஸ்டர் தொலைபேசியில் அழைத்தாள்: 'மேமி, ஒரு ஆச்சரியமான செய்தி, கல்லூரியிலேயே மிக அதிகமான மதிப்பெண்கள் உனக்குக் கிடைத்திருக்கின்றன. ஆர்ட்ஸ் குரூப்பில் 71 சதவிகிதம். நம்முடைய கல்லூரியின் வரலாற்றில் இவ்வளவு மதிப்பெண்கள் இதுவரை கிடைத்ததேயில்லை.'

இயேசுவை நன்றியுடன் பார்த்தபடியே நான் சொன்னேன்: 'இயேசுவே நீர் வாக்கைக் காப்பாற்றி விட்டீர்.' பல்கலைக்கழகத் திலுள்ள ஒரு தோழி, பல்கலைக்கழக அளவில் இது அதிக மதிப்பெண்கள் என்று சொன்னாள். ஆனால், ஆர்ட்ஸ் குரூப்புக்கென்று தனியாக தரம் பிரித்து அறிவிப்பதில்லை.

3

இப்படியிருக்கும்போது ஒருநாள் நானும் அம்மாவுமாக புனித மரியாள் கல்லூரி முதல்வரை சந்திப்பதற்காகச் சென்றிருந்தோம். மரியாதையின் நிமித்தமாக நடந்த சந்திப்புதான் அது. ஆனால், அவர் எங்களை எதிர்பார்த்திருந்தார்:

"உடனடியா அமலா காலேஜுக்குப் போய் பட்டப் படிப்பிற்கான விண்ணப்பப் படிவத்தை வாங்கிப் பூர்த்தி செய்து கொடுங்க. இன்னைக்குக் கடைசிநாள்" என்றார்.

இதற்கெல்லாம் எங்கள் கையில் பணமில்லை. எங்களுடைய பரிதாபமான நிலையைக் கண்டதும் அவர் சொன்னார்:

"பரவாயில்லே, நான் அமலா காலேஜ் பிரின்சிபால் சிஸ்டரை கூப்பிட்டுச் சொல்றேன். சீக்கிரமாகப் போய் அப்ளிகேஷனை எழுதிக் கொடுங்க."

எங்களை அனுப்பி வைத்த முதல்வரைப்போல் அவ்வளவு கருணை மனம் படைத்தவராக இல்லை, அமலா கல்லூரியின் முதல்வர்:

"இப்படித்தான், எல்லாருமே பணமில்லேன்னு சொல்லிட்டு வர்றீங்க. இங்கிருக்கிற நிலைமைகள் எதுவும் புனித மரியாள் பிரின்சிபாலுக்குத் தெரியாது. அவரோட காலேஜை விடவும் எவ்வளவோ பெரியது இந்த காலேஜ்."

"காலேஜ்லேயே அதிகமான மார்க் இவளுக்குத்தான்..."

அம்மா குரல் தாழ்த்திச் சொன்னாள்.

"இது, அதிகமான மார்க்கா? உங்களுக்கு ஒரு விஷயம் தெரியுமா? எல்லா பல்கலைக்கழகங்களிலிருந்தும் இங்கே

மாணவிங்க வர்றாங்க. அவங்களோட ஒப்பிட்டுப் பார்த்தா இதையெல்லாம் பெரிய மார்க்குனே சொல்ல முடியாது."

ஒரு எள்ளலான சூழல் அந்த இடத்தில் படர்ந்துகொண்டிருந்தது. தூணியிலிருந்து கடைசி அம்பை உருவிய அம்மா:

"இவள் மடத்தில சேர்றதாக முடிவு செய்திருக்கிறாள்" என்றாள்.

எய்த அம்பு, பூமராங்காக திரும்பி வருமென்று அம்மா எதிர்பார்க்கவே இல்லை.

"அட்மிஷன் கிடைக்கிறதுக்காக வழக்கமா எல்லாருமே பயன்படுத்துற தந்திரமான வார்த்தைகள் இதுதான்."

முன்பு துளைத்ததையெல்லாம் விடவும் மனதை மிகவும் ஆழமாகத் துளைத்த அம்பு இது.

தேவனின் அழைப்புக் கிடைத்திருப்பதாகச் சொல்லி தன்னை ஏமாற்றுவதாக நினைக்கிற இவரிடம் நான் எதைச்சொல்லிப் புரியவைக்க முடியும்?

எப்படியோ அட்மிஷன் கிடைத்து நான் பட்டப்படிப்பில் சேர்ந்தேன். முதலில் பொருளாதாரமாக இருந்தது பிறகு ஆங்கில இலக்கியமாக மாறியது. என்னுடைய மதிப்பெண்களைப் பற்றி பிரின்சிபால் நீட்டி முழங்கினார் என்றாலும் அட்மிஷன் லிஸ்டைப் பார்த்தபோதுதான் தெரிந்தது, ஆங்கிலத்திலும் பொருளாதாரத்திலும் நான்தான் அதிகமான மதிப்பெண்கள் பெற்றிருந்தேன்.

கன்யாஸ்திரியாக வேண்டுமென்ற என்னுடைய விருப்பம் நாட்கள் செல்லும்தோறும் அதிகரித்துக் கொண்டே இருந்தது. சபையில் உறுப்பினராகும் கால தாமதத்தை இல்லாமலாக்க, சபை அதிகாரிகள் ஒரு உபாயத்தைக் கடைப்பிடித்தார்கள். *ஆஸ்பிரண்டாக ஆய்வைத் தொடர்ந்து கொண்டிருந்தால் போதும். பொதுவாக, இவர்கள் மேற்படிப்பை பாலக்காட்டிலுள்ள தயா கல்லூரியில்தான் முடிப்பார்கள். ஆகவே, நானும் அங்கே அனுப்பி வைக்கப்படுவேன். ஆஸ்பிரண்ட் தேர்வுக்கான நேர் காணலுக்காக தலைமை அலுவலகத்திற்குப் போவதில் எனக்கு மிகவும் மகிழ்ச்சியாக இருந்தது. நேர்காணலின்போது நான் பாவாடையும் பிளவுசும் அணிந்திருந்தது, என்னை மிகவும் சின்னப் பெண்ணாகக் காட்டியது. *மதர் புரொவின்ஷியல் கேட்டார்:

---
* சபையில் சேரும் ஆர்வமுள்ளவள்
* சபையின் மாநிலத்தலைவி

“நீ குடும்பத்தில் நான்காவதாகப் பிறந்தவளில்லையா? உன்னுடைய அக்காவுக்கு இன்னும் திருமணமாகவில்லையே? பிறகேன் நீ இவ்வளவு சீக்கிரமாக மடத்தில் சேருவதாக முடிவு செய்தாய்?”

“பைபிளில் சமாரியாப் பெண், மீட்பரை அடையாளம் கண்ட அந்நிமிடமே குடத்தை வழியிலேயே போட்டுவிட்டு அவரது அறிவிப்பைச் சொல்வதற்காக ஓடியதுபோல் எனக்கும் இயேசுவைக் கண்டறிந்தவுடன் ஓடி வந்துவிட வேண்டும்போல் தோன்றியது.”

என்னுடைய பதில் சிஸ்டர்களை சிரிக்க வைத்தது. ஆஸ்பிரண்ட்சில் சேர்வதற்கான சடங்கிற்குப் பிறகு நான் பாலக்காடு கல்லூரிக்குச் சென்றேன். அங்கே என்னுடைய கல்வி முடிவதற்கு இன்னும் இரண்டு வருடங்களாகும். பிறகு, பயிற்சிக்கான அடுத்த கட்டம். நான் நாட்களை எண்ண ஆரம்பித்தேன். மடத்தில் சேருவதற்கு அவ்வளவு ஆர்வத்துட னிருந்தேன். என்னுடைய ஆன்மிக குருவும் சுப்பீரியர் ஜெனரலு மான சிஸ்டர், தேவைப்பட்ட உபதேசங்களுடன் அவ்வப்போது வந்து என்னைப் பார்ப்பார்.

பாலக்காடு கல்லூரி, பூலோக சொர்க்கமாக இருந்தது, சொந்த வீடுபோல் மனதிற்கு இதமான சூழல். பாசாங்குகளற்ற தோழியர், பிரியம் மிகுந்த ஆசிரியைகள், களங்கமில்லாத மாணவியர், அன்பு நிறைந்த விடுதிக் காப்பாளர், மன ஒருமிப் புடன் பயில்வதற்கான சூழ்நிலைகள்.

பட்டப்படிப்பு பயிலும் மாணவியர்தான் வளாகத்தினுள் சீனியர்கள். எங்களுக்கான மதிப்பும் மரியாதையும் கிடைத்தன. பிரி டிகிரி மாணவியர் எங்களை அக்கா என்றுதான் அழைக்க வேண்டும்.

இரவுநேர கலகலப்புகளின்போது பட்டப்படிப்பு பயிலுகிற மாணவிகள், ஜூனியர்களை கிண்டலடிப்பது வழக்கம். இது போன்ற வரையறையைத் தாண்டாத எல்லா வேடிக்கைகளிலும் நானும் கலந்துகொள்வேன். விடுதியில் நடைபெறும் பல்வேறு நிகழ்ச்சிகளில் பங்கெடுத்துப் பரிசு பெறவும் ஆரம்பித்தேன். ஒருமுறை சிஎம்ஐ அருட்தந்தையர் நடத்திய கட்டுரைப் போட்டி யின் பரிசுத்தொகை எனக்குக் கிடைத்தது. என்னுடைய தோழி களில் ஏழைகள், வசதியானவர்கள், சுத்தம் பார்ப்பவர்கள், திறமைசாலிகள், அப்பாவிகள், குறும்புக்காரிகள், துப்புரவு வேலை செய்பவர்கள், கழிப்பறை துப்புரவாளர்கள் என எல்லா தரப்பினருமிருந்தார்கள்.

அது, *கரிஷ்மாடிக் எழுச்சியின் காலகட்டமாக இருந்தது. சுவிசேஷப் பிரசங்கங்கள் அனைத்தும் ஆங்கிலத்தில் இருந்த தால் அம்மொழி தெரிந்தவர்களால் மட்டுமே அதில் கலந்து கொள்ள முடியும். எங்களுடைய பிரிவின் தலைவருடைய பிரார்த்தனையின் பலனாக, பிரசித்திபெற்ற ஃபியோ மஸ்கரனாஸ் எனும் குரு எங்களுக்குத் தியானம் செய்வதற்காகக் கிடைத்தார். அன்று, தூய ஆவியின் மொழி வரத்தை ஏற்றுக்கொள்கிற பாக்கியம் மற்றவர்களுடன் எனக்கும் கிடைத்தது. இந்தத் தியான மும் பிரார்த்தனை நேரங்களும் இயேசுவுடனான எனது உறவை ஆழப்படுத்தியது.

ஆழ்ந்த நம்பிக்கையுடன் இயேசுவிடம் வேண்டினால் அவரிடமிருந்து அனுகூலமான பதில் கிடைக்குமென்று பிரார்த் தனைக் குழுவிலுள்ள அங்கத்தினர்கள் சொன்னபோது நான் பல்கலைக்கழகத்திற்கு தரஉயர்வு கிடைக்கவேண்டுமென்று பிரார்த்தனை செய்தேன். குழந்தைகள், விளையாட்டுப் பொம்மை கேட்டு அடம்பிடிப்பதுபோல் நான் ஒவ்வொரு நேரமும் பல்கலைக்கழகத்தின் தரம் உயரவேண்டுமென பிரார்த்தனை செய்ய ஆரம்பித்தேன்.

கல்லூரியின் இறுதியாண்டு பிரி டிகிரியில் ஒரு டாக்டரின் மகள் சேர்ந்தாள். கல்லூரியில் மிகவும் அழகானவளாக எல்லோ ராலும் அங்கீகரிக்கப்பட்டவள். அறையிலிருந்து அவள் வெளியே வந்தால் அனைவருடைய கவனமும் அவளையே பின்தொடரும். அவளை ஆராதிக்கும் ஒரு தோழியர் குழாம் எப்போதுமே அவளைச் சுற்றியிருக்கும். சுயபாலின மோகத்திற்கு, இந்தக் கல்லூரி புகழ் பெற்றது. விடுதியில் தங்கியிருக்கும் மாணவிகளுக்கு வெளியுலகத்துடனான எந்தத் தொடர்பும் இருக்காது. வளாகத்தின் எந்த இடத்திலுமே ஓர் ஆணைப் பார்க்க இயலாது. இயல்பாகவே உடல் சார்ந்த தாபங்கள் அவர்களை தவறான வழிக்குக் கொண்டு சென்றதுடன் சுயபாலினத்திற்குள்ளேயே தங்களுக்கான இணை களைத் தேடிக்கொண்டார்கள். பட்டப்படிப்பு படிக்கும் ஒரு அக்காவும் பிரி டிகிரி படிக்கும் தங்கைக்குமிடையிலான பண்பாடு களற்ற காட்சிகளை நான் ஒரு தடவை பார்க்க நேர்ந்தது. இதெல்லாம் என்னுடைய வரையறைக்குட்படுகிற விஷயங் களில்லை என்று என்னை நானே ஆறுதல் படுத்திக்கொண் டேன். பிரி டிகிரி மாணவிகளின் தாய்மார்கள், பட்டப்படிப்பு படிக்கும் அக்காக்களுக்கு அன்பளிப்புகள் கொடுத்தனுப்புவது வழக்கம். இவர்கள், தங்களுடைய பிள்ளைகளின் வாழ்க்கை யையும் எதிர்காலத்தையும் பாழடித்துக்கொண்டிருக்கும் அக்கா மார்கள் என்பதை அறியாமலேயே!

* உச்சநிலை தியானம்

32   ஆமென்

ஒருநாள், இந்த அழகான மாணவி – பிரற்றியின் தோழிகள் என்னிடம் ஓடிவந்து ஒரு மோதிரத்தைக் காட்டி இதை மறைத்து வைக்கும்படி சொன்னார்கள்:

"மேமியக்கா, பிரற்றி இதை பாத்ரூமில் மறந்துபோய் வெச்சிட்டா. அவள் இதை நல்லாத் தேடட்டும். அப்புறமா, உங்ககிட்டதான் வருவா. கொஞ்சம் மிரட்டி வைச்சிட்டு பிறகு இதை நீங்க கொடுத்தால் போதும்."

இதுபோன்ற சின்னச்சின்ன குறும்புகளைச் செய்வதற்கு நான் அவர்களுக்கு அனுமதியளித்திருந்தேன். பிரற்றி, ஒருமுறை எனக்கு ஒரு அன்பளிப்பு தந்தாள். பளபளக்கும் ஒரு சிலுவை. நான் அதை பெற்றுக்கொள்ளாமல் திருப்பியனுப்பினேன். அடுத்த வாரமே அது எனக்கு தபாலில் பார்சலாக வந்தது.

ஐக்கஃப் ஏற்பாடு செய்திருந்த தங்கும் பயிற்சி முகாமில் பங்கெடுக்கும்போது பையன்களிடம் அவள் மடத்தில் சேருவதாக அறிவித்தாள். அவளுக்கு மடத்தில் சேரவேண்டுமென்பதிலிருந்த ஆர்வம்தான் என்னைக் கவனிக்கத் தூண்டியிருக்க வேண்டும். படிப்படியாக நாங்கள் நெருங்கிய தோழிகளாக ஆனோம். அது, ஆத்மார்த்தமான உண்மையான நட்பாகவே இருந்தது. அவளது குடும்பத்திலுள்ளவர்கள் என்னைப் பார்க்க வருவதுண்டு. என் அம்மாவும் குடும்பத்தினரும் அவள்மீது அன்பு வைத்திருந் தார்கள். ரிவிஷன் விடுமுறையில் பிரற்றி ஊருக்குப் போகும்வரை யிலும் எல்லாமே சரியாகத்தான் போய்க்கொண்டிருந்தது. நான் அப்போது ஹாஸ்டலில் இருந்தேன். பிரற்றியின் அமெரிக்க அத்தையும் குடும்பத்தினரும் ஊருக்கு வந்தபோது எடுத்த புகைப்படங்களை ஒரு சிறுபாக்சில் வைத்து பிரற்றி கொடுத் தனுப்பியிருந்தாள். அதிலொரு முல்லைப்பூ மாலையும் ஒரு கடிதமுமிருந்தன. படங்களைப் பற்றிய விவரணைதான் அந்தக் கடிதம். தான் தொடுத்த அந்த முல்லைப்பூ மாலையைப்பற்றியும் அவள் அதில் குறிப்பிட்டிருந்தாள். தேர்வெழுத வந்த பக்கத்து வீட்டு மாணவியின் கையில் அவள் அந்த பார்சலைக் கொடுத் தனுப்பியிருந்தாள். அதைப் பார்த்துவிட்டு நானும் ஹாஸ்டலில் வேலைபார்ப்பவளும் எழுதிய கடிதங்களுடன் அந்தப் புகைப் படங்களடங்கிய பார்சலை, கொண்டு வந்தவளிடமே திரும்பக் கொடுத்தனுப்பினோம். அந்த மாணவி, அதை அலுவலக வராந்தா வின் அருகிலுள்ள ஜன்னலில் வைத்திருக்கிறாள். திரும்பி வரும் போது வைத்த இடத்தில் அது இல்லை. இந்த விவரத்தை பிரற்றி சொல்லி நான், அலுவலகத்திற்கு ஓடினேன். சூப்பரெண்ட் சிஸ்டர் இதைக் கண்டெடுத்து அலமாரியில் பூட்டி வைத்திருப்ப தாக அட்டெண்டர்கள் சொன்னார்கள். என்னுடைய நன் னடத்தைக்கெதிரான ஆதாரமாக அவர்கள் அதைப் பாதுகாத்து

வைத்திருந்தார்கள். அதிலிருந்த கடிதத்தில், என்னையும் பிரற்றி யையும் தொடர்புபடுத்துகிற சில தேவையற்ற வார்த்தைகளை ஹாஸ்டலில் வேலை பார்ப்பவள் எழுதிவைத்திருந்தாள். அதை நான் வேடிக்கையாகவே எடுத்துக்கொண்டிருந்தேன். ஆனால், அது இப்போது என்னுடைய துறவு வாழ்க்கையில் ஒரு கறையாகப் படிந்து போய்விட்டது. எனக்கு என்ன செய்வ தென்றே தெரியவில்லை. பிரற்றிக்கு அவளுடைய அமெரிக்க அத்தையின் புகைப்படங்கள் திரும்பக் கிடைக்க வேண்டும். அவளுடைய பெற்றோர்கள் சூப்பரெண்ட் சிஸ்டரை அழைத் தார்கள். ஆனால், அவர் பெட்டியை மறைத்து வைத்துவிட்டு தெரியாதென்றே சொல்லிவிட்டார். விஷயங்கள் மிகவும் சிக்கலுக் குள்ளாகிவிட்டன.

இறுதியாண்டின் பல்கலைக்கழகத் தேர்வுக்குத் தயாராகவும் அதில் கவனம் செலுத்தவும் என்னால் இயலாமல்போனது. துறவு வாழ்க்கை சிக்கலாகி விடுகிற பட்சத்தில் படிப்பை முடிப்பதற்கு நான் விரும்பவில்லை. நிர்வாகத்தில் இருப்பவர்களை அனுசரித்துப்போக வேண்டுமென்பதற்காக மட்டுமே நான் பட்டப்படிப்பில் சேர்ந்தேன். மடத்தில் சேருவதற்குக் கல்வி பயன்படாதென்றால் எனக்கு அது தேவையில்லை. துறவு வாழ்க்கையின் மீதான ஆர்வம் என்னை முறைத்துக்கொண்டு நின்றது. இதையெல்லாம் வார்டன் சிஸ்டருடன் பகிர்ந்துகொள்ள முடிந்திருக்குமென்றால் என்னுடைய சோகம் குறைந்திருக்கும்.

ஜெபக்கூட்டத்தில் கலந்துகொள்வதற்காக வார்டன் சிஸ்டர் எங்கோ தொலைதூரத்திற்குப் போயிருந்தாள். இதனிடையே, பிரச்சினையைப் புரிந்துகொண்ட தோழிகள் எனக்கு உதவ முன்வந்தார்கள். பாடங்களை அவர்கள் உரத்தக் குரலில் வாசித்து என் கவனத்தைத் திருப்பினார்கள். அரைத் தூக்கத்திலும் மயக்கத் திலுமாக அவர்களது குரல்கள் என் காதுகளில் விழுந்தன. மறுநாள், சகமாணவிகளுடன் நான் தேர்வறைக்குள் நுழையும் போது டீச்சர் சிஸ்டர், என்னிடம் கேட்டார்:

"மேமி, உனக்கு என்னாச்சு? புதைக்கப்பட்டவள் எழுந்து வருவதுபோல் இருக்கிறாயே நீ?"

நான் வாய்விட்டழுதுவிட்டேன். தேர்வு துவங்குவதற்கான நீண்ட மணியோசை முழங்கியது. அந்த சகோதரி என்னை அன்பாக வற்புறுத்தி தேர்வறையில் உட்கார வைத்தாள். முதலில் தேர்வை எழுது; மற்றதையெல்லாம் பிறகு பார்க்கலாமென்று சொல்லி. என்னுடைய வாழ்க்கையிலேயே மிக மோசமான தேர்வாக இருந்தது அது. நடந்ததையெல்லாம் அந்த சகோதரி யிடம் பிறகு நான் வெளிப்படையாகச் சொன்னேன். அவர் சூப்பரெண்ட் சிஸ்டரிடம் பேசினார். ஆனால், என்னுடைய

குற்றச்சாட்டை அவர் மறுத்துவிட்டார். புகைப்படங்கள் திரும்பக் கிடைப்பதற்கான எந்த மார்க்கமுமில்லை. கடைசியில் படங்கள் இல்லாமலேயே பிரற்றியின் அத்தை அமெரிக்காவுக்குத் திரும்பி னாள். எனது டீச்சர் சிஸ்டர் தலையீட்டின் பேரில் அதிகப் படியான விசாரணைகளிலிருந்தும் தண்டனையிலிருந்தும் நான் தப்பினேன். மடத்தில் பயிற்சியைத் தொடருவதற்கான அனுமதியை எதிர்பார்த்து அம்மாவுடன் வீட்டுக்குத் திரும்பினேன்.

அதிகம் தாமதிக்காமலேயே சிஎம்எஸ் அருட்சகோதரிகள் நடத்தும் பாரலல் கல்லூரிப் பயிற்சியின் ஒரு பகுதியாக ஆசிரியை யாகப் பணியாற்றுவதற்கான அழைப்பு அதிகாரிகள் வழியாக எனக்குக் கிடைத்தது. பிரி டிகிரி மாணவிகளுக்குப் பாடமெடுப்ப தென்பது மிகவும் சுவாரஸ்யமான ஒரு பணி. என்னுடைய பட்டப்படிப்பிற்கான முடிவு தெரியும் நாள் மிக விரைவில்.

இயேசுவானவர், பல்கலைக்கழக ராங்க்கில் என்னைத் தேர்வடைய வைப்பாரா? திருப்தியில்லாமல் எழுதிய அந்தத் தேர்வை நான் ஏமாற்றத்துடன் நினைத்துப்பார்த்தேன். ஏதாவது அற்புதங்கள் நிகழ்ந்தாலொழிய நான் எதிர்பார்க்கும் பலன், அந்தத் தேர்விலிருந்து கிடைக்கப் போவதில்லை. கடந்த சனிக் கிழமை, முதல் ராங்க்கில் தேர்வு பெற்றதால் பத்திரிகைக்காரர்கள் என்னை நேர்முகம் கண்டதாக கனவு கண்டேன். வெறும் பகல் கனவுதானோ? என்னுடனிருந்த ஒரு ஆஸ்பிரன்ட் பக்கத்தி லுள்ள டியூஷன் சென்டரிலிருந்து பத்திரிகையுடன் வந்துகொண் டிருந்தாள். அந்தப் பத்திரிகை பக்கத்து வீட்டிலுள்ளவர்கள் வாசித்த பிறகுதான் மடத்திற்கு வரும்.

“மேமி, உன் பெயர் பத்திரிகையிலிருக்கிறது. இங்கிலீஸ் லிட்டரேச்சரில் உனக்கு இரண்டாவது ராங்க் கிடைத்திருக்கிறது.” அச்சடித்து வந்திருந்த என் பெயரை நான் உற்றுப் பார்த்து கீழே எழுதியிருந்ததை வாசித்தேன். இப்போது நான் திருச்சூரிலிருப்பதாகவும் மடத்தில் சேர்ந்து விட்டதாகவும் கல்லூரியின் முதல்வர் குறிப்பிட்டதாக அந்தச் செய்தியிலிருந்தது.

குறிப்பிட்ட இந்தப் பாடத்தில் கல்லூரிக்கு ராங்க் கிடைத்து நீண்ட காலமாகிவிட்டது. கல்லூரி முழுவதுமே மகிழ்ச்சியுட னிருந்தது. நான் விவரிக்க முடியாத ஆனந்தத்தில் திளைத்தேன். என்னுடைய இருதயத்தையும் கண்களையும் ஒருசேரத் திறந்து தேவனைத் தரிசித்தேன்.

“இயேசுவே, நீர் எனக்காக அருளியிருக்கிறீர்.” சாயங்காலம், எனக்கு வாழ்த்துச் சொல்வதற்காக வந்த சபையின் தலைவியும் துணைத் தலைவியுமான சிஸ்டர்கள் ஒரு வேண்டுகோளை முன்வைத்தார்கள்:

“மேமி, தொடர்ந்து நீ படிக்க வேண்டுமென்று நாங்கள் விரும்புகிறோம். அமலா காலேஜில் பிஜி கோர்ஸில் சேர்ந்து படி.”

“முதலில் என்னை ஒரு கன்யாஸ்திரியாக அனுமதியுங்கள்” என்று அவர்களிடம் கெஞ்சினேன்: “கடந்த மூன்று வருட காலமாக நான் காத்திருக்கிறேன் அல்லவா? நீங்கள் சொன்னதற் கெல்லாம் நான் கீழ்ப்படிந்திருக்கிறேன். இந்த முறை தயவு செய்து என்னை விட்டுவிடுங்கள்.”

என்னுடைய வேதனையைப் புரிந்துகொண்ட அவர்கள் சொன்னார்கள்:

“இயேசுவானவர் என்ன கட்டளையிடுகிறாரென்று நீ பிரார்த்தனை செய்துவிட்டு, பிறகு சொல். நாங்கள் எங்களுடைய முடிவைச் சொல்லியிருக்கிறோம்.”

அன்று முழுவதும் நான் பிரார்த்தனையுடன் ஜெபத்தில் மூழ்கினேன். கடைசியில் அவர்களது விருப்பத்திற்கிணங்கினேன். அமலா கல்லூரியில் என்னுடைய பழைய குழுவுடன் மீண்டும் இணைந்தேன். ஒரு முக்கியமான மாற்றத்தில் நான் அதிர்ஷ்டம் செய்தவள்தான். புதிய விதியின்கீழ், கன்யாஸ்திரிகளுடன் ஆஸ்பிரண்ட்களும் மடத்தில் தங்கியிருக்க அனுமதிக்கப்பட்டிருந் தார்கள். வெறும் சொற்களில் எப்படி என்னுடைய மகிழ்ச்சியை நான் விவரிப்பேன்? வருடக்கணக்கான காத்திருப்புக்குப் பிறகு 1977இல் ஆரவாரத்துடன் நான் மடத்தின் சுற்றுச் சுவருக்குள் பிரவேசித்தேன். கன்யாஸ்திரிகளுடன் சேர்ந்து பிரார்த்தனை சேவையில் பங்கெடுத்து, ஒரே அறையில் உணவு சாப்பிட்டு, ஒரே கூரையின் கீழ் தூங்கிய நான், அவர்களுடன் மீண்டும் நெருக்கமானேன். எனினும், என்னுடைய எதிர்பார்ப்புகளுக்கு விபரீதமான சில விஷயங்களை அங்கே நான் பதற்றத்துடனும் நிராசையுடனும் கவனித்தேன்.

என்னுடைய ஆசிரியையான ஒரு மூத்த கன்யாஸ்திரி மாத ஜெபப் பிரார்த்தனைகளில் கலந்துகொள்வதை வேண்டு மென்றே தவிர்ப்பதைக் கண்டு நான் ஆச்சரியப்பட்டேன். விடுமுறை நாட்களில் செய்யக்கூடிய, அறையை சுத்தம் செய்வது; துணி அலசுவது; பொருட்களை ஒழுங்குபடுத்துவது; தொடர்ந்து பலமணிநேரம் தூங்குவது போன்ற வேலைகளை மட்டுமே அவர் செய்துவந்தார். அங்குள்ள பெரும்பாலான கன்யாஸ்திரி களும் ஜோடிகளாகவே இருந்தார்கள். சேர்ந்தே திரிவது; உண்பது; வேலைசெய்வது; கேளிக்கைகளில் ஈடுபடுவது; குளியலறையிலும் அவர்கள் ஒன்றாகவே இருப்பார்கள். ஜோடியாக இல்லாமல் வாழ்வதென்பது அங்கு சிரமமான காரியம். உடம்புக்கு

சரியில்லாமலோ சாப்பிடாமலோ இருக்கும்போது தேவையை அறிந்து பரிபாலனை செய்வதற்கு அவரவருடைய இணைகள் மட்டும்தான் உதவியாக இருப்பார்கள்.

இங்கே கல்லூரியில் படிக்கிற ஜூனியர் சிஸ்டர் நிறைய பேரிருந்தார்கள். எங்களுக்கு உத்தரவுகள் போடுவதற்கான கண்காணிப்பாளர் அப்போது யாருமில்லை. அந்த இடம் தவறானவர்களின் ஒரு கூடாரமாகவே இருந்தது. சில சிஸ்டர்கள், இனிப்புப் பலகாரங்களை வாங்கிவந்து எனக்கும் மற்ற ஜூனியர்களுக்கும் தேவையிருக்கிறதோ இல்லையோ, வற்புறுத்திப் புகட்டுவார்கள். மாணவிகளாக இருக்கும் சிஸ்டர்கள் இரவு பதினொரு மணிவரை அலுவலகத்திலிருந்து வருகிற சகோதரிகளை எதிர்பார்த்து வரவேற்பறைக் கதவுகளைத் திறந்து வைத்துக் கொண்டு காவலிருப்பார்கள். பிறகுதான், இவர்களது தான் தோன்றித்தனமான கூத்துகள் நடக்கும். பூட்டிக்கிடக்கும் அலமாரிகளை ஆணியால் குடைந்து திறப்பார்கள். பிஸ்கெட், வேஃபர் போன்ற தின்பண்டங்களைத் திருடித் தின்பார்கள். சில நேரங்களில் ஃபிரிட்ஜில் பாதுகாத்து வைத்திருக்கும் அவித்த முட்டையைத் திருடித் தின்பார்கள். கூடவே, அவர்கள் சிலருக்கிடையே சிறு அளவிலான பிறழ்வான பாலியல் சேட்டைகளும் அரங்கேறும்.

மடங்களில் ஒருபோதும் எதிர்பார்க்க இயலாத மற்றொரு விஷயமும் அங்கே இருந்தது. நிறைய ஆதரவாளர்களைக் கொண்ட அணிகளாகப் பிரிந்து, பரஸ்பர யுத்தம் நடத்துகிற இரண்டு வேறுபட்ட குழுக்கள் இங்கு செயல்பட்டுவந்தன. ஏதாவதொரு குழுவில் சேராத யாரும் இங்கே அமைதியான முறையில் வாழ்ந்துவிட இயலாது. ஒரு குழுவினர், உங்களைத் தனிமைப்படுத்த முயற்சி செய்யும்போது எதிர்க் குழுவினர்தான் உங்களைப் பாதுகாப்பதற்காக வந்து சேரவேண்டும். நடுநிலையாக இருந்து அமைதியுடன் வாழ்வதற்காக எந்தக் குழுவிலும் சேராமல் இரண்டு குழுவினரையும் திருப்திப்படுத்த நான் முயற்சி செய்து கொண்டிருந்தேன். என்னுடைய குணத்தை மதிப்பீடு செய்வதற்காக மூத்த கன்யாஸ்திரிகள் போட்ட மதிப்பெண்களில் இரண்டு குழுவினரையும் திருப்திப்படுத்த நான் முயற்சி செய்ததால் எனக்கு உயர்ந்த கிரேடு கிடைத்தது.

அலுவலகத்திலுள்ள ஒரு சிஸ்டர் பிரைவேட்டாக பி.ஏ. படித்தாள். மற்றவர்களுக்குத் தெரியாமல் தனக்குப் பாடமெடுக்கும்படி அவள் என்னிடம் கேட்டாள். பாடமெடுக்கும்போது நாங்களிருவரும் மொட்டை மாடியில் மறைந்திருப்போம். இன்னொரு சிஸ்டர் நாடகம் நடத்துவதற்கான வசனத்தை திரும்பத் திரும்ப எழுதித் தரச் சொல்லிக் கேட்டாள். மடத்தில் நடக்கும் குறிப்பிட்ட எல்லா நிகழ்ச்சிகளிலும் நான் பங்கு

வகிப்பேன். முதலாமாண்டு முதுகலைப் படிப்பின் எழுத்துத் தேர்விலும் உள் மதிப்பீட்டுத் தேர்விலும் வாய்மொழித் தேர்விலும் கிடைத்த உயர்ந்த மதிப்பெண்கள் இறுதியாண்டு தேர்வையும் நம்பிக்கையுடன் எதிர்கொள்ளும் தைரியத்தை அளித்தன. இரண்டாமாண்டிலும், உள்மதிப்பீட்டுக் கட்டுரையிலும் வாய் மொழித் தேர்விலும் எனக்கு உயர்ந்த மதிப்பெண்கள் கிடைத்தன.

இறுதியாண்டுத் தேர்வு முடிவுகளை எதிர்பார்த்திருந்தத னிடையே கன்யாஸ்திரியாவதற்கான அடுத்த கட்டமாக தேர்வு நிலைக்குப் பிரவேசித்தேன். ஆன்மிக விஷயங்களில் முழுமை யாகத் தேறியிருந்ததால் அமைதியாகவும் மகிழ்ச்சியுடனும் வாழ்ந்துகொண்டிருந்தேன். இதனிடையில்தான் என்னுடைய நெருக்கமான தோழி, எம் ஏயில் எனக்கு செகண்ட் ராங்க் கிடைத்திருப்பதாகக் கூப்பிட்டுச் சொன்னாள். இந்தத் தகவல் மதிப்பெண் பட்டியலைப் பூர்த்திசெய்த பிறகு, மிகவும் இரகசிய மாக பல்கலைக்கழகத்தின் பிஜி தேர்வுக் குழுவிலுள்ள என் ஒருவரின் உறவினர் வழியாக அவளுக்குக் கிடைத்திருக்கிறது. என்னுடைய குடும்பம் என்னை ஆசீர்வதித்திருக்கிறது.

ஆனால், சில நாட்களுக்குள் அமலா கல்லூரியிலிருந்து என்னுடைய ஆசிரியை சிஸ்டரான க்ளவ்டியாவின் கடிதம் வந்தது. அதில், எனக்கு மூன்றாம் ராங்க் கிடைத்திருப்பதாகவும் மற்றொரு மாணவி என்னைக் கடந்துவிட்டதாகவும் குறிப்பிட் டிருந்தார். பெரும்பாலும் எங்கள் வகுப்பிலுள்ள மற்ற மாணவி களைவிட மிகக் குறைவாக மதிப்பெண்கள் வாங்கும் மாணவி அவள். பிறகெப்படி அவளுக்கு மற்றவர்களைவிடவும் அதிகமான மதிப்பெண் கிடைத்திருக்க முடியும்? பல்கலைக்கழகத்தில் இறுதியாக நடந்த மீட்டிங்கில் அந்த சிஸ்டர் ஏதாவது தில்லு முல்லுகள் காண்பித்திருக்க வேண்டும். பிறகு, என்னைப் பார்த்த போது அவர் சொன்னார்:

“மேமி, நீ மடத்தில் சேர்ந்துவிட்டதால் உனக்கு வேலை கிடைப்பதில் எந்தவித சிரமங்களுமிருக்காது. ஆனால், இந்த ராங்க் அவளைப் போன்ற மாணவிக்கு ஒருவேளை உதவியாக இருக்கும்.”

ஆனால், இது தவறான அணுகுமுறை என்பது எனக்குத் தெரியும். ஒரு மூத்த கன்யாஸ்திரிக்குப் பொறாமை என்று எப்படி நான் வெளிப்படையாகச் சொல்லமுடியும்? என்னுடைய முக்கியமான நோக்கம் கன்யாஸ்திரியாவது என்பதால் இதைப் பொறுத்துக்கொண்டேன். அடுத்ததாக, மதர் புரொவின்ஷியல் என்னை அழைத்துச் சொன்னார்:

“நீ உடனடியாக ஸ்டாஃப் இண்டர்வியூவுக்குத் தயாராக வேண்டும்.”

“மதர், முதலில் என்னை ஒரு கன்யாஸ்திரியாக ஆக அனுமதியுங்கள்? எவ்வளவு காலமாக நான் இதற்காகக் காத்திருக் கிறேன்.”

அவர் விருப்பமில்லாத மனதுடன் ஒப்புக்கொண்டார்.

என்னுடைய பயிற்சியை நான் தொடர்ந்துகொண்டிருந்தேன். இந்த நாட்கள் முழுவதுமே சோதனைகளின், தண்டனைகளின் காலகட்டமாகவே இருந்தன. நான் பட்ட மேற்படிப்பு பயின் றிருந்ததால் என்னுள் அகங்காரம் தலைதூக்கியிருக்குமோ என்ற மற்றவர்களின் சந்தேகம்தான் எனக்கு அதிகமான சோதனைகள் அளிக்கக் காரணம். புரொவின்ஷியல் பள்ளியின் ஒவ்வொரு மூலையிலும் என்னுடைய கண்ணீர் விழுந்திருக்கிறது.

“மிஸ்டரெஸ் ஏன் எப்போதும் உன்மீது ஏதாவது குற்றம் குறைகளைச் சொல்லிக்கொண்டேயிருக்கிறார்?” என்று என்னுடைய பேட்சிலுள்ள சிஸ்டர்கள் அடிக்கடி கேட்பதுண்டு. நான் அவர்களிடம் சொல்வேன்:

“இயேசுவானவர் என்மீது அதிகமாக நேசம் வைத்திருக் கிறார். ஆகவே, அவர் இந்த அம்மாவின் வழியாக எனக்கு மனத் தூய்மையை அளித்துக்கொண்டிருக்கிறார்.”

இனிமேல்தான் எங்களுடைய *கனானிக்கல் நோவிஷ்யாட். இது கடினமான பரிசீலனைக்கட்டம். ஒரே மடத்திற்குள்ளிருக்கும் கன்யாஸ்திரியைக்கூட பார்ப்பதற்கு அனுமதி கிடையாது. வருடத்திற்கு இரண்டு தடவை மட்டும் பெற்றோர்கள் எங்களைப் பார்க்க அனுமதிக்கப்படுவார்கள். மீண்டும் ஆசிரியை நேர் காணலுக்கான வாய்ப்பு வந்தது. இந்த முறை நான் நேர்காண லில் பங்கேற்க நிர்ப்பந்திக்கப்பட்டேன்.

தேர்வு செய்யப்பட்டதால் என்னுடைய திருச்சபை சட்டப் பயிற்சி பூர்த்தி செய்யப்படாமல் நான் அமலா கல்லூரியில் ஆசிரியையாகப் பணியில் சேர்ந்தேன். சிஸ்டர் க்ளவ்டியாவுக்கு என்னைத் தொந்தரவு செய்வதற்கான வாய்ப்பு நிறைய கிடைத்தது. அந்தக் காலகட்டத்தில் நான் தீவிரமான மனச் சிக்கலுக்குள்ளாகி யிருந்தேன். விடுமுறை நாட்களில் பயிற்சி காலத்தின் தண்டனை நடவடிக்கைகள். இல்லையென்றால், சிஸ்டர் க்ளவ்டியாவின் கண்டிப்புடன் கூடிய நடவடிக்கைகள்.

என்னுடைய ஒப்புதலுக்கும் விருப்பத்திற்கும் மாறான, திருக்கீழ்ப்படிதல் விரதத்தின் நிபந்தனையால் செய்ய வேண்டிய திருந்த ஒரு முக்கியமான விஷயத்தை என்னால் ஒருபோதுமே மறந்துவிட இயலாது. அக்டோபர் 21ஆம் தேதியன்று நான்

---

* திருச்சபை சட்டப்பயிற்சி

ஆசிரியையாகப் பணியில் சேர்ந்தேன். மானேஜரின் உத்தரவும் அன்றைய தினம் பணியில் சேரச் சொல்லித்தான். ஆனால், சிலநாட்களுக்குப் பிறகு என்னை அலுவலகத்திற்கு அழைத்த சூப்பரெண்ட் சிஸ்டர், மானேஜரின் மற்றொரு உத்தரவைத் தந்து விட்டு கோபித்துக்கொண்டார்:

"நீ வேலையில் சேருகிற நாள் குறித்து கையில் கிடைத்த உத்தரவை ஏன் கவனிக்கவில்லை?"

புதிய கடிதத்தில் என்னுடைய நியமன நாள் அக்டோபர் 14ஆம் தேதி என்றிருந்தது.

"நான் சேர்ந்தது அக்டோபர் 21இல்தான். முதலில் கிடைத்த உத்தரவுதான் சரியானது" என்று நான் சொன்னேன்.

அவர் மறுத்துவிட்டு பதிவுப் புத்தகத்தைத் திறந்தார். அதில் நான் 21ஆம் தேதி முதல் கையொப்பமிட ஆரம்பித்திருந்தேன் என்பது தெரிந்ததும் பதற்றத்திலாழ்ந்தார். வாரக் கடைசியில் நான் நோவிஷ்யாட்டுக்குச் சென்றதும் அங்குள்ள மிஸ்டரெஸ் என்னிடம் சொன்னார்:

"மேமி, நீ அமலா கல்லூரி கான்வெண்டிற்குப் போகும் போது சுப்பீரியர் சொல்வதைக் கேட்டு அதன்படிதான் நடக்க வேண்டும்."

மடத்திற்குச் சென்றதும் சுப்பீரியர் சொன்னார்: "14ஆம் தேதியிலிருந்து தொடங்கி எல்லா இடங்களிலும் கையொப்பமிடு." நான் பொறுமையுடன் சொல்லிப் பார்த்தேன்.

"நானிங்கே இல்லாத நாட்களுக்கும் சேர்த்து எப்படிக் கையொப்பமிடுவது? அப்போது நான் நோவிஷ்யாட்டில் அல்லவா இருந்தேன்?"

"சொல்வதை மட்டும் செய். திருத்துவதற்கான அதிகாரம் மானேஜருக்கு இருக்கிறது" என்றார் சுப்பீரியர். மிகுந்த வருத்தத்துடன் நான் கையொப்பமிட்டேன். ஆசிரியை எனும் புனிதமான பணியை இப்படிக் கள்ளக் கையொப்பமிட்டு தொடங்கியதில் எனக்கு மிகப் பெரிய வருத்தமிருந்தது. கட்டாய கீழ்ப்படிதல்கள் தொலைந்துபோகட்டும். நான்கு மாத ஆசிரியைப் பணிக்குப் பிறகு மீண்டும் நான் நோவிஷ்யாட் காலகட்டத்தை நிறைவு செய்வதற்காக ஜூனியர் பேட்சுடன் நோவிஷ்யாட்டிற்குத் திரும்பினேன்.

"சாய்... சாய்... காப்பி... காப்பி" ஓ..! நான் ரயிலில் பயணம் செய்துகொண்டிருக்கிறேன். இரண்டாவது நாள் ஆரம்ப

ஆமென்

மாகிறது. என்னுடைய மருமகனாகிய ஶ்ரீஜிலின் மிஸ்டு கால்கள் வந்து மொபைலில் கிடந்தன. கூடவே, எஸ்எம்எஸ் – சும்.

– சிஸ்டர் மேமியிடமிருந்து பதில் வராததால் ஃபாதர் ஜோஸப் பதற்றத்துடன் இருக்கிறார். தயவு செய்து அவரைத் தொடர்பு கொள்ளவும் –

ஒரு மணி நேரத்திற்குள் அருட்தந்தையிடமிருந்து மீண்டும் அழைப்பு. நான் அவருக்கு ஒரு எஸ்எம்எஸ் அனுப்பினேன்: – நான் கேரளத்தில் இருக்கிறேன். மற்ற விஷயங்களை செப்டம்பர் 6ஆம் தேதிக்குப் பிறகு விவரமாகப் பேசுவோம் – தொடர்ந்து வந்த அழைப்புகளை நிராகரிக்க வேண்டியதிருந்தது. எனக்கு முன்னால் மேலும் ஒரு நாளைய பயணம் மிச்சமிருந்தது.

4

மதிய உணவுக்குப் பின் பயணிகள் ஓய்வெடுக்கத் தயாராகிக்கொண்டிருந்தார்கள். துண்டாடிக் கிடந்த எனது சிந்தனைகளுக்கு மீண்டும் சிறகு முளைக்க ஆரம்பித்தது. நான் என்னுடைய நோவிஷ்யாட் காலகட்டத்தை நோக்கிப் பின்னால் சென்றேன்.

திருச்சபை சட்டப்பயிற்சியைப் பூர்த்திசெய்ய ஜூனியர்களுடன் இன்னும் ஐந்து மாதங்கள் இருக்க வேண்டும். மிஸ்டரெசுக்கு இந்தக் குழு உறுப்பினர்களை அவ்வளவாகப் பிடிக்காது. இவர்களினிடையே பொய் சொல்பவர்களும் பரஸ்பரம் முறைகேடான உறவுகளில் ஈடுபடுபவர்களுமிருந்தார்கள்.

இந்தப் பிரிவிலுள்ள பயிற்சியாளர்கள்மீது மடத்திலுள்ள எல்லாருக்குமே வெறுப்புதான். இது என்னுடைய பொறுமையை இன்னும் அதிகமாக்கியது. இந்தக் கால கட்டத்தில் என்னுடைய எல்லாத் தவறுகளும் சாத்தானின் தூண்டல்களென தவறாகப் புரிந்துகொள்ளப்பட்டது. என்னுடைய துயரங்களின் மிக மோசமான காலகட்டமாக இருந்தது அது. காந்திஜியைப்போல் ஒடிசலாக இருந்த என்னைப் பார்க்கும் அனைவரும் குத்தலான வார்த்தைகளைத்தான் பேசினார்கள். ஒருமுறை அம்மா என்னைப் பார்க்க வந்தபோது கண்ணீருடன் நான் சொன்னேன்:

"எனக்கு தேவ அழைப்பு வராமலிருந்திருந்தால் பெட்டியையும் தூக்கிக்கொண்டு இந்நேரம் வீட்டுக்கே வந்திருப்பேன். வாழ்க்கை அந்த அளவுக்கு இங்கே சகித்துக் கொள்ள முடியாததாக இருக்கிறது. ஆனால், இயேசு விரும்புவதால் நானிங்கே தொடர்ந்து இருப்பேன்."

என்னுடைய சட்டப்பயிற்சி தினங்கள் முடிவடைகிற நாட்கள். சீனியரும் ஜூனியருமான பயிற்சி பெறுபவர்களுக்கென ஒரு ஜெபக்கூட்டம் ஏற்பாடு செய்யப்பட்டிருந்தது. அப்போது நான் திரும்பவும் என்னுடைய முதல் பேட்ச்சுடனிருந்தேன். இந்தப் பயிற்சிக்கான இரண்டாம் வருகைக்குப் பிறகு தேவ அனுபவத்தின் போதாமை என்னை வேட்டையாடிக்கொண் டிருந்தது.

முன்பொரு முறை அமலா கல்லூரியில் வைத்து, என்னை ஆன்மிக வாழ்க்கைக்குக் கொண்டுசென்ற சிஸ்டர்களில் ஒருவர் கேட்டார்:

“மேமி, நீ 99 சதவிகிதம்தான் தேவனுக்குரியவளாக இருக் கிறாய். உனக்காக நான் பிரார்த்தனை செய்யும்போது ஒரு சதவிகித குறைபாடு தென்படுகிறது. நீ ஏன் தேவனுக்கு நூறு சதவிகிதம் உன்னை ஒப்புக்கொடுக்கவில்லை?”

நான் கடினமான பிரார்த்தனையில் ஈடுபட்டேன். தேவனின் பதிலுக்காகக் காத்திருந்தேன். பிரார்த்தனையின்போது ஒரு முறை எனக்கு ஒரு தூண்டுதல் கிடைத்தது. நான் அந்த சகோதரி யிடம் சொன்னேன்:

“சிஸ்டர், நான் பயிற்சி வளாகத்தின் ஆலய மண்டபத்தின் முன் அமர்ந்திருப்பதாகத் தரிசனம் கிடைத்தது. அப்போது கவிஞர் ஹாப்கின்சுக்கு நிகழ்ந்ததுபோல் இயேசுவானவர் என் னுடைய இருதயத்தினுள் குதித்து விழுந்ததுபோல் எனக்குத் தோன்றியது.”

ஜெரால்ட் மேன்லி ஹாப்கின்ஸ் என்னும் கவிஞரைப்பற்றி எங்களுக்குச் சொல்லித் தந்தவர் ஒரு கன்யாஸ்திரி. ஹாப்கின்சுக்கு திடீரென்று மனத்தில் ஏற்பட்ட உந்துதலால் ஆன்மிகமும் உடல்ரீதியிலுமான ஒரு தேவ அனுபவம் ஏற்பட்டது. அவர் கிறிஸ்தவ சபைக்குத் தன்னைக் கையளித்ததுடன் பிறகு துறவியர் மடத்தில் சேர்ந்தார். கவிதை எழுதுகிற தனது திறமையைத் துறப்பதுதான் அவர் அனுபவித்த மிகத் தீவிரமான இதயத்தைத் தகர்ப்பதுபோன்ற ஒரு சவால். நிறையவே மன ரீதியான பல்வேறு அழுத்தங்கள் ஏற்பட்டபோதிலும் மென்மேலும் வலுவான துறவு வாழ்க்கைக்காக தேவன் தனக்களித்த வரப் பிரசாதமாகிய கவித்துவத்தைத் துறந்தவராக அறியப்பட்டவர். ஆனால், ஒரு கப்பல் விபத்தில் பயணிகளுடன் சேர்ந்து ஐந்து அருட்சகோதரிகள் இறந்துபோன ஒரு சம்பவத்தைப் பற்றி கவிதையெழுதும்படி மடத்திலுள்ள பெரியவர்கள் அவரைக் கேட்டுக்கொண்டார்கள். அப்போது அவர் எழுதியதுதான் ‘டாய்ஸ்லாண்ட் கப்பல் விபத்து’ (த ரெக் ஆஃப் த டோய்ஸ்லாண்ட்)

என்னும் புகழ்பெற்ற கவிதை. அவர் மீண்டுமொருமுறை தன்னுடைய துதிக்கப்பட்ட கரங்களில் தூரிகையேந்தி கர்த்தரின் ஐந்து திருக்காயங்கள்போல், மலரிலுள்ள ஐந்து இதழ்கள்போல் விபத்தில் இறந்துபோன ஐந்து சகோதரிகளின் மரணத்தை அடிப்படையாகக் கொண்டு ஒரு காவியம் இயற்றினார். அவரது தயாரிப்பான 'ஸ்பிரிங் ரிதம்' உபயோகித்த இந்தக் காவியத்தில் இயேசுவுடனான, உடல் ரீதியிலான தனது அனுபவத்தை விவரிக்கிறார். துறவு வாழ்க்கை, தேவ அனுபவத்தின் ஆனந்த லாகிரியில் மூழ்க உதவும் அழகியல் உணர்வை துறந்துவிடச் சொல்வது ஏன் என்று நான் ஆச்சரியப்படுவதுண்டு. திரும்பவும் நோவிஷ்யாட் பயிற்சியிடத்தில் பிரவேசித்து இயேசுவுடன் ஆன்மிக அனுபவத்தை எதிர்பார்த்திருந்த எனக்குக் கிடைத்ததெல்லாம் அவலமும் நிராசைகளுமாகவே இருந்தன. இருந்தபோதும் ஜெப தினங்கள் என்னுள் சில எதிர்பார்ப்புகளை உருவாக்கியது.

தியான குருவின் பிரசங்கங்களில் இயேசுவுடனான பிரியம் நிரம்பி வழிந்தது. புனிதமான இந்தக் காதலுணர்வின் தீப்பொறிகள் என்னுள் சிதறிப் படர ஆரம்பித்தன. ஆன்மிக அனுபவத்தின் உச்சத்திற்குக் கொண்டுசெல்லப்பட்ட நோவிஷ்யாட் காலத்தின் இறுதி நாட்கள் ரசனையுடையதாக இருந்தன. இயேசுவின் பலம் மிகுந்த அண்மையைத் தவிர வேறெதுவுமே என்னுடைய அகத்தையும் புறத்தையும் பாதிக்கவில்லை. பிறகு பாவமன்னிப்பின் நாள் வந்தது. இதனிடையே சுற்றுப்புறமெங்கும் ரகசிய பேச்சுகளால் நிரம்பியது. விஷயங்களைக் கடைசியாகவே நான் அறிந்துகொள்கிறேன். ஒரு நோவிஷ் சொன்னார்:

"மேமி, நாங்களெல்லாம் சில சம்பவங்கள் காரணமாக மிகுந்த மன வருத்தத்துடனிருக்கிறோம். குறிப்பாக, குஸுமாவும் மரியமும் . . ."

"என்ன விஷயம்?" நான் கேட்டேன்.

"உனக்குத் தெரியாதா? தனி சந்திப்புக்குப் போன பெரும்பாலான அனைவரையும் அந்த ஃபாதர் கிஸ் பண்ணினாராம்."

என்னிடமும் அவர் முத்தமிட அனுமதி கேட்டது நினைவுக்கு வந்தது. எனக்கு இதில் விருப்பமில்லை என்று மறுத்துவிட்டேன். ஏன் இவர்களும் மறுத்திருக்கக்கூடாது? நான் என்னிடமே கேட்டுக்கொண்டேன். எல்லாம் சேர்ந்து மொத்த சூழ்நிலையையுமே பாதித்துவிட்டது. ஆகவே, பாவமன்னிப்புக் கூண்டில் அந்த அருட்தந்தை இருந்தபோது யாரும் பாவ மன்னிப்புக் கேட்கப் போகவில்லை. நேரம் போய்க்கொண்டே இருந்தது. யாரோ வந்து நிர்ப்பந்தம் செய்ததற்கிணங்கி நான் பாவமன்னிப்பு கேட்கச் சென்றேன். என்னுடைய பாவங்களை ஏற்றுச் சொல்லிவிட்டு பிறகு சொன்னேன்:

“ஃபாதர், எனக்கு சில முக்கியமான விஷயங்களைச் சொல்ல வேண்டியதிருக்கிறது. நீங்கள் செய்த ஒரு காரியத்திற்காகப் பெண்களெல்லாம் மிகவும் வருத்தத்திலிருக்கிறார்கள். அவர்கள் இப்படி இருப்பது இந்த ஜெபத்தின் தன்மை முழுவதையுமே இழப்புக்குள்ளாகிவிடும். இதற்கு உடனடியாக நீங்களே தீர்வு காணவேண்டும்.”

“மகளே, நான் ஒவ்வொருவரிடமும் அனுமதி கேட்டேன். அனுமதி கேட்டுத்தான் நான் எதையுமே செய்வேன். கர்த்தருக்கும் பைபிளுக்கும் உவப்பில்லாத எதையுமே நான் செய்வதில்லை.”

வெறுப்பும் கோபமும்தான் அவரது பதிலில் தென்பட்டது.

பாவமன்னிப்புக்குப் பிறகு அவர் அகமன ஆன்மிக சுத்தம் செய்ய வேண்டியதுண்டு. ஆனால், அதற்கு முன் அவர் பயிற்சியிட கண்காணிப்பாளரிடம் மேமியைப் பார்க்க வேண்டுமென்று சொல்லியனுப்பினார். ஆராதனை முடிந்த பிறகு அனுப்பிவைப்பதாக கண்காணிப்பாளர் சொன்னார். ஆராதனைக்கு வந்திருந்த போது அந்த அருட்பணியாளர் மிகவும் தடுமாற்றத்துடனிருந்தார். ஆன்மிக சுத்த நிகழ்ச்சியின்போது அவர் கோபத்துடன் சொன்னார்:

“எல்லாருமே தூங்குகிறீர்கள். இதை இந்த இடத்தில் இப்போதே முடித்துவிடலாம்.”

அவரது பக்கத்தில் அமர்ந்திருந்த நான் சொன்னேன்:

“யாருமே தூங்கவில்லை ஃபாதர் . . .”

“மகளே, நீ தூங்கவில்லையென்பது எனக்குத் தெரியும். உன் பின்னாலிருப்பவர்கள் தூங்குகிறார்கள். பிரார்த்தனையை நாம் நாளைக்குத் தொடரலாம். அப்போது எல்லாருமே உற்சாகமடைந்திருப்பார்கள்.”

அதன் பிறகு அவர் என்னை அவரது அறைக்குள் கூட்டிச் சென்றார். மற்றவர்கள் அனைவரும் அறைக்கு வெளியே கூட்டப் பிரார்த்தனையில் மூழ்கியிருந்தார்கள். அவர் பைபிளைத் திறந்து புனிதக் குறிப்புகளிலிருக்கும் பொன்மொழிகளைக் காண்பித்துச் சொன்னார்:

செயிண்ட் பால் எழுதியிருக்கிறார் – பரிசுத்த முத்தத்தினூடே பரஸ்பரம் நீங்கள் வாழ்த்துகளைப் பரிமாறிக்கொள்ளுவீராக *(1. கொரிந்தியர் 16:20)*

பரிசுத்த முத்தங்களால் எல்லா சகோதரர்களையும் வாழ்த்துவீராக *(1. தெஸலோனியர் 5: 26)*

வி. பத்ரோஸ் குறிப்பிடுகிறார் – அன்பான முத்தங்களால் நீங்கள் பரஸ்பரம் வாழ்த்துகளைப் பரிமாறிக்கொள்ளுவீராக (1. பத்ரோஸ் 5: 14)

தன்னுடைய தரப்பை அவர் பரிசுத்த முத்தமென்று நியாயப் படுத்தும் விதமாகப் பேசினார். அடுத்தது என்னுடைய முறை:

"ஃபாதர் நீங்கள் எதை நியாயப்படுத்த முயற்சிக்கிறீர்கள்? என்னுடைய அறிவுக்கு எட்டியதுவரை, நான் புரிந்துகொண் டிருப்பது, இவை நம்முடைய பண்பாடுகள் சாராத, மாறுபட்ட செயல்பாடுகள் அன்பை வெளிக்காட்டுவதற்காக உடல்ரீதியான ஸ்பரிசமென்பது மேற்கத்திய கலாச்சாரம் அல்லவா? வெப்ப மண்டலத்தில் வாழ்கிற நாம், இதுபோன்ற நடைமுறைகளின் காரணமாகத் தவறான தூண்டுதல்களுக்குள்ளாகி விடக்கூடு மல்லவா?"

அவர் அப்படியே அமைதியாகி, தன்னுடைய பேச்சை இப்படி முடித்துக்கொண்டார்:

"நீ பாவமன்னிப்பு அளிக்கும் அதிகாரமுள்ள பாதிரியாராக இருந்திருந்தால் என்னுடைய தவறான ஆசைக்காக உன்னிடம் நான் மன்னிப்பு கேட்டிருப்பேன். இப்போது, எனக்காக பிரார் த்திக்கும்படி மட்டுமே என்னால் சொல்ல முடியும்."

அந்தப் பிரச்சினை அப்படியாக முடிவுக்கு வந்தது. தியானத் திற்குப் பிறகு ஆலயத்தில் நடுக்கூடத்தில் முழங்காலில் நின்று நோவிஷ் பயிற்சியாளரான குரு அம்மாவிடமும் என்னிடமும் தன்னுடைய தலையில் கை வைத்து பிரார்த்தனை செய்யவேண்டி னார், அந்த அருட்தந்தை. யாருக்காவது ஏதாவது பிரச்சினை களென்று வந்தால் மேமியை அழைத்து அவர்களது தலையில் கை வைத்து பிரார்த்தனை செய்யச் சொல்லும்படி அவர் நோவிஷ் சிஸ்டரிடம் சொல்லிவிட்டுக் கிளம்பினார்.

அன்றிரவு எங்களுக்குச் சீக்கிரமாகப் படுத்துக்கொள்வதற் கான அனுமதி உண்டு. கடந்த நாட்களில் நாங்கள் தொடர்ந்து பிரார்த்தனையில் ஈடுபட்டிருந்தோம் அல்லவா? ஆனால், ஏதோ ஒரு ஆன்மிகத் தூண்டுதல் என்னை ஜெபக்கூடத்திற்கு அழைத்துச் சென்றது. மற்றொரு நோவிஷுடன் நான் பீடத்தின் முன் முழந்தாளிட்டு நின்றேன். படிப்படியாக பிரார்த்தனையில் மூழ்கி தன்னை மறந்து போனேன். ஓசையில்லாமல், அசைவில்லா மல், வெளிச்சமில்லாமல், நேரம் போவதறியாமல்... காற்றில் மிதக்கிறேனா நான்? திடீரென்று அது நிகழ்ந்தது. இயேசுவானவர் என்னுடைய இருதயத்தினுள் குதித்தார்.

என்னுடைய உடல் பயங்கரமான இறுக்கத்தை அனுபவித்தது. – இயேசுவே ... என்னுடலினுள் உம்முடைய நுழைவின் உடல்ரீதியான அனுபவம் ... இருதயம் தகர்ந்துபோகிறது. நானொரு புது சிருஷ்டியாக உருவாவதை என்னால் உணர முடிகிறது. இயேசுவானவர் இப்போது என்னுடைய மனதிலும் உடலிலும் இணைந்திருக்கிறார். அவரது அசாதாரணமான ஐக்கியம். அவருடன் சேர்ந்தே இருப்பது – இதுதான் என்னுடைய ஒரே ஆசை. சொர்க்கம் வேறெங்குமில்லை என்பதை நானிப்போது உணர்ந்துகொண்டேன்.

உணவறையில் ஒவ்வொரு முறை சாப்பிடுவதற்கு முன்பும், நாங்கள் "பரமண்டலங்களில் இருக்கும் பிதாவே" என்னும் ஜெபத்தைச் சொல்வதுண்டு. இதைச் சொல்லும்போதெல்லாம் என்னுள் தேவ அனுபவம் நிரம்பும். எனக்குத் தெரியும்; தேவன் இந்த உணவறைக்குள்ளிருக்கிறார். ஆனால், மிகவும் குறைவான நபர்கள்தான் அதைப் புரிந்துகொள்ள இயலும் ... ஒருமுறை என்னுடைய பிரிவிலுள்ள ஒரு சகோதரி கேட்டார்:

"மேமி, பிரார்த்தனை நேரங்களில் நீ உயர் நிலைக்குச் செல்வதை நான் கவனித்திருக்கிறேன். நீ அனுபவிக்கிற பரமானந்த அனுபவத்தைப் பகிர்ந்துகொள்ள இயலுமா?"

"இது இயேசுபிரானின் பரிசுத்தமான ஒரு நன்கொடை. இதை அவர் தன்னுடைய ஒவ்வொரு மணவாட்டிக்கும் அளிப்பாரென்பதில் எனக்கு நம்பிக்கையிருக்கிறது. நாமெல்லாம் இதை ஒன்றாக அனுபவிக்கும்போது சொர்க்கம் பூமியில்தானிருக்கிறதென்பதை உணர்ந்து கொள்கிறோம்."

அவிலாவில் செயிண்ட் தெரேஸாவின் 'மனவளம்' என்னும் நூலை முன்பு நான் வாசித்திருக்கிறேன். ஆனால், அதையெல்லாம் அன்று என்னால் அவ்வளவாகப் புரிந்துகொள்ள இயலவில்லை. இப்போது வாசிக்கும்போது அதில் எழுதப்பட்டதைவிடவும் அதிகமாகவே என்னால் புரிந்துகொள்ள முடிகிறது. பைபிளின் ஒவ்வொரு பகுதியுமே எனக்கு புதிய வெளிப்பாடுகளைத் தந்துகொண்டே இருக்கின்றன.

ஆச்சரியமான முறையில் மீன் கிடைப்பதைக் கண்டதும் இயேசுவின் கால்களில் விழுந்து, இப்படி மன்றாடிய புனித பேதுருவைப்போல்தான் நானும் இப்போது.

"கர்த்தாவே, என்னுள்ளிருந்து அகன்று விடுவீராக, ஏனெனில், நானொரு பாவியாக இருக்கிறேன்." *(லூக்கா 5: 8)* ஒவ்வொரு திருப்பலியின்போதும் என்னுள் நிகழும் அவருடைய தீவிரமான நெருக்கம் என்னால் தாங்க இயலாததாக இருந்தது.

என்னுடைய இருதயம் தகர்ந்துபோவதுபோல். நான் அவரிடம் மன்றாடினேன்:

"இயேசுவே, என் நாதரே, என்னைவிட்டு போய்விடுவீராக! இல்லையென்றால் நான் இருதயம் வெடித்து இறந்துபோய் விடுவேன். என்னால் இனிமேலும் உம்மைத் தாங்கிக்கொள்ள இயலாது."

இப்படியாக உருவேற்றுகிற வேளையில் உள்ளிருக்கும் அவரது உறுதியான நெருக்கத்தைத் தாங்கிக்கொள்ள இயலாத வளாக என்னுடைய நெஞ்சை அமர்த்திப் பிடித்துக்கொள்வேன். இதுபோன்ற புனிதமான அனுபவங்களுக்கு மகுடம் அணிவிப்பது போல் இந்தக் காலகட்டத்தில் யாரிடமுமே என்னால் குறை கண்டுபிடிக்க இயலாமலிருந்தது.

எங்களுக்குப் பயிற்றுவிக்கும் நோவிஷ்யாட் அம்மா என்னை அழைத்து என்னுடைய ஜூனியர் பேட்சிலுள்ள நோவிஷ்களைப் பற்றிக் கருத்துக் கேட்டார். ஐந்து மாதங்கள் அவர்களுடன் வாழ்ந்தபோதும் அவர்களைப் பற்றி மோசமான எதையும் சொல்வதற்கான நினைவுகள் எதுவும் என்னிடமில்லை. ஆனால், மிகச் சீக்கிரமாகவே, சில பாலியல் செயல்பாடுகள் காரணமாக மூன்று ஜூனியர்களை மடத்தைவிட்டு அனுப்பியதாக அறிந்தேன்.

பொறாமையோ வெறுப்போ அகம்பாவமோ இல்லாத நாட்கள் அவை. மனம், தூய்மையும் களங்கமற்றதுமான அன்பால் நிரம்பியிருந்தது. இயேசுவின் அண்மையில் பரமானந்த உணர்வு

பட்டமளிப்பு விழாவில் நான்

எப்போதுமே மனத்தில் நிறைந்திருந்தது. எந்தத் தொந்தரவுகளு மில்லாமல் நிசப்தமான சூழலில் இயேசுவுடன் சேர்ந்திருப்பது ஒன்றுதான் என்னுடைய மிகப்பெரிய ஆனந்தமாக இருந்தது.

முதன்முதலாக நோவிஷ்யாட் அளவிலான பயிற்சி, ஆலுவா, தலைமை அலுவலகத்தில் கூடியதால் அங்கே போகவேண்டிய திருந்தது. சில பணியாளர்களுடன் பதினான்கு பேராக நாங்கள் வேனில் தலைமை அலுவலகத்திற்குப் புறப்பட்டோம். பயணத்தின் போது பாட்டுப் பாடுவதற்கான தலைமையை தோழிகள் பலவந்த மாக என்னிடம் ஒப்படைத்திருந்தார்கள். பாடல் இடைவேளை களின்போது கிடைத்த சிறு நிசப்தத்தில் இயேசுவுடனிருக்க நான் ஆசைப்பட்டேன். போய்ச் சேர்ந்ததும் நான் தேவனிடத்தில் சொன்னேன்:

“இயேசுவே, என்னை யாரும் அடையாளம் கண்டுகொள்ள வேண்டாம். உம்முடனான அமைதியான வாழ்க்கையைத்தான் நான் யாசிக்கிறேன்.”

ஆனால், அன்றிரவே தலைமையகத்தின் பயிற்சியாளரான குரு அம்மா அறிவித்தார்:

“நாளைக்கு துவக்க நிகழ்ச்சி. ஏராளமான பிஷப்புகளால் ஆசீர்வதிக்கப்பட்ட மேடை இது. வரவேற்புரை நிகழ்த்துவதற்கு மேமியைத் தேர்ந்தெடுத்திருக்கிறார்கள்.”

நான் பதற்றத்துடன் கேட்டேன்: “இங்குள்ள சிஸ்டருக்கு என்னை எப்படித் தெரியும்?”

அவர் சொன்னார்: “நீ கனானிக நோவிஷ்யாட்டிலிருந்த போது சுப்பீரியர்களிடம் அறிமுகமானது நினைவில்லையா? பொது நோவிஷ்யாட்டில் உன்னுடைய வருகையை இங்குள்ள சிஸ்டர்கள் கவனித்துக்கொண்டிருந்தார்கள்.”

நான் வரவேற்புரை நிகழ்த்தியது, தேவ ஆசீர்வாதத்தால் அனைவருடைய பாராட்டுதலையும் பெற்றது. மற்றவர்களது பாராட்டைவிடவும் மதிப்பைவிடவும் நான் அனுபவித்த மகிழ்ச்சி, என்னுடனிருந்த இயேசுவின் விசேஷ அண்மையில்தான்.

பழைய ஏற்பாட்டின் எஸ்தரைக் கதாபாத்திரமாகக்கொண்ட இரண்டு மணி நேர நாடகத்தை இயக்குவதற்கு எங்களில் சிலரை அதிகாரிகள் தேர்ந்தெடுத்தார்கள். நடிப்பவர்களுக்கு பயிற்சியளிக்கவும் பாடல் பயிற்சிக்கும் ஆடைகள் வடிவமைக்க வும் கிட்டத்தட்ட நாங்கள் ஒரு மாத காலம் பாடுபட்டோம். கதாபாத்திரத்தின் உதடசைவுகளுக்கேற்ப ஆண் குரலில் பாடுவது என்னுடைய வேலை. ஒவ்வொரு நடிகைகளுக்கும் தனித்தனியாகப்

பயிற்சியளிப்பது, எப்படி நடிப்பது என்று சொல்லித் தருவதெல்லாம் மிகச் சிரமமான வேலைகளாக இருந்தன. முக்கிய வேடங்களில் நடிப்பவர்கள் அனைவரும் முதன்முதலாக அரங்கேறுபவர்கள். இவர்களை நன்றாக நடிக்க வைக்கும் பொறுப்பு எனக்கும் மற்றொரு தோழிக்கும்.

விழாவின் முக்கிய நாளன்றுதான் எங்களுக்குப் புரிந்தது: இந்த அளவுக்கு சீரியசான, சோகமான இந்தப் பெரிய நாடகத்தில் இடையிடையே சற்று நகைச்சுவையுமிருந்தால் நன்றாக இருக்குமே? ஒரு மோனோ ஆக்ட் செய்வதற்காக நான் தேர்வு செய்யப்பட்டேன். நாடக இயக்கமும் மேடை நிகழ்ச்சியுமே என்னை மிகவும் நெருக்கிக்கொண்டிருந்தது. முடிந்தவரைக்கும் இதையெல்லாம் நன்றாகச் செய்வதில் இயேசு எனக்குத் துணையாக இருந்தார். நாடகத்தில் இடம்பெற்ற காமெடி காட்சிகள், பல்வேறு புரொவின்சுகளிலிருந்து வந்திருந்த சிஸ்டர்களுக்கும் குறிப்பாக, அமலா கல்லூரி முதல்வர் மற்றும் முக்கியஸ்தர்களுக்கு மிகவும் பிடித்திருந்தது. அமலா கல்லூரியில் நடக்கும் நிகழ்ச்சிகளைவிடவும் இது நன்றாக அமைந்திருந்தது என்று பிரின்சிபால் பாராட்டியது, எங்களது கடின முயற்சி வீண் போகவில்லை என்ற ஆறுதலை அளித்தது.

❐ ❐

எங்களுக்கு இறையியல் சார்ந்த பல்வேறு கோணங்களைப் பற்றி வகுப்பெடுத்தவர்கள் பண்டிதர்களாகிய பாதிரியார்கள் தாம். ரோமிற்கு மேற்படிப்பிற்காகச் செல்லவிருக்கும் இளைஞரான ஒரு அருட்தந்தைதான் கிறிஸ்டியாலஜி கற்பித்தவர். இவரது வகுப்புகளின் தூண்டுதலால் லைப்ரரியில் கிறிஸ்டியாலஜி பிரிவின் அலமாரிகளில் என்னையறியாமலேயே நான் தஞ்சமடைந்தேன். தேடுதலில் கிடைத்தது, 'தி லாஸ்ட் டெம்ப்டேஷன் ஆஃப் கிறிஸ்ட்' என்னும் நிக்கோஸ் கஸான்த்ஸாக்கின்சின் நாவல். 1981இன் தொடக்கம் அது. இந்நாவலைப் பற்றி அப்போதெல்லாம் யாரும் பேசிக் கூட நான் கேள்விப்பட்டதில்லை. ஆகவே, நான் இயேசுவிடம் கேட்டேன்:

"நான் இந்தப் புத்தகத்தை வாசிக்க வேண்டாமென்பது உம்முடைய விருப்பமாக இருந்தால் எனக்கு நேரடியான ஒரு அறிவுறுத்தலைக் காண்பிப்பீராக."

மன உறுதியில்லாத, கோழையான இயேசுவைப் பற்றி வாசித்தால் அவர்மீதான நம்பிக்கை குலைந்து போய்விடுமோ என்ற பயமும் எனக்கிருந்தது. நாவலின் ஆறாவது அத்தியாயத்திற்கு வந்து சேர்ந்தேன். இப்போது மேரி மக்தலேனாவின்

வேசியர் இல்லத்தினருகில் வந்திருக்கிறார், இயேசு. வகுப்புக்கு நேரமாகிவிட்டதால் வாசிப்பதை இந்த இடத்தில் நிறுத்தினேன். ஆடிட்டோரியத்தில் நடக்கும் வகுப்பிற்குப் போகும்போதெல்லாம் என் கையில் புத்தகமிருக்கும். கிறிஸ்டியாலஜி கற்பிக்கும் அந்த அருட்தந்தை வகுப்பெடுக்க வந்தார்.

வகுப்பை அவர் ஒரு கேள்வியுடன்தான் ஆரம்பித்தார்: "கிறிஸ்துவின் இறுதி விருப்பம் எதுவாக இருந்தது என்பதை உங்களில் யாருக்காவது யூகிக்க முடியுமா? இந்தப் பெயரிலுள்ள புத்தகத்தை ஆதாரமாகக்கொண்டதுதான் என்னுடைய இந்தக் கேள்வி." என் கையிலிருக்கும் நூலில் இதற்கான பதில் கிடைக்குமென்று எனக்குத் தோன்றியது. ஆடிட்டோரியத்தில் என்னுடனிருந்த 150 பயிற்சியாளர்கள் மற்றும் 25 ஜூனியர் சிஸ்டர்களின் எதிரில் இதற்கான பதிலைச் சொல்லி அனைவருடைய கவனத்தையும் கவர வேண்டுமென்கிற மிகுந்த ஆர்வம் எனக்குள். கையிலிருந்த புத்தகத்தின் கடைசித் தாள்களைப் புரட்ட ஆரம்பித்தேன். எல்லாரும் அமைதியாக பாதிரியாரையே பார்த்துக்கொண்டிருந்தபோது என்னுடைய அவசர கதியிலான அசைவுகளும் ஆர்வத்துடனான முயற்சியும் அவரது கவனத்தை ஈர்த்தது. மேடையிலிருந்து இறங்கிய அவர் என்னருகில் வந்தார்:

"புத்தகத்தைக் காட்டுங்கள். சிஸ்டருக்கு இது எங்கிருந்து கிடைத்தது?"

"நூலகத்திலிருந்துதான்."

"இங்கிருந்தா? நான் எத்தனை லைப்ரரிகளில் இதைத் தேடியிருக்கிறேன். இங்குள்ள லைப்ரரியனும் இல்லையென்று சொல்லிவிட்டாரே? இந்தப் புத்தகத்தை எனக்குச் சில நாட்கள் தர முடியுமா? நான் வெளிநாட்டிற்குப் போவதற்குள் வாசித்துவிட்டுத் திருப்பித் தந்துவிடுகிறேன்."

அப்படியென்றால் இதுதான் இயேசுவின் நேரடியான அறிவுறுத்தல்.

நானிப்போது இதை வாசிக்க வேண்டாமென்பது இயேசுவின் விருப்பம். புத்தகத்தை அவர் திரும்பத் தருவதற்கு முன்பே எங்களது இறையியல் தேர்வுகள் ஆரம்பித்துவிட்டன. வாசிப்பதற்கான நேரம் கிடைக்கவில்லையென்பதால் அதைத் திரும்பவும் நூலகத்தில் ஒப்படைத்துவிட்டேன்.

பொதுப் பயிற்சிக்குப் பிறகு நாங்கள் அனைவரும் அவரவர் புரொவின்சுகளுக்குத் திரும்பினோம். எங்களுடைய உடைமாற்றத்திற்கும் முதல் வார்த்தைப்பாடுக்கும் வெள்ளைத் தாமரை ஆவதற்கான ஆரம்பம்தான் இது. ஓஷோவின் வர்ணனையின்படி

வெள்ளைத் தாமரை என்பது துறவியரின் அடையாளம். (எல்லா நிறங்களும் அழகுற ஒன்றிணைவது வெள்ளை நிறத்தில்தான். தாமரையென்பது துறவுக்கான குறியீடு. ஏனெனில், தடாகத் திலிருக்கும் நீர்த்தாமரையில் நீரிருப்பதில்லை. உலகிலிருந்தும் இங்கே இல்லாமல் வாழ்பவர்கள் துறவிகள்.)

ஆடை மாற்றத்திற்கான சில வருட என்னுடைய காத்திருப்பி னிடையே சிஎம்சி கன்யாஸ்திரிகள் ஆடையுடுத்தும் முறைகளில் சில மாற்றங்கள் ஏற்பட்டிருந்தன. 1974இல் நான் மடத்தில் சேருவதற்காக வரும்போது சகோதரிகள் அங்கியணிந்திருந் தார்கள். காதுகளையும் கழுத்தையும் மறைக்கும் விதமான ஒரு வெள்ளையாடை. இந்த ஆடை எனக்கு மிகவும் பிடிக்கும். இது, ஐரோப்பிய கன்யாஸ்திரிகள் கண்மூடித்தனமான கீழ்ப் படிதலாக இருந்ததெனும் விஷயம் அப்போது எனக்குத் தெரியாது. கடும் குளிரிலிருந்து பாதுகாப்பதற்காக அணிந்துகொள்ளும் இந்த ஆடைகள் வெப்ப மண்டலப் பிரதேசங்களில் உள்ளவர் களுக்கு சிறிதும் ஒத்து வராது. துறவு முறைகளிலும்கூட ஐரோப்பிய நாகரிகம் நம்மைப் பாதித்திருக்கிறது.

திருமணச்சடங்கு ஆயத்தங்களுக்கான பரிந்துரைகளுடன் எங்கள் பெற்றோர்கள் வந்தார்கள். எத்தனை அழைப்பிதழ்கள் அச்சடிக்க வேண்டும்; தேனீர் விருந்துக்கு என்னெவெல்லாம் தேவைப்படும். இப்படியான பல்வேறு விஷயங்களை அவர் களுக்கு அறியவேண்டியதிருந்தது. ஆனால், எங்களுக்கு அவர் களைப் பார்க்க அனுமதியில்லை. எங்களால் இதைத் தாங்கிக் கொள்ள முடியாமலிருந்தது. வாழ்க்கையில் மிக முக்கியமான ஒரு நிகழ்வின் முதல் நாளன்று எங்களுக்கு உயிரூட்டியவர்களை நாங்கள் பார்க்க அனுமதியில்லை.

தேவனின் மணமகள்களாகப்போகும் நாங்கள் அவர் பெயரால் எல்லாவிதப் பொறுமைகளையும் அதன் சரியான பொருளிலேயே ஏற்றுக்கொண்டோம். முதல் நாளிரவில் நாங்கள் அனைவரும் கன்னிமரியின் சிலையின் கீழ், ஹாலில் ஒன்றாகப் படுத்திருந்தோம். எங்கள் பேட்சிலுள்ள அக்கா, எங்களை முழு சமர்ப்பணத்திற்காகத் தயார்ப்படுத்தினாள். தூய்மையும் புனிதமும் நிறைந்த சிந்தனைகளுடன் நாங்கள் மயக்கத்திலாழ்ந்தோம்.

மங்களகரமான அந்த சுபதினம் மலர்ந்தது. நாங்கள் உடல் ரீதியாகவும் ஆன்மிகரீதியாகவும் சடங்கிற்குத் தயாரானோம். என் சகோதரனின் திருமணம் நடந்த அதே சர்ச்சில்தான் ஆறு மாதங்களுக்குப் பிறகு என்னுடைய இந்த மணப்பெண் சடங்கும் நடந்தது. பெங்களூருவிலிருந்த அக்காவைத் தவிர குடும்பத்திலுள்ள அனைவரும் இந்தச் சடங்கில் கலந்துகொண் டார்கள். வெளிப்படையான, கீழ்ப்படிதலின், பிரம்மச்சரியத் தின், ஏழ்மையின் விரதமெடுக்கும் இந்தப் பிரார்த்தனைப்

பரிபாலனை, அளவில்லாத மகிழ்ச்சியை அளித்தது. சிஎம்சி சபையின் மற்றும் சமூக விதிகளின்படி நடக்கிற சடங்கினூடே நான் வெகுநாட்களாக எதிர்பார்த்திருந்த என்னுடைய இந்த ஆன்மிகத் திருமணம் நடந்தேறியது. நான் ஜெஸ்மி ஆனேன். ஜீஸஸ் அண்ட் மி – இயேசுவும் நானும். "என்னை விட்டுப் பிரிந்து உன்னால் எதுவும் செய்ய இயலாது." சுவிசேஷகராகிய யோவானிடம் இயேசு சொன்னார். (யோவான் 15:5 பி) அப்போஸ்தலர் பவுல் அதற்கு இதயபூர்வமான ஒரு விவரணை அளித்தார்: "என்னை பலப்படுத்துபவர் வழியாகவே என்னால் அனைத்தையும் செய்ய இயலும்." (ஃபிலி 4:13) தேவன் சதா சர்வ காலமும் என்முன் இருக்க வேண்டும். அப்படியென்றால் தான் என்னால் இயங்க முடியும். வாழ இயலும். எங்களுடைய மணவாளராகிய இயேசுவுடனான முதலிரவு. நாங்கள் அனை வரும் பரிசுத்த அனுபவங்களினூடே கடந்து சென்றோம். தேவைப் படுகிற பொருட்களுடன் அவரவருக்கு வழங்கப்பட்ட செயல் பாட்டுத் தளங்களுக்குச் சில நாட்களினுள் நாங்கள் போகத் தயாரானோம்.

எங்களில் இரண்டு பேருக்கு, செயின்ட் மரியா கல்லூரி மடத்திற்குச் செல்லும்படி சீட்டு விழுந்தது. எனக்கு, அமலா கல்லூரியிலிருந்து செயின்ட் மரியா கல்லூரி புகுமுக வகுப்பு ஆசிரியையாக இடமாறுதல் கிடைத்தது. என்னுடைய பிரிவிலுள்ள ஒரு கன்யாஸ்திரி ஹைதராபாதில் லைப்ரேரியன் கோர்சில் சேர்வதற்குத் தயாராகிக்கொண்டிருந்தாள். அவள் லோக்கல் சுப்பீரியருக்குப் பிடித்தமாக இருந்தவள். மடத்திலுள்ள மற்ற கன்யாஸ்திரிகளும் அவள்மீது மிக அதிகமான பிரியம் வைத்திருந் தார்கள். சுப்பீரியருக்கு பெரும்பாலும் என்னுடைய பெயரே மறந்து போய்விடும். கல்லூரியில் என்மீதான பார்வை, நான் அகம்பாவம் பிடித்தவள். என்மீது ஏதாவது குற்றம் குறைகளைக் கண்டுபிடித்துக்கொண்டே இருந்தார்கள். மடத்திலிருந்து நான் திரும்பி வரும்போதெல்லாம் என்னுடைய பயிற்சிப் பிரிவிலுள்ள கன்யாஸ்திரி, அங்கே எனக்கெதிராக நடந்த பேச்சுவார்த்தை களைப் பற்றிச் சொல்வாள். ஆனால் நான் அவளிடம் சொல்வேன்:

"ஏறத்தாழ சொர்க்கத்திலிருப்பவள்போல்தான் நான் காலேஜிலிருக்கிறேன். ஆசிரியப் பணியில் எனக்கு எவ்வளவு மகிழ்ச்சி கிடைக்கிறதென்று உனக்குத் தெரியாது. உனக்கு இங்கே மகிழ்ச்சி கிடைக்கும்போது நான் அங்கே திருப்தியாக உணரு கிறேன். ஆகவே, பாலன்ஸாகிவிடும்."

நாங்கள் நெருக்கமான தோழியர். பிரார்த்தனையிலும் பரஸ்பரம் துணையாகவுமிருந்து வருத்தத்தையும் மகிழ்ச்சியை யும் தைரியத்தையும் ஆறுதலையும் பகிர்ந்துகொள்பவர்கள்.

யாருடனாவது, மிகவும் அபூர்வமாக மட்டுமே அன்பை வெளிக்காட்டுகிற கல்லூரி முதல்வர் என்னைத் தன்னுடைய 'வலது கை'யாக நினைத்திருந்தார். என்னுடைய மேற்பார்வை யில்தான் கல்லூரியில் எல்லா நிகழ்ச்சிகளும் நடந்துகொண் டிருந்தன. அவர் என்னிடம் சொன்னார்: "நான் பரம சாதுவான நிறைய ஜூனியர் சிஸ்டர்களையும் மிகவும் புத்திசாலிகளான சிஸ்டர்களையும் பார்த்திருக்கிறேன். ஆனால், இந்த இரண்டு குணங்களையும் ஒருசேர உன்னிடம்தான் பார்க்கிறேன். இதை நீ தக்கவைத்துக்கொள்ள வேண்டும்."

ஒருதடவை புரொவின்ஷியல் ஹவுசின் ஜூனியர் மிஸ்டரெஸ் என்னிடம் சொன்னார்:

"நீ காலேஜிலுள்ள எல்லா விஷயங்களுக்கும் பொறுப்பேற் கிறாய். இந்தச் சிறு வயதில் உன்னால் எப்படி இவ்வளவு கடினமான பணிகளைச் செய்ய முடிகிறது?"

"நான் இப்போதைய என்னுடைய வேலையில் திருப்தி யாக இருக்கிறேன், சிஸ்டர். ஒரு பணியை இயன்றவரைக்கும் சரியாகச் செய்வதென்பது எனக்கு மகிழ்ச்சியைத் தருகிறது. மட்டுமல்ல, கல்லூரியில் எனக்குப் போதுமான கவனமும் முன்னுரிமையும் கிடைக்கிறது."

மாணவிகளுக்கும் ஆசிரியைகளுக்கும் என்னுடைய கற்பித்தல் முறை பிடித்திருந்தது. தினமும் அசெம்பிளி நேரத்தில் ஒலிபெருக்கியில் பிரார்த்தனை நடத்துவதும் அறிவிப்புகள் செய்வதும் பெரும்பாலும் நான்தான். ஃபைன்ஆர்ட்ஸ் செயல் பாடுகள் மற்றும் ஆன்மிக நிகழ்ச்சிகளின் பொறுப்பும் எனக்குத் தான்.

மிகுந்த தெய்வ பக்தியுள்ள சிஸ்டர் மரியம்தான் எங்களில் சீனியர். கல்லூரியிலுள்ள எல்லாக் கன்யாஸ்திரிகளும் ஆசிரியை களும் என்னுடன் மிகுந்த அனுகூலமாக நடந்துகொள்ளும் போது இந்த சிஸ்டர் மட்டும் என்மீது எந்தவிதப் பரிவும் காட்டுவதில்லை. இவர், மற்றவர்களிலிருந்து வேறுபட்டவர் என்று புரிந்ததுமே எனக்கு மிக இயல்பாகவே இவர்மீதான ஈர்ப்பு உருவானது. இவரது கவனத்தை என்மீது திருப்ப விரும்பினேன். இது, கிட்டத்தட்ட என்னுடைய ஒரு பொழுது போக்காகவே மாறியது. அதிக தாமதமில்லாமல் இவர் என் னுடைய நெருங்கிய தோழியாக ஆனார். இது ஒரு தூய்மை யான புனிதமான உறவாக இருந்தது. விகல்பமான எந்த சிந்தனை களுமில்லாத ஒரு கன்யாஸ்திரி இவர். இவரது நெருக்கமும் அறிவுரைகளும் இயேசுவுடன் மேலும் ஆழமான உறவை வளர்த்துக்கொள்வதற்கு எனக்கு உதவியாக இருந்தது. ஏதாவது

இரண்டு சிஸ்டர்களுக்குள் நெருக்கம் ஏற்பட்டால் உடனே அது 'பிரத்தியேக நட்பாக' மடத்தில் வியாக்கியானம் செய்யப் படும். இது பெரிய பாவகாரியமாகப் பார்க்கப்பட்ட விஷயம். ஒருமுறை, பிஷப் குண்டுகுளம், கன்யாஸ்திரிகளிடம் சொன்னார்:

"மடத்தில் நிகழ வாய்ப்புள்ள மிகப் பெரிய பாவமான ஈனச்செயல், உங்களினிடையிலான 'பிரத்தியேக நட்பு' என்பதாக நீங்கள் நினைக்கிறீர்கள். இந்த விஷயத்தில் நீங்கள் மிகச் சரியான புரிதலுள்ளவர்கள் என்னும் விஷயம் சரிதான். ஆனால், உங்களினிடையே முடிவுக்கு வராததும் தொடர்ந்துகொண் டிருப்பதுமான பொறாமையின் மீதுதான் நீங்கள் மிக எச்சரிக்கையுடன் இருக்க வேண்டியதிருக்கிறது. இதைத்தான் நான் மீண்டும் உங்களுக்கு நினைவுபடுத்த விரும்புகிறேன். மிகவும் அதிகமான நாச காரியம் பொறாமைதான்."

ஏதாவது இரண்டு கன்யாஸ்திரிகளிடையே சிறு நெருக்க மிருப்பதாகத் தோன்றினால் உடனே அதனுள் 'பிரத்தியேக நட்'பைக் கண்டுபிடிக்கும் பொறுப்பாளர்களாகத் தங்களை மாற்றிக்கொண்டவர்களுமிருந்தார்கள். இப்படியான ஆய்வு மனமுள்ள கன்யாஸ்திரி ஒருவர், மதர் புரொவின்ஷியலிடம் சொன்னார்:

"சிஸ்டர் ஜெஸ்மிக்கும் சிஸ்டர் மரியத்திற்குமிடையே 'பிரத்தியேக நட்பு' இருக்கிறதா என்பதை எங்களால் உறுதி படச் சொல்ல முடியவில்லை. ஆனால், சிஸ்டர் மரியா இருக்கு மிடத்தில் சிஸ்டர் ஜெஸ்மியையும் பார்க்க முடியும்."

இந்த விஷயத்திலும் ஒரு பக்க நியாயம்தான் செயல்பட்டு வந்தது. செல்வாக்குள்ள கன்னியாஸ்திரிகளிடையே 'பிரத்தியேக நட்பு' உருவானால் சமூகம் அதை வெறுமனே முணுமுணுக்கும். அவ்வளவுதான். அவர்களைப் பற்றி உரக்கப் பேசுவதோ தண்டனை தருவதோ கிடையாது. இதுவே, ஜூனியர்களாகவும் செல்வாக்கில்லாத கன்யாஸ்திரிகளாகவும் இருக்கும் பட்சத்தில் 'பிரத்தியேக நட்பு' எனும் அவச்சொல் வந்து விடுமோ எனும் பயமே ஒவ்வொரு நட்பையும் வேட்டையாட துவங்கிவிடும். ஆகவே, சிஸ்டர் மரியாவுடனான என்னுடைய தொடர்பை நான் கவனமாகக் கையாள ஆரம்பித்தேன். எங்க ளுக்குத் தெரியாமல் எங்களை வேட்டையாட நிற்கும் சில காவல் நாய்கள் கவனிக்காமலிருக்க, நாங்கள் பொது இடங்களில் வைத்துப் பேச முடியாத முக்கியமான விஷயங்களை எங்களுக்குள் கடிதமெழுதி தெரிவிக்கவேண்டிய நிலைமையும் உருவானது.

சிஸ்டர் ஜெஸ்மி

5

என்னுடைய பயிற்சிப் பிரிவிலுள்ள சிஸ்டரும் நானும் இயேசுவுடனான நேசத்தில் போட்டி போடுவது வழக்கம். நேரம் விடியும்போது ஆலயத்துக்கு முதலில் வந்து சேருவது; பிரார்த்தனை, ஜெபம் என்று நீண்ட நேரம் செலவிடுவது; ஒரு மணி நேரத்திற்குமதிகமாக முழந்தாளிட்டு பிரார்த்தனை செய்வது போன்ற பக்தி முயற்சிகளில் நாங்கள் மிகுந்த ஆன்மிக உணர்வுடன் போட்டி போடுவதுண்டு. இதுபோன்ற 'பக்தி'பூர்வமான செயல்பாடுகள்தான் எங்களுக்கு நல்ல பெயரைத் தேடித் தந்தது. ஒருமுறை ஆயரின் அறைக்கு வெளியே நாங்கள் காத்து நிற்கும்போது அவள், ஜெபமாலை உருட்டியபடியும் நான், ஒரு ஆன்மிக நூலை வாசித்தபடியும் இருந்தோம். எங்கள் இருவரையும் கண்டதும் ஆயர் சொன்னார்:

"கையில் புத்தகமிருப்பதை விடவும் ஜெபமாலை வைத்திருப்பதுதான் காண்பவர்களைப் பக்திகொள்ள வைக்கும். மரியம் செய்ததுதான் மிக நல்ல பக்தி முயற்சி. நம்முடைய புனிதத் தன்மையைக் காட்டுவதில் நல்ல முன்மாதிரியாகக் கருதப்படுவது முழந்தாளிட்டு இரண்டு கைகளையும் கூப்பியபடி நிற்பதுதான்."

சில விதிமீறல்கள் நடப்பதையும் நான் அப்போது தான் கவனித்தேன். என்னால் கவனிக்க மட்டும்தான் முடியும். ஏழ்மை விரதமெடுத்த கன்யாஸ்திரிகள் தங்கள் வீடுகளுக்கும் உறவினர் வீடுகளுக்கும் விலையுயர்ந்த பொருட்களையும் பணத்தையும் கொண்டு செல்வதுண்டு. சில நேரங்களில் என்னை அவர்கள் வீட்டுக்கு அழைத்துக் கொண்டு போகும்போதுதான் இதையெல்லாம் பார்க்க வும் அறியவும் செய்தேன்.

திடுக்கிட வைக்கும் மற்றொரு தகவல்: கல்லூரியில் பொய் யான இலக்கமிட்டு நடத்துகிற அட்மிஷன் ஏமாற்றுகள். அரசு விதிப்படி தாழ்த்தப்பட்ட மற்றும் பழங்குடியின மாணவி களுக்கு சரியான விகிதத்தில் இடங்கள் ஒதுக்கப்பட வேண்டும். இந்த இடங்களை அபகரித்துக்கொள்வதற்காக பொய்யான இலக்கமிட்டு நிர்வாகம், சில தகிடுதத்த வேலைகள் செய்யும். அதாவது, ஒரு வருடத்தில் *2000* விண்ணப்பங்கள் அச்சடித்து விற்பனை செய்யப்படுவதாக இருந்தால் *2002, 2010* போன்ற இலக்கங்களை டைப் செய்து எஸ்சி/எஸ்டி மாணவிகளின் ஒரு பொய்ப் பட்டியலைத் தயாரிக்கும். இது இல்லாத மாணவி களின் பட்டியல் என்பதால் இந்த எஸ்சி/எஸ்டிக்கான இடங்கள் நிர்வாகத்தின்கீழ் வந்துவிடும். இந்த இலக்கங்களை நாங்கள் ‘உருண்டை எண்கள்’ என்போம். இப்படியான ஏமாற்று வேலைக் கெதிராக ஒருதடவை கல்லூரி முதல்வரும் கண்காணிப்பாளரும் எஸ்எஃப்ஐ காரர்களால் முற்றுகையிடப்பட்டார்கள். கல்வி நிறுவனத்தின் நலன் விரும்பிகளும் பெற்றோர்களும் நாங்களும் நிர்வாகத் தரப்பில்தான் நியாயமிருப்பதாக தவறாக நினைத் திருந்தோம். ஆனால், கோப்புகளை பரிசோதித்தபோதுதான் தவறு எங்கள் பக்கம் என்பது தெரியவந்தது.

இதுபோன்ற சந்தர்ப்பங்களில் எனக்குத் தாங்க முடியாத குற்றவுணர்ச்சி உருவாகும். ஆனால், பயத்தின் காரணமாக நான் அமைதியாக இருந்து விடுவேன்.

அப்படியிருக்கும்போது விசித்திரமான கதாபாத்திரமான ஒரு கன்யாஸ்திரி – பெயர்: விமி, வந்துசேருகிறாள். இவள், மலையாளத்துறையின் ஆசிரியை. மூத்த கன்யாஸ்திரி. என் னுடைய இந்த சக பணியாளர் சுயபாலின மோகமுள்ளவள் என்பதை சற்று தாமதமாகவே நான் அறிந்துகொண்டேன். மதர் சுப்பீரியருடனும் மற்ற கன்யாஸ்திரிகளுடனும் பெரும் பாலும் இவள், மோதல் போக்கைக் கையாள்வதால் மடத்தில் நடக்கும் நிகழ்ச்சிகளில் இவளுக்குப் பதிலாக பேசும்படி மதர் என்னிடம் சொல்வார். இந்தக் கன்யாஸ்திரி மிகத் திறமையான வளும் படிப்பில் முதலிடம் பெற்றவளுமாவாள். தனக்குப் பதிலாக என்னை ஏற்பாடு செய்ததால் என்மீதும் இவளுக்கு பகை உருவானது. என்னை வேண்டுமென்றே புறக்கணித்து விட்டு என்மீதான வைராக்கியத்தால் என்னுடைய பிரிவிலுள்ள கன்யாஸ்திரியுடன் நெருங்கிப் பழக ஆரம்பித்தாள். ஆகவே, நான் இவளுடனான நட்புக்காக ஆத்மார்த்தமாக முயற்சித்தேன். இதுவே என்னைச் சிக்கலுக்குள்ளாக்கி விடுமென்று நான் நினைக்கவே இல்லை. இவள் விடுதி கண்காணிப்பாளராக இருந்தபோது சுயபாலின்பத்தில் ஈடுபட்டுப் பிடிபட்டவள்

எனும் விஷயம் அப்போது எனக்குத் தெரியாது. விடுதியிலுள்ள மற்ற மாணவிகள் இதை நேரடியாகப் பார்த்ததுடன் விவரத்தை மாணவியின் பெற்றோர்களுக்கும் சகோதரர்களுக்கும் அறிவித்து விட்டார்கள். இரவில் இளைஞர்கள் வெளியே நின்று கூக்குர லிடுவது வழக்கமாகப் போய்விட்டது: “சிஸ்டர், பக்கத்தில் யாராவது இருக்கிறார்களா? யாருமே இல்லைன்னா நாங்க வரவா?”

ஆக, மடத்தில் அவள் தினமும் பிரச்சினைகளை உருவாக்கிக் கொண்டிருந்தாள். எல்லாருடைய முன்னிலையில் வைத்தும் பெருங்குரலில் அலறுவாள் என்பதால் மதர் புரொவின்ஷியல் கூட அவளைக் கண்டிக்கவோ தண்டிக்கவோ இயலாமலிருந்தது. ஒருநாள், தீவிரமான ஒரு விவாதம் நடந்தது. இதன் பிறகு மடத்திலிருந்து இவள் காணாமல் போய் விட்டாள். தேடுவதி னிடையே மடத்திலுள்ள கிணற்றில்கூட எட்டிப் பார்த்தார்கள்.

இந்த சிஸ்டரின் ‘பிரத்தியேக’ தோழியாகிய மாலு என்னும் மாணவி, நான் ஆங்கிலம் கற்பிக்கும் வகுப்பில் படிக்கிறாள் என்ற விஷயம் எனக்குத் தெரியாது. வகுப்பறையில் நான் எதையெல்லாம் பேசுகிறேனோ அதெல்லாம் மடத்திலும் பேசப்பட்டது.

இந்தத் தகவல்களையெல்லாம் யார் இங்கே கொண்டு வந்து சேர்க்கிறார்களென்று நான் ஆச்சரியப்பட்டேன். பிறகு தான் தெரிந்தது, மாலுதான் இதையெல்லாம் அந்த சிஸ்டரிடம் வந்து சொல்கிறாள் என்பது. சிஸ்டர் விமி என் பின்னால் திரிகிறாள் என்பதை நான் மெதுவாகவே புரிந்துகொண்டேன். மாலு அப்போது படிப்பு முடிந்து போய்விட்டாள். சிஸ்டர் நிறைய பேப்பர்களில் காதல் கடிதங்கள் எழுதுவாள். பிறகு, அதையெல்லாம் என்னுடைய சபையின் சட்டவிதி தொழுகைப் புத்தகத்தில் வைத்து விடுவாள். இந்தக் கடிதங்களைப் பார்க்கும் போதே எனக்கு நடுக்கமேற்பட்டுவிடும். அதையெல்லாம் நான் மடத்தின் குரு அம்மாவிடம் ஒப்படைத்துவிடுவேன். அவர் அதையெல்லாம் கிழித்து குப்பைக்கூடையில் வீசுவார். நான் அவள்மீது பாராமுகம் காட்டியதால் எனக்கெதிராகத் திரும்பினாள்.

விடுதியிலுள்ளவர்கள் என்னைத் தேடி வரும்போது அவர் களிடம் கோபப்படுவதும் அலமாரியில் வைப்பதற்காக அவர்கள் கொண்டு வருகிற டேப் ரிக்கார்டரை இழுத்து வெளியே எறிவதுமாக என்னைப் பழி தீர்க்க ஆரம்பித்தாள். அவளுடைய இச்சைகளுக்கு நான் இணங்கவில்லை என்பதுதான் கோபத்திற்குக் காரணமெனும் விஷயத்தை மற்ற கன்யாஸ்திரிகள் புரிந்து

கொண்டார்கள். கடைசியில், அவளுடன் ஒத்துப்போகும்படி அவர்கள் எனக்கு ஜாடைமாடையாக அறிவுறுத்த ஆரம்பித் தார்கள்.

என்னுடைய பாதுகாப்புக்கு வேறு யாருமில்லையென்ற நிலையில் கொஞ்ச நாட்கள் அவளது விருப்பங்களுக்கு நான் ஒத்துழைத்தேன். இரவு நேரங்களில் எல்லோரும் தூங்கிய பிறகு அவள் மெதுவாக வந்து என் படுக்கையில் நுழைவாள். பிறகு அவள் என்மீது காட்டுகிற அசிங்கங்களையெல்லாம் என்னால் தடுக்க முடியாமல் போய்விடும். தனித் தனிக் கதவுகளில்லாத அறைகள், விரிப்புகளால் பிரிக்கப்பட்டிருந்தன. எனவே, வாசலை அடைக்க இயலாது. கர்ப்பம் தரிக்காமலிருக்கவே தான் சுய பாலின்பத்தை விரும்புவதாகச் சொல்வாள். ஏற்கனவே இருந்த 'பிரத்யேக தோழி'யான கன்யாஸ்திரியைப்பற்றிச் சொல்லும் போது, இதுபோன்ற தேவைகளுக்காக அவள் பாதிரியார்களை நாடுவது வழக்கமென்றும் அவள் இதுவரை கர்ப்பம் தரிக்காம லிருப்பது தனக்கு ஆச்சரியமாக இருக்கிறதென்றும் சொன்னாள்.

இதுவெல்லாம் என்னால் ஏற்றுக்கொள்ள இயலுகிற விஷயங் களாகவே இல்லை. இந்நாட்களில் மடத்திலுள்ள அனைவரிடமும் அவள் நன்றாகவும் வேடிக்கையாகவும் பேசினாள். பிரார்த்தனை நிகழ்வுகளில் பங்கு வகித்தும் மிகுந்த மகிழ்ச்சியுடனும் அமைதி யாகவும் இருந்தாள். மடத்தில் அமைதியை மீட்டெடுத்ததற்காக மற்ற கன்யாஸ்திரிகள் என்மீது மிகுந்த நன்றி காட்டினார்கள். இவள் எப்படி அமைதியானவளாக மாறினாள் என்னும் விஷயத்தை அவர்களால் யூகிக்க முடிந்தது. ஆனால், எனக்கு ஆறுதல் சொல்லவோ என்னுடைய பிரச்சினைகளைக் கண்டு கொள்ளவோ இல்லை. கனத்த இதயத்துடனும் மிகுந்த குற்ற வுணர்வுடனும் நான் வாழ்க்கையை நகர்த்திக்கொண்டிருந்தேன். கடைசியில், ஒரு மூத்த கன்யாஸ்திரி, கல்லூரியில் பிரசங்கம் செய்வதற்காக வந்த பாதிரியரான ஒரு உளவியலாளரை எனக்கு அறிமுகம் செய்துவைத்தாள். எல்லாவற்றையும் அவரிடம் நான் வெளிப்படையாகப் பேசினேன். அவர் சொன்னார்:

"நூற்றுக்கு ஐந்து பேர்கள் இப்படிச் சுய பாலின மோகிகளாக இருக்கிறார்கள். இவர்களுக்குத் திருமணம் செய்துகொள்வதில் விருப்பமிருக்காதென்பதால் பெரும்பாலும் இவர்கள் மடங்களுக்கு வந்து சேருகிறார்கள். சுய பாலின மோகம்தான் இவர்களை இது போன்ற இடங்களுக்குக் கொண்டுவந்து சேர்க்கிறது."

நான் கண்ணீருடன் சொன்னேன்:

"ஃபாதர், அந்த சிஸ்டரின் மன அமைதிக்காக நான் பிரார்த்தனை செய்கிறேன். நான் தியாகங்களை அனுஷ்டித்துக்

கொண்டிருக்கிறேன். இதை இனிமேலும் என்னால் தாங்கிக் கொள்ள இயலாது. இதுபோன்ற விஷயங்களை என்னால் அனுபவிக்க இயலவில்லை.”

ஆனால், அவர் சொன்னார்:

“சிஸ்டர், ஒருபோதுமே நடைமுறைக்கு வராத விஷயங்களுக்காக நீங்கள் பிரார்த்தனை செய்கிறீர்கள். ஒரு பெண்ணை ஆணாக மாற்றச் சொல்லி நீங்கள் பிரார்த்தனை செய்வீர்களா? அந்த சிஸ்டரின் மன மாறுதலுக்கான உங்களது பிரார்த்தனை சாத்தியமில்லாத விஷயம்.”

அவளுடைய பிடியிலிருந்து என்னை விடுவிக்கும்படி நான் மதர் புரொவின்ஷியலிடம் கேட்டுக்கொண்டேன்:

“எனக்கோ அல்லது அவளுக்கோ இட மாறுதல் தந்து விடுங்கள். இனிமேலும் என்னால் இந்தத் தொந்தரவைத் தொடர்ந்து தாங்கிக்கொள்ள இயலாது.”

மதர் புரொவின்ஷியல் தனது இயலாமையைத் தெரிவித்தார்:

“ஜெஸ்மியை அமலா காலேஜுக்கு மாற்றலாம் என்றால் அங்கே இடமெதுவும் காலியாக இல்லை. ஆனால், சிஸ்டர் விமிக்கு அங்கே இடம் காலியாக இருக்கிறது. ஆனால், அவளை மாற்றுவதற்கு எனக்குத் தைரியமில்லை. நான் சொல்வதை அவள் கேட்கமாட்டாள். மட்டுமல்ல, எல்லா சிஸ்டர்களின் முன்னாலும் வைத்து அவள் என்னை அவமானப்படுத்தி விடுவாள்.”

நான் சொன்னேன்: “அம்மா, நீங்கள் இடமாற்ற உத்தரவில் அவளது பெயரை எழுதுங்கள். மற்ற விஷயங்களை நான் பார்த்துக்கொள்கிறேன். அம்மாவின் உத்தரவுக்குக் கீழ்ப்படிய நான் அவளைத் தயார்ப்படுத்துகிறேன்.”

“ஜெஸ்மியின் வார்த்தைகளை நான் உறுதியாக நம்பலாம் அல்லவா?”

“நிச்சயமாக நம்பலாம். நான் முடிந்தவரைக்கும் முயற்சி செய்கிறேன். இயேசு கிறிஸ்து அற்புதம் நிகழ்த்துவார் என்று நான் திடமாக நம்புகிறேன்.”

ஒரு கருத்தரங்கில் கலந்துகொள்வதற்காக நான் அப்போது பெங்களூருவிற்குச் சென்றிருந்தபோது சிஸ்டர் விமிக்கு அமலா கல்லூரிக்கு இடமாற்ற உத்தரவு போடப்பட்டதாக எனக்குக் கடிதம் வந்தது. ஓரளவுக்கு எனக்கு மன ஆறுதல் கிடைத்தது.

நான் திருச்சூருக்கு வந்து சேர்ந்தபோது விமி பயங்கரமான கோபத்துடனிருப்பதைப் பார்த்தேன். “நாம் கீழ்ப்படிதல் விரதத்தை

கடைபிடிக்கவேண்டுமல்லவா? இதைத் தவிர நமக்கு வேறு என்ன மார்க்கமிருக்கிறது” என்று நான் அவளுக்கு ஆறுதல் கூறினேன்.

ஆனால், அவள் அலறினாள்:

“உன்னை விட்டு நான் எங்குமே போகமாட்டேன். எந்த அனுசரணை விதியிலும் எனக்கு நம்பிக்கை கிடையாது.”

நானொரு பகீரத பிரயத்தனத்தில் ஈடுபட்டிருக்கிறேன் என்பதைப் புரிந்துகொண்டேன். பிரார்த்தனையாலும் தவவலிமை யாலும் ஓர் அற்புதம் நிகழக் காத்திருந்தேன்.

சில அலுவலகப் பணிகளின் நிமித்தமாக அன்று மதர் புரொவின்ஷியல் எங்கள் கல்லூரிக்கு வந்தார். ஒரு அட்டெண்டர் மூலம் சிஸ்டர் விமி அவருக்கு ஒரு கடிதம் அனுப்பினார். அது மிரட்டலும் சாபமும் நிறைந்த கடிதமாகவே இருக்குமென் பதை என்னால் யூகிக்க முடிந்தது. எவ்வளவு பரிதாபமாக இருக்கும் அவரது நிலைமை? மறுநாள், புரொவின்ஷியல் அலுவலகத்திற்குப் போய் அவரைப் பார்ப்பதற்கான சந்தர்ப்பம் எனக்குக் கிடைத்தது. அப்போது இட மாறுதல் பிரச்சினையைப் பற்றிப் பேசிவிட்டு அவரது காரிலேயே கல்லூரிக்குத் திரும்பி வந்தேன். ஆனால், காரிலிருந்து இறங்கியது விமியின் எதிரில்.

நாங்கள் அங்கே இருக்கிறோம் என்பதை ஆச்சரியத்துடன் பார்த்த விமி, மதர் புரொவின்ஷியலைக் கண்டபடி திட்ட ஆரம்பித்தாள். அவளுடைய ஒவ்வொரு வார்த்தையையும் ஓட்டுநரும் கேட்டுக்கொண்டிருந்தார்.

“நீங்க உண்மையிலேயே ஒரு ராட்சஷியா? எவ்வளவு குரூரமான இரும்பு மனசு உங்களுக்கு? அம்மா என்கிற வார்த்தைக்கு உங்களுக்கு என்ன அருகதை இருக்கிறது? என்னை இட மாறுதல் செய்வதற்கு உங்களுக்கு என்ன உரிமை யிருக்கிறது? தலைவலியால் என்னால் அதிகமாக வாசிக்க முடியாதென்கிற விஷயம் உங்களுக்குத் தெரியும்தானே? என்னால் எப்படிப் பட்டவகுப்பு மாணவிகளுக்குப் பாட மெடுக்க முடியும்?”

நானும் மதர்புரொவின்ஷியலும் கூட இருந்தவர்களும் அப்படியே சிலையாக நின்று விட்டோம்.

இருந்தபோதும் அவள் அமலா கான்வென்டிற்குப் போய் விடுவாளென்றுதான் நான் எதிர்பார்த்தேன்.

இட மாறுதலின் முதல்நாளன்று, உத்தரவு கையில் கிடைத்த மற்ற அனைவரும் அவரவர் பொருட்களை எடுத்து வைத்து

விட்டார்கள். ஆனால், சிஸ்டர் விமி மட்டும் எந்தவிதச் சலனமு மில்லாமல் அப்படியே உட்கார்ந்திருந்தாள். காலையில் பத்து மணிக்கு அவள் இருந்த கட்டடத்திற்கு நான் சென்றேன். என்னைக் கண்டதும் அவள் மிகவும் பவ்யமாக என்னிடம் கேட்டுக்கொண்டாள்:

“ஜெஸ்மி, தயவுசெய்து வேதியியல் பயிற்சிக்கூடத்தின் அட்டெண்டரைப் போய்ப் பார்த்து எனக்குக் கொஞ்சம் விஷம் வாங்கிட்டு வா”

எனக்கு அடக்கிக்கொள்ள முடியாத கோபம் வந்தது. அன்றுதான் என் வாழ்க்கையில் முதன் முதலான சீற்றம் வந்தது. நானா இப்படி அலறினேன் என்பதை என்னால் நம்பவே முடியவில்லை.

“ஒரு கன்யாஸ்திரி என்று சொல்லிக்கொள்ள உனக்கு வெட்கமா இல்லையா? அதிகாரிகளின் இடமாறுதல் உத்தரவை உன்னால் கடைப்பிடிக்க முடியாதா? உனக்கு தெய்வ நம்பிக் கையே இல்லையா? போகிற இடத்தில் கர்த்தர் உனக்குத் துணையாக இருப்பார் என்பதை நீ ஏன் நம்ப மறுக்கிறாய்?”

கற்பனை செய்திராத என்னுடைய எதிர்வினையில் அவள் முழி பிதுங்கி அப்படியே நின்றுவிட்டாள். நான் நடுக்கத்துடன் தொடர்ந்தேன்:

“இனிமேல் இதுபோன்ற விஷயங்களுக்காக என் பக்கத்தி லேயே வந்துவிடாதே! நான் உன்னை வெறுக்கிறேன்.”

அந்தக் கட்டடத்திலிருந்து நான் வேகமாக இறங்கினேன். மடத்தில்போய் ஒளிந்துகொண்டேன். சாயங்காலம்வரை அவள் வெளியே வரவில்லை. அவள் என்னவானாள் என்று தெரியாமல் மிகவும் பயந்துபோயிருந்தேன். சாயங்காலம், நான்கு மணியிருக் கும். எதுவுமே நடக்காததுபோல் மிகவும் சாந்தமாக இறங்கி வெளியே வந்தாள். தம்ளரில் தேனீரை ஊற்றியவாறே லோக்கல் சுப்பீரியரிடம் சொன்னாள்:

“நான் என்னுடைய சாதனங்களை இன்னும் பேக் பண்ணல்லை. தயவுசெய்து இரண்டு ஜுனியர் சிஸ்டர்களை உதவிக்கு அனுப்ப முடியுமா?”

“சிஸ்டர், நீங்களே அவர்களைக் கூப்பிட்டுக் கொள்ளலாமே?” அவர் சொன்னார்.

என்னை அவள் கூப்பிடவே இல்லை. என்னுடைய தோழி கள் அவளுக்குத் துணையாக நிற்பதைக் கண்டதும் நான் கேலியாகச் சொன்னேன்:

"தேர்வு செய்யப்பட்டமையால் நீங்கள் ஆசீர்வதிக்கப் பட்டவர்கள்."

அவளும் பைபிளை மேற்கோள் காட்டி பதில் சொன்னாள்:

"பன்றிகளின் முன் முத்துக்களைத் தூவாதீர்கள். அவை, அவற்றைக் காலிலிட்டு மிதிக்க மட்டுமே செய்யும்." *(மாத்யூ 7: 6)*

கர்த்தருக்கு நன்றி. இயல்பான முறையில் இதையாவது சொன்னாளே! ஏதுமறியாத ஒரு ஆட்டுக் குட்டியைப்போல் அவள் வண்டியிலேறி நட்பாக என்னைப் பார்த்துக் கையசைத்துக் காட்டினாள். மாநிலத் தலைவிக்கு நான் கொடுத்த வாக்குறுதி யைக் காப்பாற்றுவதில் இயேசுவானவர் எனக்கு நிறைய உதவி செய்திருக்கிறார். விசித்திரமான அந்த அத்தியாயம் இத்துடன் முடிவுக்கு வந்தது.

6

சுபா என்னும் மிகவும் துடுக்குத்தனமான ஒரு மாணவிக்கு கல்லூரியில் புகுமுகவகுப்பில் அட்மிஷன் கிடைத்தது. அரசியல் கட்சிகளைப் பற்றியும் அவர்களுடைய கொள்கைகளைப் பற்றியெல்லாம் காட்டமான விமர்சனங்களுடன் அவள் கல்லூரி ஹாஸ்டலை வளைய வந்துகொண்டிருந்தாள். இவளொரு நக்சலைட்டாக இருக்கவேண்டுமென்று சிலரும், இல்லை மார்க்சிஸ்ட் என்று வேறு சிலரும் அபிப்பிராயம் சொன்னார்கள். நான் வகுப்பாசிரியையாக இருந்தபோதும் என்னைக் கண்டுகொள்ளாமலாக்கிவிட்டு வகுப்பு பிரதிநிதியாகத் தேர்ந்தெடுக்கப்பட்ட சுபா, நேர்மையானவளும் பரோபகாரியும் என்பதைத் தனிப்பட்ட நேர்காணலின்போதே நான் புரிந்துகொண்டிருந்தேன். நல்ல விஷயங்களை ஏற்றுக் கொள்ளவும் திருத்தல்களை அங்கீகரிக்கவும் செய்பவள். அணுவளவும் களங்கமில்லாதவள். மாணவிகளினிடையில் மிகச் சீக்கிரமாகவே இவள் கதாநாயகியாக மாறிவிட்டாள். இவளுடைய இறுதியாண்டில் நடந்த கல்லூரி யூனியன் தேர்தலில் சேர்மன் பதவிக்கான வேட்பாளர்கள் பட்டியலில் இவளது பெயரும் இடம் பெற்றிருந்தது. மற்ற பொறுப்புகளுக்கு என்னுடைய வகுப்பிலுள்ள நிறைய மாணவிகள் போட்டியிட்டார்கள். சுபா, மாணவர் தலைவி பதவிக்கு வேட்பு மனுத் தாக்கல் செய்கிற விஷயம், ஆசிரியைகளான கன்யாஸ்திரிகளுக்குப் பிடிக்கவில்லை. எல்லாக் கத்தோலிக்க மாணவிகளையும் ஆடிட்டோரியத்திற்கு வரச்சொல்லி சுபாவுக்கெதிராக வாக்களிக்கும்படி நிர்ப்பந்தம் செய்யவேண்டுமென்று துணைமுதல்வர் எனக்கு உத்தரவிட்டார். தேர்தல் விஷயத்தில் ஆசிரியைகளுடைய அதிகாரபூர்வமான தலையீடு கூடாது என்பதுதான் சட்டம் என்பதை நான் அவரிடம்

சொன்னேன். நான் ஒப்புக்கொள்ளமாட்டேன் என்பது தெரிந்ததும் அவர் வேறு வழியில் இதை நடைமுறைப்படுத்த ஆரம்பித்தார். நான் பாடம் நடத்துகிற வகுப்பில் அவர் கவிதை பாட மெடுக்கும்போது டிகிரி மாணவிகளுக்கெதிராகச் செயல்படுகிற பிரி டிகிரி மாணவிக்கு வாக்களிக்க வேண்டாமென்று அவர் சொன்னார். இந்த வகுப்பிலுள்ள எல்லா வேட்பாளர்களும் பிரி டிகிரி மாணவிகளாக இருப்பதால் அவர்கள் அனைவரும் இதற்கு எதிர்ப்புத் தெரிவித்தார்கள்.

நிர்வாகத்தின் வேட்பாளருக்காகத் துணை முதல்வர் ஓட்டுக் கேட்கிறார் என்று பிரி டிகிரி மாணவிகள் பிரச்சாரம் செய்ய ஆரம்பித்தார்கள். 'வேட்பாளரைச் சந்தியுங்கள்' நிகழ்ச்சியில் வைத்து சுபா சொன்னாள்.

"என்னை எதிர்க்கும் ஸ்டாஃப் பிரதிநிதிகள், நிர்வாகத்தின் வேட்பாளருக்காக வாக்குச் சேகரிக்கிறார்கள். நான் மாணவிகளுடைய வேட்பாளர். நீங்கள் எனக்கு வாக்களிப்பீர்களா?"

சுபாவுக்கு ஆதரவான மிகப் பெரிய ஆரவாரமெழுந்தது. இறுதியில் அவளும் அவளுடைய ஆட்களும்தான் வெற்றி பெற்றார்கள். முடிவை அறிவித்ததும் அவளது எதிரணியிலுள்ளவர்களும் டிகிரி பயிலும் மாணவிகளும் சுபாவை நோக்கிப் பாய்ந்து வந்து கூக்குரலிட்டார்கள்.

பிரி டிகிரி மாணவிகள்தான் சுபாவை அவர்களிடமிருந்து காப்பாற்றினார்கள். அவர்கள் நேராக என்னை நோக்கி அணிவகுத்து வந்து கௌரவத்தைக் கைவிடாமல் சொன்னார்கள்: "சிஸ்டர் சொல்லித் தந்த பாடத்தை நினைவில்கொண்டுதான் நாங்கள் அமைதி காக்கிறோம். உங்களுக்காக அவர்களை நாங்கள் மன்னிக்கிறோம்."

"என்னுடைய குழந்தைகளே, நடந்ததையெல்லாம் நானும் பார்த்தேன். நீங்கள் கௌரவமாகவே நடந்துகொண்டீர்கள். உங்களை நினைத்து உண்மையிலேயே நான் பெருமிதமடைகிறேன்."

என்னைப் பொறுத்தவரைக்கும் அந்த வருடம் மிகவும் கடினமானதாக இருந்தது. மாணவிகள் பேரவை எதைச் செய்தாலும் குற்றம் என்னுடைய தோளில் சுமத்தப்பட்டது. அவர்களை அமைதிப்படுத்தவும் நேர்வழிப்படுத்தவும் என்னால் இயன்ற அனைத்தையும் நான் செய்து கொண்டிருந்தேன். எதிர் வேட்பாளரிடம் மன்னிப்புக் கேட்டுவிட்டு முதல் இனிப்பை அவளுக்கே கொடுத்த சுபாவை நினைத்து நான் பெருமைப்பட்டேன். இந்த விட்டுக்கொடுத்தல் மனோபாவம்தான் அவளிடம் என்னைக் கவர்ந்த முதல் அம்சம். உண்மையில்

வயது முதிர்ந்தவர்களைவிடவும் அவள் மிகுந்த பக்குவத்துடன் தான் நடந்துகொண்டாள்.

மிகவும் வருத்தத்திற்குரிய ஒரு சம்பவம் பிறகு நடந்தது. துணை முதல்வர் பழி வாங்குவதற்கான ஒரு வழியைக் கண்டு பிடித்துவிட்டார். சுபா உட்பட தனக்குப் பிடிக்காத மாணவி களின் பெயரை அவர் முதல்வரிடம் கொடுத்தார். பிறகு அவர்களுடைய நடத்தைச் சான்றிதழ்களில் நன்று என்று எழுதிவிடாமலிருக்க வெறுமொரு பொம்மையாகச் செயல் பட்ட முதல்வரைத் தூண்டிவிட்டார்.

சான்றிதழ்களை வழங்குகிற அன்றுதான் அந்தந்த ஆசிரியை கள் விவரத்தை அறிந்துகொள்கிறார்கள். தன்னுடைய வகுப்பி லுள்ள மிகவும் நல்ல மாணவிக்கு நடத்தை சான்றிதழில் மோசம் என்று சான்றளிக்கப்பட்டிருந்ததைக் கண்ட புஷ்பா மிஸ் பதறி யடித்துக்கொண்டு என்னிடம் ஓடி வந்தார். என்னுடைய வகுப்பிலுள்ள பெரும்பாலான சான்றிதழ்களிலும் மோசம் என்றுதான் குறிப்பிடப்பட்டிருந்தது.

மனத்திலிருக்கும் வேதனையை அடக்கிக்கொண்டு கீழ்ப் படிதலுக்காக நான் அவற்றை மாணவிகளுக்கு வினியோகித்தேன். ‘திருப்தியில்லை’ என்றெழுதிய சான்றிதழைச் சுபாவிடம் கொடுத்தபோது என்னைப் பார்த்துச் சிரித்தபடியே அதைக் கிழித்துக் குப்பைக் கூடையில் போட்டாள். இப்படிக் குறிப்பிட் டிருக்கும் சான்றிதழை வைத்து என்ன பயன்? பிறகு அவள் ஸ்போர்ட்ஸ் கல்லூரியில் சேர்ந்தாள். பிரி டிகிரியைத் தொடர்ந்து அங்கே உயர்ந்த நிலையில் வெற்றி பெறவும் செய்தாள்.

விளையாட்டின்மீதான அவளது திறமையைக் குறித்த நேர்காணலின்போது கேட்கப்பட்ட ஒரு கேள்விக்கு அவள் சொன்ன பதில் இது:

“அடிப்பதற்காகத் துரத்தும்போதெல்லாம் அம்மாவின் கையில் சிக்காமல் தப்பியோடியிருக்கிறேன்.” இரண்டு வருடத் திற்குப் பிறகு அவள் அமலா கல்லூரியில் பட்டப்படிப்பில் சேர வந்தபோது அங்கே அவளுக்கு விளையாட்டு வீரர்களுக் கான ஒதுக்கீட்டில் பட்டப்படிப்புக்கு அனுமதி கிடைத்தது. அமலா கல்லூரியில் அவளை எதிர்பார்க்கவில்லையென்ப தால் யாருமே அவளை அடையாளம் தெரிந்துகொள்ளவுமில்லை.

துணைமுதல்வரின் நல்லெண்ணத்தில் இடம் கிடைக்க வில்லை என்கிற காரணத்தினால் மட்டும் நடத்தை சான்றிதழில் மோசமான தரம் கிடைத்த, கல்லூரிக்காக முழுக்க முழுக்க பணியாற்றியவளான க்ஷேமா எனும் மாணவிக்காக நான் முதல்வரை நேரில் போய்ப் பார்த்தேன்.

“சிஸ்டர், க்ஷேமா என்ன தவறு செய்தாள்? இவளுடைய பெற்றோர் வந்து ஏதாவது கேட்டால் ஆசிரியைகளிடம் இந்த மாணவியைப்பற்றி மோசமாக சொல்வதற்கு என்ன இருக்கிறது? அது போகட்டும், இவளுக்கெதிராக உங்களிடம் ஏதாவது புகார் வந்திருக்கிறதா?”

“ஜெஸ்மி, இதெல்லாம் நானாக விருப்பப்பட்டுச் செய்ததில்லை. எனக்கு மிகவும் நெருக்கடி இருக்கிறது. உங்களால் இயலுமென்றால் அந்த சான்றிதழைத் திரும்ப வாங்கிவிடுங்கள். துணை முதல்வருக்குத் தெரியாமல் நான் சரியான வேறொரு நடத்தைச் சான்றிதழ் தருகிறேன்.”

மறுநாள், பரீட்சை முடிந்த பிறகு நான் க்ஷேமாவை சந்தித்தேன். விஷயத்தைப் பேச ஆரம்பித்ததுமே அவள் கதறியழ ஆரம்பித்துவிட்டாள்:

“சிஸ்டர், உங்களுக்கெல்லாம் நான் என்ன துரோகம் செய்தேன்? கல்லூரி முதல்வரைப் பார்க்க வேண்டுமென்று என்னுடைய அப்பாவும் அண்ணனும் புறப்பட்டார்கள். எல்லாவற்றையும் பரீட்சை முடிந்த பிறகு பார்த்துக்கொள்ளலாமென்று சொல்லி அம்மா தடுத்துவிட்டார்கள்.”

“எதுவாக இருந்தாலும் சரி, நீ நாளைக்கு உன்னுடைய சான்றிதழைத் திருப்பிக் கொடுத்து விடு. உனக்கு முதல்வர் வேறொரு சான்றிதழ் தருவார்.”

அந்த சான்றிதழின் நிலையைக் கண்டதும் நான் உடைந்து போனேன். எல்லாச் சான்றிதழ்களிலும் எழுத்தர் ‘நன்று’ என்று ஏற்கனவே எழுதி வைத்திருக்கிறார். ஆனால், துணை முதல்வரின் வித்தியாசமான அறிவுரையின்படி அவர், சான்றிதழ்களின் மேல்பகுதியில் ‘மோசம்’ என்று திருத்தி எழுதியிருக்கிறாள். எதுவாயினும் க்ஷேமாவுக்குப் புதிய சான்றிதழ் கிடைத்தது. என்னுடைய தலையீடு மூலம் ஒரேயொரு மாணவியின் எதிர்காலத்தை மட்டும்தானே பாதுகாக்க முடிந்தது என்பதில் எனக்கு வருத்தமிருந்தது.

இளநிலை கன்யாஸ்திரிப் பயிற்சி முடிந்து முதுநிலைப் பயிற்சிக்கான எங்களது பயண நேரம் வந்தது. அதற்கு முன்பு இறுதி அர்ப்பணி அனுமதிக்கான திருவுளச்சீட்டுமுறை நிகழும். மடத்திலிருப்பவர்கள் எங்கள் குழுவிலுள்ள ஒவ்வொருவரையும் பற்றிய அபிப்பிராயங்களை குறிப்புகளாக எழுதிக் கொடுக்க வேண்டும். எங்களைப் பற்றி சிஸ்டர்கள் நல்லதாகவும் மோசமாகவும் எழுத வேண்டும். எங்கள் குழுவில் நான்கு பேர்கள் அந்த மடத்தில் இருந்தோம். அதில் இரண்டுபேர்கள் ‘தூய்மை’யானவர்களும் நானும் மற்றொரு சிஸ்டரும் தூய்மையற்ற

வர்களும். 'தூய' சகோதரிகளைப்பற்றி மூத்த சகோதரிகள் எழுதியதைப் பார்த்ததும் அந்த 'தூய்மையற்ற' இரண்டு பேர்களும் மடத்தினுள் காலவரையற்ற போராட்டத்தில் இறங்கினார்கள். என்னைப் பற்றி எழுதியிருந்த குற்றச்சாட்டுகளை மதர் புரொவின்ஷியல் வாசிக்க நான் அமைதியாக நின்றிருந்தேன். ஏனென்றால், நான் எதிர்பார்த்ததை விடவும் மிகச் சாதாரணமாகவே இருந்தது அவர்களது விமர்சனம். அவர் கேலியாகச் சொன்னார்:

"எல்லோருமே உனக்கெதிராக இருக்கிறார்கள். ஆனால், ஹாஸ்டல் சமையலறை சிஸ்டர் மட்டும் உனக்கு ஆதரவாக எழுதியிருக்கிறாள். நீ ஆவிலாவில் புனித தெரஸாவைப்போல் இருப்பதாக சிஸ்டர் சொல்கிறாள்."

இந்த சிஸ்டராவது என்னுடனிருக்கிறாளே என்று நினைத்து ஆறுதலடைந்தேன். இவளைத் தவிர எங்களுக்கான ஜூனியர் மிஸ்டரெஸ்களும் என்னைப்பற்றி நல்லதாகவே எழுதியிருந்தார்கள். எனக்கு ஆச்சரியமாக இருந்தது. இவர்களிடமிருந்து இவ்வளவு நல்ல அபிப்பிராயங்கள் வருமென்று நான் எதிர்பார்க்கவே இல்லை. இது எனக்கு நித்ய உபவாசத்திற்குப் போவதற்கான கடவுச்சீட்டாக அமைந்தது.

மன அளவிலான தயாரிப்புகளுடன் நாங்கள் சபை தலைமை அலுவலகத்தில் பைபிள் மற்றும் இறையியல் பற்றிய வகுப்புகளில் கலந்துகொண்டு மொத்தம் பதினொரு தேர்வுகள் எழுதினோம். இத்துடன் உடல்ரீதியான, சிரமமான பல்வேறு பணிகளிலும் ஈடுபட்டோம். இயேசுவுடனான அன்பை வெளிக்காட்டும் பொருட்டு இறையியலில் முதல் ராங்க் பெறுவதற்கான வாய்ப்பாகவும் இது அமைந்தது. இந்த ராங்க் என்னுடைய மற்ற எல்லா முதல் ராங்கிற்கும் மகுடம் சூட்டுவதாக இருக்க வேண்டும். படிப்பையும் வகுப்புகளையும் நான் மிகுந்த ஆர்வத்துடன் எதிர்கொண்டேன். எங்களுக்கு அருட்தந்தையர்கள் வள்ளூரான், ஆன்றணி நரிக்குளம், போஸ்கோ புத்தூர், கணிச்சாயி போன்றவர்கள் பாடமெடுத்தார்கள். மிகவும் மகிழ்ச்சியான காலகட்டமாக இருந்தது அது. இரண்டு மணி நேர நாடகமொன்றில், ஆசீர்வதிக்கப்பட்ட சாவரகுரியாக்கோஸ் ஃபாதரின் வேடமணியவும் எனக்கு அதிர்ஷ்டம் வாய்த்தது. தலையில் பிளாஸ்டிக் பேப்பரை வைத்து அதன்மீது மைதா மாவைக் குழைத்துப் பரப்பி என்னுடைய தலை, வழுக்கையாக மாற்றப்பட்டது. நாடகத்தினிடையே நான், ஆசீர்வதிக்கப்பட்ட சாவர ஃபாதரின் மகத்துவங்களை நினைவுகூர்ந்து மனம் வெதும்புகிற மதர் ஜெனரலையும் மதர் புரொவின்ஷியலையும் கவனித்தேன். அடுத்த நாள் மதர் ஜெனரல் சொன்னார்:

“ஜெஸ்மி, நீ நம்முடைய ஸ்தாபகர் சாவர ஃபாதராகவே மாறியிருந்தாய். யதார்த்த வாழ்க்கையிலும் நீ அவரைப்போல் இருந்திருந்தால் . . .”

இறையியல் தேர்வு முடிவுகள் அறிவிப்புப் பலகையில் வைக்கப்பட்டதும் நாங்கள் அங்கே ஓடினோம். மொத்தம் வெளியிடப்பட்ட பதினொரு தேர்வு முடிவுகளில் எனக்குத் தான் முதல் ராங்க். இயேசுவைப் பார்த்து நான் முகம் உயர்த்தி னேன்: “உமது அற்புதத்தால் நிகழ்ந்திருக்கிறது தேவனே!” கலை நிகழ்ச்சிகளில் தொடர்ச்சியாக நான் விருதுகள் பெற்றுக் கொண்டிருப்பதை மதர் ஜெனரல் கவனித்துக் கொண்டிருந்தார். மறுநாள் சாயங்காலம்தான் எங்களுடைய இறையியல் படிப்பின் இறுதி நிகழ்ச்சி. அங்கேயும் நான் ஒவ்வொன்றாக விருதுகள் வாங்கிக்கொண்டிருந்தது புண்ணியவதியான மதர் ஜெனரலுக்கு மிகுந்த மகிழ்ச்சியைத் தந்தது.

இந்தப் படிப்புக்கு பிறகுதான் எங்களுடைய நித்ய உபவாசத் திற்கான மனத் தயாரிப்பு. மே மாதம் இரண்டாவது வாரத்தில் நாங்கள் திரும்பி அவரவர் புரொவின்ஷியலுக்கு வந்து சடங்கிற் கான ஏற்பாடுகளில் மூழ்கினோம்.

இந்தப் பொதுச் சடங்கில்தான் நாங்கள் இயேசுவுக்கான நிரந்தரமான அர்ப்பணத்தை மேற்கொள்வோம். இவ்வுபவாசத் தின் அடையாளமாக எங்களுக்குக் கறுப்பு பட்டை அளிக்கப் பட்டது. எப்போதுமே ஜூனியர் மிஸ்டரெஸ்களால் திருத்தவும் கண்டிக்கவும்படுகிற ஜூனியர் சிஸ்டர்கள் அல்லாத சீனியர் களாக இன்று முதல் நாங்கள் மதிக்கப்படுவோம். என்னுடைய ஆசிரியைப் பணியைத் தொடர்வதற்காகத் திரும்பவும் நான் செயிண்ட் மரியா கல்லூரிக்குத் திரும்பி வந்தேன்.

7

சீனியர் சிஸ்டர் எனும் நிலையில் என்னுடைய சபை வாழ்க்கையை பூர்த்திச் செய்வதற்குள் கோழிக்கோடு பல்கலைக்கழகத்தில் எம்ஃபிலுக்கான செலக்ஷன் டெஸ்டிற்குப் போகும்படி என்னிடம் சொல்லப்பட்டது. நேர்காணலின் பிறகு நடக்கும் இந்தத் தேர்வுக்கு நூற்றுக்கு மேற்பட்டவர்கள் வந்திருந்தார்கள். தகுதி அடிப்படையில் மொத்தம் ஐந்தே இடங்கள்தானிருந்தன. ஆச்சரியப்படுவது போல் தேர்வுப்பட்டியல் என் பெயர்தான் முதலாவதாக வந்தது.

"இயேசுவே, இந்தத் தேர்வு முடிவிலும் என்னுடைய பெயர், ராங்க் லிஸ்டில் முதலாவதாக இருக்க வேண்டு மென்று நான் ஆசைப்படுகிறேன்."

முதல் ராங்க் பெற்று கல்லூரியின் கௌரவத்தைக் காப்பாற்ற வேண்டுமென்று ஆசிரியைகள் கேட்டுக் கொண்டதால்தான் நான் இவ்விதமாக பிரார்த்தனை செய்தேன். கூட இருந்த ஆசிரியை தோழியர், புகுமுக வகுப்பு மாணவியருக்கும் பட்ட மேற்படிப்பு மாணவி யருக்கும் பாடமெடுப்பவர்கள். புகுமுகவகுப்பில் பொது ஆங்கிலப் பாடமெடுக்கிற நான் இவர்களுடன் இணைந்து கொள்ள நிறையவே சிரமப்பட வேண்டியதிருந்தது. படித்தவற்றை மீண்டும் நினைவுக்குக் கொண்டுவருவதற் காக ஓண விடுமுறையிலும்கூட விடுதியிலேயே தங்கினேன். மிகச் சீக்கிரமாகவே என்னால் மற்றவர்களுடன் சேர்ந்து கொள்ள முடியுமென்று தோன்றியது. முதல் செமஸ்டரில் நல்ல மதிப்பெண்கள் கிடைத்திருந்தாலும் இன்டர்னல் தேர்வில் குறைவாகவே கிடைத்தது. ஆகவே, என்னுடைய பிரிவில் நான் நான்காவது இடத்துடன் திருப்தியடைய வேண்டியதாயிற்று. இரண்டாவது செமஸ்டர் துவங்கியது.

வேறு யாரும் இதற்கு முன் தேர்வு செய்திராத ஒரு கவிதையை – அதாவது ஒரு கருத்தை ஆய்வுக் கட்டுரைக்காகக் கண்டுபிடிக்கவேண்டிய நேரம் வந்தது. பல்வேறு எழுத்தாளர் களுடைய படைப்புகளை வாசித்து வாசித்து நான் குழப்பத்தி லாழ்ந்திருந்தேன். ராபர்ட் ஃப்ராஸ்ட்தான் எனக்குப் பிடித்த கவிஞர். ஆனால், துறைத் தலைவருக்கு ஃப்ராஸ்டைப் பற்றிக் கேலியான மனோபாவமிருந்தது. ஒருமுறை அவரது வகுப்பு இப்படி ஆரம்பித்தது:

"யாரோ ஃப்ராஸ்டின் படைப்புகளைப் பற்றி ஆய்வு செய்வதாக அறிந்தேனே? ஃப்ராஸ்டின் படைப்புகளைப் பற்றி ஆய்வு செய்வதற்கு இன்னும் என்ன மிச்சமிருக்கிறது?"

எல்லோரும் என்னைப் பார்த்தார்கள். நான் அவரிடம் நேரடியாகவே கேட்டேன்:

"சார், ஃப்ராஸ்டின் படைப்புகளில் புதிதாக எதையுமே ஆய்வு செய்ய இயலாதா?"

"ஓ... நிச்சயமாக செய்யலாமே சிஸ்டர். ஆனால், ஒவ்வொரு முறையும் எழுதுவதற்காக நீங்கள் பேனாவைத் திறக்கும்போதும் நான் சொன்ன வார்த்தைகள்தான் நினைவுக்கு வரும்."

"சாபமிடுகிறீர்களா சார்?" நான் வெள்ளந்தியாகக் கேட்டு விட்டேன்.

"சிஸ்டருக்கு சாபமிட நான் யார்? உண்மையைச் சொன்னேன், அவ்வளவுதான்"

எங்களுடைய விவாதம் அப்படியாக முற்றுப் பெற்றது.

ஃப்ராஸ்டின் படைப்புகளில் நான் முன் வைக்கப்போகும் புதிய கோணத்திலான விமர்சனப் பார்வை குறித்து மற்ற வர்களிடம் சொன்னபோது அவர்களுக்கும் பிடித்திருந்தது. நவீனம் சார்ந்த பார்வைதான் இப்போதைய புதிய விமர்சன அணுகுமுறை. கவிதையின் கருதுகோள், முரண் யதார்த்தம் என்று உறுதிபடச் சொல்கிறார், கிளைந்த் ப்ரூக்கஸ். ஆய்வின் முக்கிய நோக்கம், ஃப்ராஸ்டின் கவிதைகளிருக்கும் நீதிபோதனை கள் போன்ற அர்த்தத் தளங்களை முன்னிறுத்துவதுதான். கிறிஸ்துவின் உவமைகளை முரண் யதார்த்தமாக ஃப்ராஸ்ட் புரிந்துகொண்டிருப்பதாக அவரது வாழ்க்கை வரலாறு தெளிவு படுத்துகிறது. வசன நடையிலான ஃப்ராஸ்டின் கவிதைகளும் இயேசுவின் உவமைகளும் முரண் யதார்த்தப் பிரயோகத்தின் பிரதிபலிப்புகள்தான்.

“ராபர்ட் ஃப்ராஸ்டின் கவிதைகளில் நீதிபோதனைகள்” என்னும் எனது ஆய்வுக்கட்டுரையில் கவிதையின் அலங்காரத்தைப் பற்றிய விசாரணையினூடே கிறிஸ்துவின் உவமைகளை அது முரண் தன்மையாகப் புரிந்துகொள்கிற தேடுதலும் இடம்பெற்றிருக்கும்.

ஆனால், துறைத்தலைவரின் அனுமதியில்லாமல் நான் எப்படி ஆய்வை மேற்கொள்ள இயலும். இந்தப் பிரச்சினைக்கும் அதிக காலதாமதமில்லாமல் இயேசு பரிகாரம் கண்டார். இயேசுபிரானுக்கு ஒவ்வொன்றிற்கும் அவருக்கான தனி வழிகளிருக்குமல்லவா?

இந்தக் காலகட்டத்தில் என்னுடைய அப்பா உடல்நிலை மோசமாகி ஆஸ்பத்திரியில் சேர்க்கப்பட்டார். முதலில் என்ன வியாதியென்று தெரிந்துகொள்ள முடியாமலிருந்தது. தெரிய வந்தபோது வியாதி முற்றிப்போயிருந்தது. வாயில் புற்று நோய், மிகவும் முற்றிப்போயிருந்தது. அதே காலகட்டத்தில் தான் துறைத்தலைவரின் மனைவியும் புற்று நோயால் பாதிக்கப்பட்டு ஆஸ்பத்திரியில் சேர்க்கப்பட்டிருந்தார். நாங்கள் பரஸ்பரம் சந்திக்கும்போது கேட்கிற ஒரு கேள்வி:

“சார், மனைவிக்கு எப்படியிருக்கிறது?”

“அப்பாவுக்குப் பரவாயில்லையா, சிஸ்டர்?”

எங்களுடைய ஆய்வு விஷயங்களைக் குறித்து வாய்மொழித் தேர்வு நடத்தும் ஆசிரியர்கள் கூட்டம் நடக்கவிருக்கிறது. துறைத் தலைவருடைய விமர்சனத்தை நினைத்து நான் பயந்து போயிருந்தேன். அவர் அனுமதிக்க மறுத்துவிட்டால் வேறு ஆய்வுப் பொருளைக் கண்டுபிடிக்க வேண்டியதாகிவிடும்.

பிற்பகலில் நேர்காணல் நடக்கவிருக்கும் நிலையில், பன்னிரண்டு மணிக்கு உடனடியாக மனைவியை வந்து பார்க்கும்படி துறைத்தலைவருக்குத் தகவல் வந்தது.

நேர்காணலையும் ஆய்வுப்பொருளைத் தீர்மானிப்பதையுமெல்லாம் மூத்த பேராசிரியரிடம் ஒப்படைத்துவிட்டு துறைத் தலைவர் போய்விட்டார். என்னுடைய தரப்பும் விவாத முறையியலும் இந்தப் பேராசிரியருக்குப் பிடித்துப்போய்விட்டதால் உடனடியாக எனக்குப் பச்சைக்கொடி காட்டப்பட்டது.

எல்லாவற்றையுமே இயேசுவானவர் எப்படி நன்மையாகவே முடித்து வைக்கிறார் பாருங்கள்!

❐ ❐

மரணப் படுக்கையில் கிடந்த அப்பாவிடம் இரண்டாவது செமஸ்டருக்காக ஆசி வாங்கச் சென்றிருந்தேன். தேர்வு முடிந்ததும் மீண்டும் போய்ப் பார்க்கவேண்டுமென்றும் நினைத்தேன். தேர்வு விஷயங்களையெல்லாம் அறிந்துகொள்வதில் அப்பாவுக்கு மிகுந்த ஆர்வமுண்டு. சென்ற முறை இதைச் சொல்லி அனுமதி கேட்டபோது மதர் சுப்பீரியர் கண்டிப்புடன் மறுத்து விட்டார். இனிமேல் கொஞ்ச நாட்களுக்கு இந்தக் காரணத்தைச் சொல்லிக்கொண்டு இங்கே வரவேண்டாம் என்றார். ஆகவே, அனுமதி கேட்பதற்கான தைரியம் வரவில்லை. மறுநாள் காலையில் அப்பா எங்களையெல்லாம் விட்டு இந்த உலகத்திடமிருந்து நிரந்தரமாக விடைபெற்றார். என்னுடைய துரதிர்ஷ்டத்தை நினைத்து வேதனையுடன் அப்பாவின் சடலத்தின் அருகிலிருந்து கண் கலங்க மட்டுமே என்னால் முடிந்தது. மடத்தின் விதிகள் அனுமதிக்காது என்பதால் அன்றிரவு அப்பாவின் அருகிலிருக்க என்னால் இயலாமல்போனது. சாயங்காலம் ஆறு மணிக்குள் கேட் மூடப்பட்டுவிடும். ஆகவே, சீக்கிரமாக என்னைப் பக்கத்திலுள்ள மடத்திற்குக் கொண்டுவந்து சேர்த்தார்கள். அப்பாவிடமிருந்து என்னை அகற்றிய இந்த விதிகள் மிகவும் குரூரமானவை என்பதாக எனக்குத் தோன்றியது. அதிகாரபூர்வமான வருகையான 'விஸீத்தா'வுக்காக அங்கே வந்து சேர்ந்த எங்கள் புரொவின்ஷியல் மதர் க்ளவ்டியா, இறுதிச்சடங்குப் பாடலுக்குப் பிறகு வளாக ஆலயத்திலிருந்து பிரார்த்திப்பதற்கான என்னுடைய கோரிக்கையையும் நிராகரித்தார்.

மறுநாள் திருப்பலி முடிந்த பிறகும் கொஞ்ச நேரம் என்னை அங்கேயே பிடித்து நிறுத்தினார். பழைய விதிகளின்படி, மரணமடைந்த தன்னுடைய பெற்றோர்களது சடலத்தைப் பார்ப்பதற்குக்கூட கன்யாஸ்திரிகளுக்கு அனுமதி மறுக்கப்பட்டிருந்தது என்பதுதான் இதற்கான காரணம். உடலை மறைவு செய்கிற சடங்கு ஒன்பது மணிக்கு. எட்டே முக்காலுக்குத்தான் என்னை வீட்டுக்குப் போக அனுமதித்தார். எல்லாச் சடங்குகளும் முடிந்தபிறகு நான் பொறுமையெனும் தனிமைக்குள் மீண்டும் வந்து விழுந்தேன்.

❒ ❒

பல்கலைக்கழகத்தில் ஆய்வுக்கான வழிகாட்டியை துறைத் தலைவர் தேர்ந்தெடுக்க வேண்டும்.

பேராசிரியர் ஆர்பி. திறமையானவர், எதையுமே மிகச் சரியாக செய்ய வேண்டும் என நினைப்பவர் என்று கேள்விப் பட்டிருந்தோம். திருப்தியாக வரும்வரைக்கும் மாணவிகளை

மீண்டும் மீண்டும் எழுத வைப்பவர். எங்களில் யாருக்குமே அவர் கைடாக வருவதில் கொஞ்சமும் விருப்பமில்லை. ஆர்பி., கைடாக வந்துவிடக்கூடாதே என்பதுவே என்னுடைய பல நாள் பிரார்த்தனையாக இருந்தது.

ஒரு வருட எம்ஃபில் கோர்ஸ் முடிந்து நாங்கள் கல்லூரிக்குத் திரும்பி ஆசிரியைப் பணியில் சேர வேண்டிய நாள் வந்தது. நான் பணியில் சேர்ந்தபின் ஆய்வுக்கான நேரம் கிடைக்காது என்பதால் ஆர்பியைப் போன்ற ஒரு கறாரானவரிடம் என்னால் இணைந்து போவது சாத்தியப்படாது. ஆனால், வழிகாட்டிகளை முடிவு செய்துவந்த கடிதத்தில் என்னுடைய பெயரின் எதிரில் பேராசிரியர் ஆர்பியின் பெயரிருந்தது. இவ்வளவு நாட்களாக பிரார்த்தனை செய்தபோதும் இயேசுவானவர் செவிமடுக்கவில்லையா? இதன் தொடர்ச்சியாக பேராசிரியருடன் ஒரு நேர்காணல் நடக்கும். நாங்கள் ஹைதராபாத், அமெரிக்கன் ஸ்டடீஸ் ரிசர்ச் சென்டர் (ஏஎஸ்ஆர்சி) லைப்ரரிக்கு விவரங்களைச் சேகரிப்பதற்காகச் சென்றிருந்தோம். திரும்ப வந்து நான் என்னுடைய ஆய்வுக்கட்டுரையைத் தயார் செய்து சமர்ப்பித்தேன். பல்கலைக்கழகத்திலேயே மிகவும் நல்ல ஒரு வழிகாட்டியைத்தான் இயேசு எனக்காக ஆசீர்வதித்திருக்கிறார் என்பதை ஆய்வின்போதுதான் புரிந்துகொண்டேன்.

ஆசிரியைப் பணி தொடர்ந்து கொண்டிருக்கும்போது எனக்கொரு கடிதம் வந்தது. எம்ஃபில் கோர்ஸில் முதல் ராங்க் கிடைத்ததற்காக வாழ்த்துத் தெரிவிக்கும் கடிதம் அது. அன்றைய தினம் புரொவின்ஷியலேட்டில் நடந்த ‘ஃபெஸ்டல்’ விழாவில் பிஷப் குண்டுகுளத்தை வாழ்த்தி நான் பேச வேண்டும். மாநிலத் தலைவியான மதர் க்ளவ்டியாம்மாவைக் கண்டதும் எனக்கு எம்ஃபிலில் முதல் ராங்க் கிடைத்த மகிழ்ச்சியான தகவலைச் சொன்னேன். அவர் குரோதத்துடன் கேட்டார்:

“அங்குள்ள பேராசிரியர்களிடம் விசாரித்தவரைக்கும் இருபது வருடமாக பிஜி வகுப்பெடுத்த அனுபவமுள்ள ஒரு டீச்சர்தான் மிகவும் திறமையானவர் என்றல்லவா அறிந்தேன். பிறகு உனக்கெப்படி முதல் ராங்க் கிடைத்தது?”

ஆய்வுக் கட்டுரையிலும் வாய்மொழித் தேர்விலும் எனக்கு நல்ல மதிப்பெண்கள் இருந்ததால்தான் முதல் ராங்க் கிடைத்ததென்று மன்னிப்புக் கேட்பதுபோல் சொல்லவேண்டியதாயிற்று. அவர் பொறாமைப்படுவதற்கு நான் காரணமானபோதிலும் இயேசுவுக்கு நன்றி தெரிவித்தேன்.

வகுப்புக்கான முழுப்பொறுப்பையும் ஏற்றிருக்கும் ஆசிரியை என்பதால் என்னுடைய மாணவிகளை சமூக உணர்வாளர்

களாக மாற்றுகிற பொறுப்பு என்னுடையது. நம்முடைய வகுப்பிற்குள்கூட சமூகரீதியாகவும் பொருளாதாரரீதியாகவும் பாதிக்கப்பட்டவர்கள் இருக்கிறார்களெனும் புரிதல் மாணவிகளுக்கு இருக்க வேண்டும். இப்படி நலிவுற்ற பொருளாதார நிலையிலிருப்பவர்களுக்கும் வசதியுள்ள மாணவிகளுக்குமிடையே சகோதர உணர்வைத் தூண்டி உதவி செய்ய வைக்க வேண்டும். வகுப்பறையின் சில சின்னச் சின்னத் திருட்டுகள் அவ்வப்போது நடப்பதுண்டு. இப்படியான நாட்களில் நான் சாப்பிடாமல் வகுப்பறையிலேயே இருந்துவிடுவேன். ஏழ்மை நிலையிலிருப்பவர்கள்தான் இதில் ஈடுபடுகிறார்களென்று பொதுவான ஒரு சந்தேகமிருந்தது. இப்படியான குணங்களைக் களைவதற்காகத் திங்கட்கிழமைகள் தோறும் காலையில் வகுப்பறையின் முன் ஒரு பிரார்த்தனை நடத்த ஆரம்பித்தோம். கல்வியாண்டின் இறுதியில்தான் குற்றவாளியைக் கண்டுபிடிக்க முடிந்தது. பொதுவான யூகங்களுக்கு மாறாக, வகுப்பிலேயே மிகவும் பணக்காரியான ஒரு மாணவிக்குத்தான் இந்த 'கிளப்டோமானியா' குணமிருந்தது. திருட்டுப்பொருள் முழுவதையும் திரும்பப் பெற்று உரிமையாளர்களிடம் ஒப்படைத்தோம். மாணவிகளைத் தீவிரமான பிரார்த்தனைக்குட்படுத்தியதன் விளைவாகவே இந்த தீர்வு கிடைத்தது. மாணவிகளுக்கு மன ஆறுதல் கிடைத்ததுடன் தேவனுடன் அதிகமாக நெருங்கவும் முடிந்தது. கல்லூரியிலிருந்து வெளியே போன பிறகும் பரோபகாரச் செயல்பாடுகளில் ஈடுபடுமளவில் மற்றவர்களைப் பற்றிய நல்ல சிந்தனைகளுடையவர்களாக அவர்கள் மாறியிருந்தார்கள். அந்த வருடம் இரண்டு ஆசிரியை சிஸ்டர்களை கல்லூரியிலிருந்து எம்ஃபிலுக்கு அனுப்பியதுடன் அவர்கள் கவனித்துவந்த ஆசிரியைப் பணி மற்றும் சில பொறுப்புகள் என்னிடம் ஒப்படைக்கப்பட்டன. இத்துடன், பணிகளுக்கான பொறுப்பை ஏற்றுக்கொள்பவர்கள் பட்டியலில் என் பெயரின் முன்னால் பிரின்சிபால் கிளாடிட்டா சிஸ்டர் 'ஓவரால்' என்று எழுதியிருப்பதையும் பார்த்தேன். எந்த வேலையாக இருந்தாலும் சரி, வகுப்பறையிலிருக்கும் என்னை அழைத்து இது ஓவராலைச் சேர்ந்தது என்று செய்யச் சொல்லிவிடுவார். கல்லூரியில் இரண்டு கன்யாஸ்திரிகள் பணியில் இல்லையென்பதால் முதல்வர் எதைச் சொன்னாலும் முடியாது என்ற வார்த்தையை ஒருபோதுமே உபயோகிக்கக் கூடாது என்று நான் தீர்மானித்திருந்தேன்.

கல்லூரி முதல்வர், பெரும்பாலான எல்லா நேரமும், மனதின் சமநிலையை இழந்து கோப்புகளையெல்லாம் எடுத்து வீசுகிற அளவுக்குக் கோபக்காரியாக இருந்தார். என்னால் இயன்றவரைக்கும் பொறுத்துப்போவதுதான் இதற்கு ஒரே வழியென்று நான் புரிந்துகொண்டிருந்தேன்.

முதல்வரும் மற்றொரு ஆசிரியையும் பரஸ்பரம் மரியாதை யுடன் நடந்துகொள்வார்கள். அந்த ஆசிரியையிடம், என்எஸ்எஸ் புரோகிராம் அதிகாரி என்னும் பொறுப்பைக் கொடுத்திருந்தார். ஆனால், அவர், முதல்வரிடம் சொன்னார்: "சிஸ்டர் ஜெஸ்மி உதவுவார் என்றால் மட்டும்தான் என்னால் இந்த வேலையை ஏற்றுக்கொள்ள இயலும்."

இந்த விஷயத்தை அறிந்ததும் நான் சிஸ்டர் கிளாடிட்டா விடம் என்னுடைய ஓவராலைப் பற்றி நினைவுபடுத்தினேன். "சரி, அப்படியானால் அந்த சிஸ்டருக்கு உதவியாக மற்றொரு சிஸ்டரை ஏற்பாடு செய்கிறேன்" என்று எனக்கு ஆறுதல் சொன் னார். ஒருநாள் என்னை அவரது அறைக்கு வரவழைத்தார். அவருடன் துணை முதல்வரும் அந்த என்எஸ்எஸ் ஆசிரியை யும் இருந்தார்கள்.

"ஜெஸ்மி, என்எஸ்எஸ் கேம்பிற்கும் மற்ற வேலைகளுக்கும் உன்னுடைய உதவியும் தேவையென்று டீச்சர் வற்புறுத்துகிறார்."

"காலேஜிலும் மடத்திலுமுள்ள எல்லா வேலைகளும் என்னிடம் ஒப்படைக்கப்பட்டிருப்பது சிஸ்டருக்குத் தெரியு மல்லவா? பிறகெப்படி நான் இவருக்கு உதவியாக இருக்க முடியும்?"

"உன்னால் முடிந்ததைச் செய் ஜெஸ்மி."

சிஸ்டரிடம் மாட்டேன் என்று சொல்லக்கூடாது என்கிற என்னுடைய முடிவின்படி தயக்கத்துடன் ஒப்புக்கொண்டேன். ஆனால், பிறகுதான் இவருடைய தந்திரத்தைப் புரிந்துகொண் டேன். உண்மையில் இந்த வேலையை நிச்சயமாக நான் மறுத்துவிடுவேன் என்று அவர் எதிர்பார்த்திருக்கிறார். அப்படி நான் மறுக்கிற பட்சத்தில் என்மீது குற்றம் சாட்டவேண்டும். இது நடந்திருந்தால் கல்லூரியில் பணிபுரியும் அனைவரும் அவருக்கு ஆதரவாகவும் எனக்கெதிராகவும் திரும்பியிருப்பார்கள்.

பொதுவாகவே, ஓண விடுமுறையின்போதுதான் முகாம் ஏற்பாடு செய்யப்படும். இப்போது ஓணம் நெருங்கிவிட்டது. முகாம் ஏற்பாடு செய்வதில் மட்டுமே கவனத்தைச் செலுத்திய நான் அந்த ஆசிரியையுடன் இணைந்து, பொருத்தமான ஒரு இடத்தைக் கண்டுபிடிக்கவும் பஞ்சாயத்து அதிகாரிகளைப் பார்க்கவும் தகுந்த நபர்களிடம் உதவிகளைக் கேட்கவும் நோட்டீஸ் களும் அழைப்பிதழ்களும் அச்சடிப்பதற்குமாக ஓடியாடி வேலை செய்தேன். ஒவ்வொரு கட்டத்திலும் கல்லூரி முதல்வருக்கு அழைப்பு விடுத்தும் ஒவ்வொரு விஷயத்தையும் அவருடன் விரிவாக விவாதித்தும், பயணங்களுக்கான அனுமதியைப் பெற்றும்தான் செய்துகொண்டிருந்தேன். எல்லாவற்றுக்கும்

அவர் ஒப்புதல் தெரிவித்துக்கொண்டிருந்தார். ஆனால், அதிகாரி களைப் பார்க்க அழைக்கும்போது மட்டும் ஏதேனும் காரணங் களைச் சொல்லிச் சமாளித்துவிடுவார். நானும் இவற்றையெல்லாம் உண்மையென்றே நம்பினேன். முகாமிற்கான அழைப்பிதழ் அச்சடிப்பதெற்கென்று அவசரமாக புறப்படும்போது மதர் சுப்பீரியர் சொன்னார்:

“மதியம் 3.30க்கு கிளாஸ் முடியும். உடனே நீ மடத்துக்கு வந்து சேர்ந்துவிடு.”

நான் பதற்றத்துடன் கேட்டேன்: “அப்படி என்றால் நான் என்னுடைய ஓவரால் பணிகளை எப்போது செய்வது?” முதல்வர், கல்லூரியிலிருந்து வருவதுவரை நான் காத்திருக்க முடிவு செய்தேன். சிஸ்டர் கிளாடிட்டாவைதான் அப்போது நான் முழுவதுமாக நம்பியிருந்தேன். சுப்பீரியரிடம் அவர் எல்லா வற்றையும் விரிவாகச் சொல்வார் என்று நினைத்திருந்தேன். அவர் மடத்திற்கு வந்ததும் ஓடோடிச் சென்ற நான்:

“சிஸ்டர், காலேஜில் நான் செய்யவேண்டிய வேலைகளைப் பற்றி சுப்பீரியரிடம் சொல்லுங்கள்; கூடவே, என்எஸ்எஸ் முகாம் ஏற்பாடுகளையும் . . .”

எதிர்பார்க்கவே இயலாத பதில் அவரிடமிருந்து உடனடி யாக வந்தது:

“எல்லாவற்றையும்விட முக்கியமான விஷயம்: நீ மடத்தி லுள்ள ஒரு சிஸ்டர் என்பது. ஆகவே, நீ சுப்பீரியரின் சொல் லுக்குக் கீழ்ப்படியவேண்டும்.”

நம்பவே முடியாமல் நான் அதிர்ச்சியுடன் அவரைப் பார்த்தபடியே நின்றுவிட்டேன்.

“சிஸ்டர், காலேஜில் என்னுடைய வேலைகளைப் பார்ப்பது . . ?”

மற்றொரு அதிரவைக்கும் பதில்:

“காலை 9–30 முதல் மதியம் 3–30வரை உன்னால் என்னென்ன வேலைகளைச் செய்யமுடியுமோ அதை ஒரு துண்டு பேப்பர்ல எழுதிக் கொடு.”

ஏற்கனவே ஒத்திகை பார்க்கப்பட்ட ஒரு நாடகம் அரங் கேறுகிறது என்பதை நான் புரிந்துகொண்டேன். உடனேயே நான் சாப்பலுக்குச் சென்று இயேசுவிடம் கேட்டேன்: “நாதா, நான் என்ன செய்ய வேண்டும்?” திரும்பிவந்து ஒரு துண்டுக் காகிதத்தில் எழுதினேன்:

“புரிதலுடன் எனக்கான சுதந்திரத்தையும் தருகிற பட்சத்தில் என்னை நம்பி ஒப்படைக்கும் எல்லா வேலைகளையும் என்னால் செய்ய இயலும்.”

கல்லூரி முதல்வர் தன்னுடைய கடைசி முடிவைச் சொன்னார்:

“ஜெஸ்மி, தேவையான நாட்கள் விடுப்பு எடுத்துக்கொள்ளலாம். போய்த் தூங்கவோ ஓய்வெடுக்கவோ செய். அதை நீயே முடிவு செய்துகொள்.”

“பரவாயில்லை, அந்த வரைக்கும் நல்லதுதான், சிஸ்டர். எனக்கு நாவல் வாசிக்கவோ டிவி பார்க்கவோ பிடித்தமான முறையில இருக்கவோ முடியும்.” எல்லாவற்றையுமே நான் நல்லவையாகவே ஏற்றுக்கொண்டு என்னை ஆறுதல்படுத்திக் கொண்டேன். மறுநாள், காலையில் டிவி இருக்கும் அலமாரியில் இரண்டு வீடியோ காஸெட்டுகள் வைத்திருந்தது நினைவுக்கு வந்தது. தமாமிலிருக்கும் என்னுடைய சகோதரன் தந்த காஸெட்டுகள். அதை வீட்டில் ஒப்படைப்பதற்காக டிவியின் சாவியைத் தேடியபோது வைத்த இடத்தில் அதைக் காணவில்லை. அதைக் கையாளுகிற எலெக்ட்ரீஷியனிடம் கேட்டபோது அவன் சொன்னான்: “நீங்கள் டிவி பார்க்கக்கூடாது என்பதற்காகச் சாவியை அந்த இடத்திலிருந்து எடுத்து விட்டார்கள். சாவி இருக்கிற இடத்தை உங்களிடம் சொல்லக்கூடாதென்று உத்தரவு.” “ஒரு கன்யாஸ்திரியைத் தனிமைப்படுத்தி தள்ளிவைப்பதென்பது ஒருவகையான தண்டனை முறை” என்று நான் பிரமாணக் குறிப்பில் வாசித்ததை நினவுகூர்ந்தேன். விஷயங்களை இப்போது நான் தெளிவாகப் புரிந்துகொள்ளத் துவங்கினேன். எனக்குத் தந்திருக்கும் புதிய தண்டனை இது.

எல்லா கன்யாஸ்திரிகளிடமும் குறிப்பாக, நான் பாடமெடுக்கும் கன்யாஸ்திரிகளிடமும் கல்லூரியிலுள்ள கடைநிலைப் பணியாளர்களிடமும் என்னுடன் எந்தவிதமான தொடர்பும் வைத்துக் கொள்ள வேண்டாமென்று அதிகாரிகள் சொல்லியிருக்கிறார்கள். ஒருதடவை என்னுடைய மேஜையிலிருந்து விக்ஸ் பாட்டிலை எடுத்துக்கொண்டு வரும்படி ஒரு ஜூனியர் சிஸ்டரிடம் சொன்னேன். என்மீதிருந்த அன்பும் மரியாதையும் காரணமாக அவள் அதை எடுத்துக்கொண்டு வந்தாள். உடனே அவள் முதல்வரின் அறைக்குள் அழைக்கப்பட்டாள். அவள் பயத்துடன் செல்வதையும் நான் கவனித்தேன். அவளது நடவடிக்கையில் தென்பட்ட வேறுபாட்டைக் கவனித்து சந்தேகத்துடன் விசாரித்தபோது என்னிடம் பேசியதற்காக அவள் திட்டு வாங்கியதாக அறிந்தேன். அதிகாரிகள் என்னை சமூக விலக்கம் செய்திருக்கிறார்கள் என்பதை அப்போதுதான் என்னால் புரிந்துகொள்ள முடிந்தது.

இதனிடையே புரொவின்ஷியல் மதர் க்ளவ்டியா, மடத்திற்கு அதிகாரபூர்வமாக வருகை தந்தார். நூதனமான தண்டனை முறைகளுடன்தான் ஒவ்வொரு முறையும் அவரது வருகை நிகழும். ஒருதடவை அவர் சொன்னார்:

"உனக்கு உடல்ரீதியாக ஏதாவது பிரச்சினைகள் ஏற்படுமென்று நான் இவ்வளவு நாட்களாக எதிர்பார்த்திருந்தேன். அப்படி ஏதாவது ஆகியிருந்தால் நான் உன்னை ஆஸ்பத்திரியில் அட்மிட் பண்ணியிருப்பேன். ஆனால், நீ எப்போதும்போல் ஆரோக்கியமாகத்தான் இருக்கிறாய்."

மிகுந்த திருப்தியுடன் நான் சொன்னேன்:

"இயேசுவானவர் என்னைக் கை விட மாட்டார்."

இதற்கான அவளது பதில் உடனடியாக வந்தது:

"உடல்ரீதியாக உனக்குப் பிரச்சினையெதுவும் வரவில்லையென்றால் உன்னை மனநோய் மருத்துவரிடம் அழைத்துக் கொண்டு போவேன்."

இதை என்னால் தாங்கிக்கொள்ளவே முடியவில்லை. தற்போது எனக்கெதிராக மாறியிருந்தாலும் ஏதோ ஒரு எதிர் பார்ப்புடன் நான் முதல்வரைச் சந்தித்தேன்.

"மதர் புரொவின்ஷியல் என்னை மனநோய் சிகிச்சைக்கு அழைத்துக்கொண்டு போகத் தீர்மானித்திருக்கிறார். இதைக் கேள்விப்பட்டதில் உங்களுக்கு மகிழ்ச்சியாக இருக்கிறதா?"

அழுதபடியே மன்றாடினார் கல்லூரி முதல்வர்:

"ஜெஸ்மி, எக்காரணம்கொண்டும் அவளுடன் நீ ஆஸ்பத்திரிக்குப் போயிடக்கூடாது."

"சிஸ்டர், அப்படிப் போகாமலிருந்தால் அது என் தரப்பில் கீழ்ப்படியாமை ஆயிடாதா?"

"இல்லை ஜெஸ்மி, அப்படி கீழ்ப்படிதலை மீறினதுக்காக தண்டனை கொடுப்பதாக இருந்தால் குற்றத்தை நீ என் பேரில் போட்டுவிடு."

சிஸ்டரின் இதயத்திலிருந்த என்மீதான பரிவை உணர முடிந்தது. ஒரு ஓநாயை இயேசு நாதர், ஆட்டுக் குட்டியாக மாற்றியிருக்கிறார்.

இதனிடையே என்னைப் பார்ப்பதற்காக என்னுடைய அம்மா பார்வையாளர் பகுதிக்கு வந்தாள். விஷயங்கள் அனைத்தையும் அம்மாவிடம் கண்ணீருடன் சொன்னேன்.

அம்மாவால் முடிந்த வரைக்கும் எனக்கு ஆறுதல் வார்த்தை களைச் சொன்னதுடன், இயேவை நினைத்து எல்லாவற்றை யும் பொறுத்துக்கொள்ளும்படி உபதேசம் செய்தாள். ஆனால், சற்றும் எதிர்பாராதவிதமான உச்சக்கட்ட காட்சி அமைந்தது. ஒருநாளிரவு சுப்பீரியர் என்னை அழைத்துச் சொன்னார்:

“உன்னை எதிர்பார்த்து கல்லூரியின் விருந்தினர் அறையில் மதர் புரொவின்ஷியல் வந்து காத்திருக்கிறார்”

சாலையின் மறுபுறமிருந்த கல்லூரிக்கு என்னை வாட்ச்மேன் அழைத்துச் சென்றான். போய்ச் சேர்ந்ததும் பணியாளர் என்னைத் திகைப்புடன் பார்த்துவிட்டு ஒரு முன்னறிவிப்புத் தந்தார்:

“சிஸ்டர் கவனமாக இருங்க. உள்ளே ஒரு மீசைக்காரன் உட்கார்ந்திருக்கிறான். நன்றாக பிரார்த்தனை செய்துட்டு உள்ள போங்க.”

திடுக்கிட்டுப் போனேன். இரவு எட்டரை மணிக்கு கல்லூரிக் குள் ஆண் ஒருவர் இருப்பாரென்று நான் எதிர்பார்க்கவே இல்லை. உள்ளே மதர் புரொவின்ஷியலுடன் ஒருவர் உட்கார்ந் திருந்தார். என்னுடைய மனநிலையைப் பற்றித் தெரிந்து கொள் வதற்காக அவர் என்னிடம் கேள்விகள் கேட்க ஆரம்பித்தார். அவருக்குப் பதில் சொல்ல மறுத்த நான், சகோதரி க்ளவ்டியாம்மா விடம் என்னைப் புரிந்துகொள்ளும்படி மன்றாடிக்கொண் டிருந்தேன். டாக்டர் கேட்பதற்குப் பதில் சொல்லும்படியும் அவருடன் ஒத்துழைக்கும்படியும் நிர்ப்பந்தம் செய்துகொண் டிருந்தார். எல்லாவற்றையும் மறுத்த நான், தயவுசெய்து என்னை விட்டுவிடுங்கள் என்று மீண்டுமொருமுறை மதர் புரொவின்ஷிய லிடம் அழுது மன்றாடினேன்.

“என்மீது கருணை காட்டுங்களம்மா. என்னைத் தண்டிக்கவா வேண்டாமா என்று அந்த இயேசு நாதரிடம் கேளுங்கள். உங்களுடைய இந்தச் செயல்களை இயேசுவானவர் ஒப்புக் கொள்ளுவார் என்பதில் எனக்கு நம்பிக்கையில்லையம்மா . . .”

“ஜெஸ்மி, உன்னுடைய மனநோய் சிகிச்சைக்காக நமது சபை பணம் செலவு செய்வதென்பது உனக்குக் காட்டுகிற ஆதரவுதான். இதற்காக நீ என்னைப்போன்ற அதிகாரிகளுக்கு நன்றி சொல்ல வேண்டும்.”

“அம்மா, நான் முழுக்க முழுக்க நார்மலாகத்தானிருக்கேன். தயவுசெய்து என்னைப் புரிந்துகொள்ளுங்கள். நேரமாகிறது, என்னை மடத்துக்குப் போக அனுமதியுங்கள்.”

இதைச் சொல்லிவிட்டு அனுமதிக்காகக் காத்திருக்காமல் நான் வெளியே ஓடினேன். நான் அறைக்கு வெளியே ஓடி

வந்துவிட்டால் உடனே என்னை மடத்தில் கொண்டுபோய் விட்டுவிடும்படி ஏற்கனவே, அவள் வாட்ச்மேனிடம் சொல்லி யிருந்திருக்கிறாள். நான் சாலையைக் கடந்து மடத்திற்கு வந்து சேருவது வரைக்கும் அவனும் கூடவே வந்தான். நான் ஓடி வந்து என்னுடைய அறையில் கட்டிலில் விழுந்து கதறியழ ஆரம்பித்தேன்:

"இயேசுவே நீர் சொல்லும், எனக்குப் பைத்தியம் பிடித்து விட்டதா? ஒருவேளை, என்னால்தான் அதைப் புரிந்துகொள்ள முடியவில்லையா?"

இரத்தம் வடிகிற முகத்துடன் மிகுந்த கருணையுடன் அவர் பேசுவதாக அப்போது என்னுடைய மனக் கண்ணில் தெரிந்தது.

"என்னுடைய வேதனையை நீ பார்க்கவில்லையா? என் னுடன் சேர்ந்து நீயும் அதை அனுபவிக்கிறாய்."

மிகவும் ஆறுதலாக இருந்தது. தண்டனைகள் தருவதற்காக மதர் புரொவின்ஷியல் என் பின்னால் வருவாளா? ஒவ்வொரு நிமிடமும் அவளது வருகையை எதிர்பார்த்துப் பயந்துபோயிருந்த நான் மெல்லத் தூக்கத்திலாழ்ந்தேன். மறுநாள் காலையில் சமையலறை கன்யாஸ்திரி சொன்னாள்:

"நேற்றிரவு முழுவதும் நான் முழந்தாளில் நின்று கைகளை யேந்தி உங்களுக்காகப் பிரார்த்தனை செய்தேன்."

அன்று சாயங்காலம் அம்மா என்னை தொலைபேசியில் அழைத்துப் பேசினாள்:

"மேமி, உன்னிடம் முக்கியமான ஒரு விஷயத்தைச் சொல்ல வேண்டும். உன்னை அவர்கள் பலவந்தமாக மனநோய் ஆஸ்பத்திரிக்குக் கொண்டுபோக முயற்சி செய்தாலும் நீ போகவே கூடாது. உன்னுடைய அப்பா மட்டும்தான் இறந்து போய் விட்டார். அம்மா நான் உயிருடன்தான் இருக்கிறேன் என்பதை அவர்களிடம் சொல்லிவிடு. மீறி அவர்கள் எதையாவது செய்ய முயற்சி செய்தால் நான் வழக்குத் தொடுப்பேன்."

நான் விம்மி விம்மிக் கதறியழுதபடி சொன்னேன்:

"அம்மா நேற்றிரவு இந்தச் சம்பவம் நடந்தது. என்னை அவர்கள் ஆஸ்பத்திரிக்குக் கொண்டு போகவில்லை. ஆனால், டாக்டரை இங்கேயே வரவழைத்துவிட்டார்கள். நல்லவேளை யாக நான் அங்கிருந்து தப்பித்து வந்தேன்." அம்மா சொன்னாள்:

"நான் வந்து உன்னை நேரில் சந்தித்ததற்கான காரணமே, உன்னிடம் மனநிலைக் கோளாறுக்கான ஏதாவது அறிகுறிகள்

இருக்கிறதா என்பதைத் தெரிந்துகொள்வதற்காகத்தான். ஒரு சிஸ்டர் என்னைப் போனில் கூப்பிட்டு, உன்னை மனநல மருத்துவரிடம் காட்ட வேண்டுமென்றும் வீட்டிலுள்ளவர்கள் தான் இதைச் செய்ய வேண்டுமென்றும் சொன்னாள். உன்னை நேரில் பார்த்து உன் வாயாலேயே விஷயங்களை அறிந்துகொள்ள வேண்டும் என்றுதான் நான் வந்திருந்தேன். உனக்கு அப்படியான எந்தப் பிரச்சினையுமே இல்லை என்று எனக்குத் தெளிவாகத் தெரிந்துபோய்விட்டது. அதனால்தான் நான் உன்னிடம் அதைப்பற்றி எதையுமே பேசவில்லை."

"நீ ஏம்மா, இதை என்னிடம் முன்கூட்டியே சொல்லவில்லை?"

"அவர்கள் இப்படி அழைத்துக்கொண்டு போவார்களென்று நான் நினைக்கவே இல்லை. ஏனோ, எனக்கு இன்றைக்கு உன்னிடம் அதைச் சொல்லவேண்டுமென்று தோன்றியது."

என்னை ஏன் அவர்கள் மனநோய் சிகிச்சைக்கு அனுப்பி வைக்க முயற்சி செய்கிறார்கள்? இந்த சிந்தனையை நான் அடைகாக்க ஆரம்பித்தேன். ஒருவேளை, என்னுடைய சுதந்திர தாகமும் அதை அடைவதற்காக நான் தேடுகிற வழிமுறைகளும் அவர்களால் ஏற்றுக்கொள்ள முடியாததாக இருந்திருக்கலாம். மட்டுமல்ல, இயேசுவை அடைவதற்கான ஆன்மிக வழிமுறைகளினூடே நான் அழகியலையும் இணைப்பது அவர்களால் ஜீரணிக்க முடியாததாக இருந்திருக்கலாம். என்னுடைய வெளிப்படையான பேச்சுகளும் நேரான மார்க்கங்களும் அதிகாரிகளின் இரகசியங்களை அம்பலப்படுத்திவிடுமோ என்று பயந்திருக்கலாம். அதிகாரிகள் மேற்கொண்ட சில முடிவுகளையும் அது தொடர்பாக அறிந்துகொண்ட தகவல்களையும் நான் கேள்விக்குட்படுத்தியது அவர்களுக்குப் பிடிக்காமல் போயிருக்கலாம். ஆகவே, என்னைப் பேச முடியாமல் செய்து தங்களுடைய கட்டுப்பாட்டுக்குள் கொண்டுவருவதற்கு விரும்பியிருக்கலாம். மறுநாள், மதர் க்ளவ்டியாவிடமிருந்து ஃபோன் வந்தது. அமலா கல்லூரியில் நடக்கும் பொயட் – ஆர்ட்டிஸ்ட் தினத்தின்போது மூன்று நடுவர்களில் ஒருத்தியாக நானிருந்தேன். கொஞ்ச நாட்களாவது என்னைத் தனியாக விட்டுவிடும்படி கேட்ட என் வேண்டுகோளுக்கு, அதிர்ஷ்டவசமாக அனுமதி கிடைத்தது. அப்படியாக அந்த அக்னி பரீட்சையிலிருந்து தற்போதைய விடுதலை கிடைத்தது.

சிஸ்டர் க்ளாடிட்டா பிஎச்டிக்கு பதிவுக்கு அனுமதி தந்ததால் என்னுடைய எம்ஃபில் வழிகாட்டியான பேராசிரியர் ஆர்பியைப் பார்க்க வேண்டியதிருந்தது. போவதற்குமுன் கல்லூரி முதல்வரையும் மதர் புரொவின்ஷியல் க்ளவ்டியாவையும் சந்தித்து அனுமதி பெறவேண்டுமா என்று கேட்டேன்.

அவர், கன்யாஸ்திரிகளை ஆய்வுக்கு அனுப்புவதற்கான அனுமதி முதல்வருக்கு கொடுக்கப்பட்டுவிட்டது என்றார். பேராசிரியரைப் பார்ப்பதற்காக அவரது அறைக்கு வெளியே நான் காத்து நின்றிருக்கும்போது என்னுடைய மாணவி அனு வந்து சொன்னாள்:

"நீங்கள் ஆர்பியிடம் பதிவு செய்ய வந்திருக்கிறீர்கள் என்றால் ஒரு விஷயம் சொல்ல வேண்டும். தற்போது அவரிடம் ஆறு ஆய்வு மாணவிகள் இருக்கிறார்கள். ஆகவே, உங்களை சேர்த்துக்கொள்வதற்கு அவருக்கு நேரமிருக்குமா என்று தெரியவில்லை."

"சரி, எதுவாக இருந்தாலும் வந்துவிட்டேன் அல்லவா? நேரில் பார்த்து ஒரு ஹலோ சொல்லி விட்டுப் போய்விடுகிறேனே?"

உள்ளே சென்றேன். கவிஞர் சச்சிதானந்தன் தன்னுடைய தீஸிசை சமர்ப்பித்ததும் என்னை சேர்த்துக்கொள்வதாகப் பேராசிரியர் ஆர்பி சொன்னார்.

"சிஸ்டர் நமக்கு முதல் விவாதத்தை இன்றைக்கே தொடங்கி விடலாம். நீங்கள் வாசிக்க ஆரம்பிக்கலாம். விருப்பமிருந்தால் எட்வர்ட் டைலரை எடுத்துக்கொள்ளுங்கள்."

எனது பெற்றோர்

சிஸ்டர் ஜெஸ்மி

பிறகு எங்களுக்குள் மூன்று கட்டமாக விவாதங்கள் நடந்தன. இதனிடையே மதர் க்ளவ்டியாவை சந்தித்து நான் தேர்வு செய்த ஆங்கில கவி எட்வர்ட் டைலரைப் பற்றி அவரிடம் பேசினேன். அந்தக் கவிஞர் ஒரு பாஸ்டர் அல்லவா என்று அவர் கேட்டபோது நவீன இலக்கியத்தைப் பற்றிய அவரது புரிதல் என்னுள் மதிப்பை உருவாக்கியது. அதைப்பற்றி கொஞ்ச நேரம் பேசிக் கொண்டுமிருந்தோம். ஆனால், என்னை மனநல மருத்துவரிடம் காண்பிப்பதில் அவருக்கு ஏற்பட்ட தோல்வியின் காரணமாக என்னை அவர் வேறொரு வடிவத்தில் தண்டிக்க முயற்சி செய்வதாகத் தோன்றியது.

மதர் க்ளவ்டியா மற்றொரு சந்தர்ப்பத்தில் கேட்டார்: "ஜெஸ்மி, உன்னுடைய பிஎச்டி ஆய்வு விஷயத்தைப் பற்றி இதுவரை என்னிடம் சொல்லவில்லையே? இதற்கான தைரியம் உனக்கு எப்படிக் கிடைத்தது?"

"அம்மா, அனுமதி வாங்குவது சம்பந்தமாக நான் பிரின்சிபாலிடம் முதலிலேயே கேட்டேன். இதற்கான அனுமதி ஏற்கனவே தனக்குக் கிடைத்துவிட்டதாக அவர் சொன்னார். இருந்தாலும் நான் உங்களை வந்து சந்தித்ததுடன் கவிதையைப் பற்றியெல்லாம் பேசினோமே?"

"எதுக்காக பொய் சொல்றே ஜெஸ்மி? நீ ஒருபோதுமே என்னிடம் அதைப்பற்றிப் பேசினது கிடையாது."

"அம்மா, எட்வர்ட் டைலரைப்பற்றி நான் சொன்ன விஷயம் உங்களுக்கு ஞாபகமில்லையா? அவர் ஒரு பாஸ்டர் என்றும் நீங்கள்தான் சொன்னீர்கள். நவீன இலக்கியங்களில் உங்களுக்கிருக்கும் திறமையைப்பற்றி நானும் சொன்னேனே?"

கர்த்தருக்கு ஸ்துதி. அவருக்கு நினைவுவந்தது. இருந்தபோதும் அவர் எதிர்ப்பைத் தொடர்ந்துகொண்டு தானிருந்தார்.

"உனக்கு நமது உயர்மட்டக் குழுவின் அனுமதி கிடைக்க வில்லையே?"

இப்படியான ஒரு அனுமதியை நான் இதுவரை கேள்விப் படவே இல்லை. நிறைய சிஸ்டர்கள் பிஎச்டிக்குப் போயிருக் கிறார்கள். எனக்குத் தெரிந்து யாருமே இப்படியான ஒரு அனுமதியை எதிர்பார்த்திருந்ததாக ஞாபகமே இல்லை.

"ஜெஸ்மி உடனே போய் பேராசிரியர் ஆர்பியைப் பார்த்து ஆய்வை ரத்து செய். அதிருக்கட்டும், நீ ஏன் ஜெப தினங்களுக்குப் போகாமல் இருந்தே?"

“அம்மா, பிரார்த்தனைக்குப் போவதற்காக நான் எத்தனை முறை நான் பிரின்சிபாலிடம் லீவு கேட்டிருக்கிறேன். பிரின்சிபால் தான் லீவு தரவில்லை.”

“சரி, இந்த முறை உனக்கு லீவு கிடைக்கும். சம்பள மில்லாத ஒன்றரை வருட லீவு கேட்டு நீ விண்ணப்பம் கொடு.”

“எனக்கு பிரார்த்தனைக்குப் போறதுக்கு அவ்வளவு கால மெல்லாம் லீவு வேண்டாம். வெறும் ஒரு மாத லீவு போதும் அம்மா.”

“இல்லை ஜெஸ்மி, நான் சொல்றதை நீ கேட்கத்தான் வேண்டும். ஒரு லாங் லீவுக்கு நீ அப்ளை பண்ணு. என்றால்தான் நமக்கு ஒரு கல்லூரி ஆசிரியையை புதிதாக நியமிக்க முடியும்.”

அதிகமாக வாதம் செய்ய விரும்பாத நான் விடுப்புக்கான விண்ணப்பத்தில் கையொப்பமிட்டேன். இந்த அளவுக்குக் கடின மனதுடையவராக இல்லையென்பதால் கல்லூரி முதல்வர் அழ ஆரம்பித்தார்.

அதிகமான நாட்களை பிரார்த்தனையில் செலவு செய்வது எல்லோருக்குமே நல்லதுதானே அம்மா என்று அவருக்கு ஆறுதல் சொன்னேன். ஆவணங்களைத் தீவிரமான பரி சோதனைக்குட்படுத்துவதற்கென்று மதர் புரொவின்ஷியல்கள் அதிகாரபூர்வமாக மூன்றாண்டுகளுக்கு ஒரு தடவை ஒவ்வொரு மடத்திலும் வந்து தங்குவார்கள். இதை *புரொவின்ஷியல் விஸீத்தர் என்று சொல்வார்கள். இதுபோன்ற ஒரு காரணத்திற் காக மதர் க்ளவ்டியா வந்திருந்தபோது கல்லூரி முதல்வரை யும் மடத்தின் தலைவியையும் ஒரு மூத்த கன்யாஸ்திரியையும் நான் தனிப்பட்ட முறையில் சந்தித்து மடத்திலும் கல்லூரி யிலும் இவ்வளவு காலமும் ஏற்படுத்திய பிரச்சினைகளுக்காக மன்னிப்புக் கேட்க வேண்டுமென்று சொன்னார்.

அதன்பிறகு இணைவு ஒன்றுகூடலுக்காக சமூகக் கூடுகை நடக்கும்போது, எழுந்து நின்று எல்லா கன்யாஸ்திரிகளிடமும் நான் மன்னிப்புக் கேட்க வேண்டுமென்று மதர் க்ளவ்டியா சொல்லியிருந்தார். மிகுந்த பணிவுடன் அதையும் செய்தேன். மன்னிப்புக் கேட்கும்போது பல சகோதரிகள் மனக்குமுற லுடன் விதும்புவதைக் கண்டேன்.

விடுமுறையில் பிரார்த்தனைக்குப் போவதற்கு முன் நான் என்னுடைய ஆய்வு மேலாளரைப் பார்த்து இனி ஒன்றரை வருடகாலம் இங்கே இருக்கமாட்டேன் என்பதைச் சொன்னேன். முடிந்தவரைக்கும் சீக்கிரமாக, எனக்குத் தந்த வாய்ப்பை

* மாநிலத்தலைவியின் வருகை

இன்னும் சற்று அதிர்ஷ்டமுள்ள ஒரு ஆய்வாளருக்கு அவரால் அளிக்க முடியுமல்லவா? ஆர்பி சாருக்கு மிகவும் வருத்தம்.

"சிஸ்டர் எங்கே போகப் போகிறீர்கள்? ஆய்வை தற் போதைக்கு நிறுத்தி வைத்துவிட்டுப் போனால் போதாதா? எதுக்காக ரத்து செய்கிறீர்கள்?"

"சார், நான் ஒரு நீண்ட தவம் மேற்கொள்ளப் போகிறேன். ஆகவே, எனக்கு பிஎச்டி பட்டம் தேவையில்லை."

"சிஸ்டர், நான் புரிந்துகொண்டதுவரைக்கும் மதர் க்ளவ்டியாவுக்கு உங்க கைடாக இருக்க ஆசையிருக்கிறது. ஒரு தடவை அவரே இதை என்னிடம் சொல்லவும் செய்தார்."

"இல்லை சார், நான் ஆய்வு செய்வதாக இருந்தால் அதை ஒருபோதுமே அவரிடம் செய்வதாக இல்லை."

"சிஸ்டர், அவர் ஏன் எப்பவுமே உங்களுக்கு எதிராகப் பேசுகிறார்? உங்களைப் பற்றி எதையாவது குறிப்பிட்டுச் சொன்னால் உடனே அதை பயங்கரமாக மறுத்துப் பேசுகிறாரே? இருந்தாலும் நான் உங்களை விட்டுக்கொடுத்துப் பேசுவதில்லை. உங்களுக்கிடையில் அப்படி என்ன பிரச்சினையோ?"

"என்ன பிரச்சினையென்று எனக்கும் தெரியவில்லை சார்."

இப்படியாக மிகத் திறமையான ஒரு வழிகாட்டியின் கீழ் ஆய்வு செய்வதற்கான வாய்ப்பைப் பறி கொடுத்த நான் அவரிடமிருந்து விடைபெற்றேன்.

அமைதியான மனதுடன் பாலாவில் தாபோர் எனும் பிரார்த்தனை மையத்திற்குச் சென்றேன். அங்கே பொறுப்பிலிருக்கும் கன்யாஸ்திரிடம் என்னை மிகக் கவனமாகக் கண்காணித்துக் கொள்ளும்படி சொல்லப்பட்டிருந்ததை நானும் அறிந்தேன். இருந்தாலும் அங்கிருந்த ஒவ்வொரு நாட்களையும் நான் அனுபவித்துதான் வாழ்ந்தேன். புனித மரியா கல்லூரியிலிருந்து இரண்டு கன்யாஸ்திரிகள் எனக்கு அனுப்புகிற கடிதங்களையும்கூட அவர்கள் மறைத்து வைத்துக்கொண்டார்கள். மடத்தின் தலைவியின் பொருட்களை ஒழுங்குபடுத்தி வைக்க உதவும் ஒரு ஜூனியர் சிஸ்டர் இந்தக் கடிதங்களைப் பார்த்து என்னிடம் வந்து சொன்ன பிறகுதான் கடிதங்கள் வந்த விவரத்தை நான் அறிகிறேன். எனக்கு கடிதம் ஏதாவது வந்ததா என்று கேட்கும்போதெல்லாம் அவர் பொய் சொல்லியிருக்கிறார். இத்தகைய செயல்பாடுகளை எப்படி அவர் நியாயப்படுத்தப் போகிறாரென்று எனக்குத் தெரியவில்லை. ஒரு தடவை கல்லூரி

முதல்வரிடமிருந்து ‘உடனடியாகக் கல்லூரிக்கு வந்து சேர வேண்டும்’ என்று ஒரு தொலைபேசி அழைப்பு வந்தது. இது, கன்யாஸ்திரி ஒருவர் ஏற்பாடு செய்த விருந்தில் கலந்துகொள் வதற்காக என்பது அங்கே போன பிறகுதான் எனக்குத் தெரிய வந்தது. அன்றைய சமூகப் பிரார்த்தனைக்கு நான் தலைமை யேற்க வேண்டுமென்பதைத் தவிர என்னை வைத்து வேறெந்த தேவையும் அவர்களுக்குக் கிடையாது.

எஃப்ஐபி ஸ்காலர்ஷிப்பில் நான், எம்ஃபில் எழுதியதால் படிப்பு முடிந்த பிறகு, ஒரு வருட காலம், தொடர்ந்து கல்லூரி யில் பணியாற்ற வேண்டுமென்ற நிர்ப்பந்தமிருந்தது. ஆகவே, இப்படியான ஒரு ‘நீண்ட விடுமுறை’யில் நான் போகக் கூடாது என்னும் விதியை பாலக்காடு கல்லூரியில் ஆசிரியையாக இருக்கும் ஒரு கன்யாஸ்திரி, கல்லூரி முதல்வருக்கு நினைவு படுத்தியிருக்கிறார். ஆகவே, கொஞ்ச நாள் பிரார்த்தனைக்குப் பிறகு திரும்ப வந்து வேலையில் சேரவேண்டுமென்று என்னை அழைத்தார்கள். திரும்ப வந்து நான் அமைதியாக வாழ்ந்து கொண்டிருந்தேன்.

கீழ்ப்படிதலுள்ள கன்யாஸ்திரியாக என்னை நான் தகவமைத்துக்கொண்டதால் கல்லூரிப் பணத்தை கையாடல் செய்து முதல்வரை நடத்திவந்த ஊதாரித்தனத்தை வேண்டு மென்றே கண்டு கொள்ளாமலிருந்தேன். கல்லூரியின் பொருளாளர் பொறுப்பையும் கவனித்துக்கொள்ளும் நூலகர் கன்யாஸ்திரிமீதும் கடைநிலைப் பணியாளர் ஒருவர்மீதும் முதல்வர் வைத்திருக்கும் ‘பிரத்தியேக நட்பு’ குறித்தும் நான் பேசா மடந்தையானேன்.

என்னுடைய அணுகுமுறைகளைப் புரிந்துகொள்கிற ஒரு சுப்பீரியர் மடத்திற்கு வந்தார். இவரிடமிருந்து விலக்குகளைத் தவிர வேறு எந்த விசேஷ அனுகூலமும் எனக்குக் கிடைக்க வில்லை. இருந்தாலும், இந்த மதரின் தூய்மையைப் பற்றி நான் நன்றாகப் புரிந்துகொண்டதால் விலக்குகளை மனமலர்ச்சி யுடன் ஏற்றுக்கொண்டேன். என் அம்மாவின் அறுபதாவது பிறந்தநாளை தங்கள் வீடுகளில் வைத்து கொண்டாடக் கேட்டு எல்லாப் பிள்ளைகளும் அழைத்தார்கள். ஆனால், அம்மாவிடம் வேறொரு திட்டமிருந்தது.

“நான் என்னுடைய கன்யாஸ்திரி மகள் இருக்கிற இடத்தில் தான் பிறந்த நாளைக் கொண்டாட விரும்புகிறேன். நாம் எல்லாரும் அங்கேயே திருப்பலி கூடி அங்குள்ள சிஸ்டர்களுக்கு காலை உணவு கொடுக்கலாம். பிறகு அவர்களுடைய ஆசீர்வாதத் துடன் நான் கேக் வெட்டுறேன்” என்று சொன்னாள்.

அம்மாவின் முடிவை அனைவரும் ஏற்றுக்கொண்டார் கள். பிறந்த நாளைக்கு முந்தைய நாள், அம்மா, சுப்பீரியரிடம் இதற்கான அனுமதி கேட்டு விண்ணப்பித்தாள். ஆனால், அனுமதி மறுக்கப்பட்டுவிட்டது. எவ்வளவு வருத்தத்திற்குரிய விஷயம்? எல்லோருக்குமே மிகுந்த மனவருத்தம். கடைசி நேரத்தில் இனி என்ன செய்ய முடியும்? அம்மா சூழ்நிலையுடன் இணங்கிப் போய்விட்டாள்.

"நாம் புத்தன் சர்ச்சில் திருப்பலி நடத்துவோம். திருப்பலி நடந்த பிறகு கேக் வெட்டுவதற்கான ஒரு இடத்தை கவ்யாரிடம் கேட்டால் தராமலிருக்க மாட்டார். பிறகு, நான் போட்டா ஆஸ்ரமத்தில் போய் அன்று முழுதும் பிரார்த்தனை செய்யப் போறேன்."

அந்நாட்களில் இடவகை சர்ச்சில் நடக்கும் திருப்பலியில் பங்கெடுக்க கன்யாஸ்திரிகளுக்கு அனுமதி கிடையாது. அதிர்ஷ்ட வசமாக அன்று, அம்மாவுடன் சேர்ந்து திருப்பலி காண்பதற்கான அனுமதி எனக்குக் கிடைத்தது. கவ்யாரிடம் கேக் வெட்டுவதற் கான ஒரு இடம் கேட்டு அம்மா யாசித்து நின்ற காட்சி மிகப்பரிதாபமாக இருந்தது. ஆனால், பின்பொருமுறை ஒரு கன்யாஸ்திரியின் பெற்றோர்களின் திருமண நாள் மடத்தின் உணவு அறைக்குள் நடந்தது. அவர்களை உட்காரவைத்து விருந்து கொண்டாட அனுமதித்திருந்தார்கள். அறுபதாவது பிறந்த நாளன்று என்னுடைய அம்மாவுக்கு நேர்ந்த துர்விதியை நினைத்துப் பார்த்துக்கொண்டேன்.

மேலதிகாரிகள், விதிகளை அமலாக்கம் செய்வதிலும் தண்டனை கொடுப்பதிலும் காட்டுகிற 'இரட்டைத் தாழ்ப்பாள்' அணுகுமுறையைப் பார்த்து நான் ஆச்சரியப்படுவதுண்டு. ஒரு கன்யாஸ்திரிக்கு கர்ப்பப்பை நீக்கம் செய்யும் அறுவைச் சிகிச்சை நடந்தது. அவர், நோய்வாய்ப்பட்டவர்களுக்கான அறையில் தங்கியிருந்தார். அவரைப்பற்றி சுப்பீரியர் என்னிடம் சொன்ன வார்த்தையைக் கேட்டபோது நான் திகைத்துப் போய்விட்டேன்:

"அவளுடைய கர்ப்பப்பையை நீக்கம் செய்த பிறகுதான் என்னுடைய மனம் ஆறுதலடைந் திருக்கிறது. இரவு நேரங்களை அவள் வேறு எங்காவது செலவழிக்க நேர்ந்த ஒவ்வொரு தடவையும் பிறகு, நாங்களெல்லாம் பயத்துடன்தானிருப்போம்."

இந்த அருட்சகோதரி, ஒரு அருட்தந்தையின் அறையில் ஒருநாள், அர்த்த ராத்திரியில் கையோடு பிடிபட்ட சம்பவத்தை மதர் என்னிடம் விவரித்தார். இந்தச் சகோதரிக்கு, ஆயர் இல்லத்திலும் சபையின் தலைமை அலுவலகத்திலும் அதிகாரி களிடமும் நல்ல செல்வாக்கிருப்பதால் சிறு வடுகூட ஏற்படாமல்

தப்பித்துவிட்டார். கிரைம் வார இதழில் இவரைப் பற்றிய செய்தி, பெரிய அளவில் அப்போது வெளிவந்திருந்தபோது கூட அதிகாரிகள் இதைப் பார்க்காததுபோல் நடித்தார்கள். அதே நேரம் சிறு அளவு அனுசரணையில்லாமல் நடந்துகொள் கிறவர்களும், சிறு அளவிலான பாலியல் சபலங்கள் மட்டுமே உள்ள, செல்வாக்கில்லாத கன்யாஸ்திரிகள் தண்டிக்கப் படுவதுமுண்டு.

வெளியே வாழும் மக்களிடம் விவரித்துச்சொல்ல முடியாத, வித்தியாசமான, எளிமை நோன்பைத் தான் நாங்கள் கடைப் பிடிக்கிறோம். எல்லாருக்கும் சம்பளப் பணம் கொடுப்பதற்கான மிகப் பெரிய தொகையும் மற்ற வருமானங்களும் மத்திய ஃபண்டில் சேர்ப்பதற்காக சபை நிர்வாக மேலிடமான மாநிலத் தலைமை அலுவலகத்திற்கு அனுப்பிவைக்கப்படும். 'இயன்றவரை ஒவ்வொரு இடத்திலிருந்தும் தேவைக்கேற்ப அந்தந்த இடத்திற்கு' என்பதுபோன்ற துவக்க கால கிறிஸ்தவர்களுடைய அணுகு முறைதான் சபையின் அணுகுமுறையும். இறந்துபோன பிஷப் மங்குழிக்கரி, பொதுமக்களிடம் ஒருமுறை சொன்னார்:

"உண்மையான மார்க்ஸியவாதிகளைப் பார்க்க வேண்டுமா, அதோ பாருங்கள்" என்று சொல்லி அங்கே நின்றுகொண்டிருந்த பாதிரியார்களையும் கன்யாஸ்திரிகளையும் சுட்டிக்காட்டினார்.

தலைவரிப்பணமாக மடத்திலுள்ள ஒவ்வொரு சிஸ்டருக்கும் சுமார் 300 ரூபாய்வரை கணக்கு வைத்து மடத்தின் தலைமை கன்யாஸ்திரியிடம் ஒவ்வொரு மாதமும் செலவிற்காகக் கொடுக்கப்படும். மடத்திலுள்ள ஒரு பொருளாளர்தான் இந்தத் தொகையைக் கையாள்வார். உணவுப்பொருட்களுக்காக ஒரு குறிப்பிட்ட சதவிகிதம் தொகையை மட்டும்தான் செலவு செய்ய வேண்டும். இந்தக் கணக்குகள், சமூகத்தில் முன்வைக்கப் படும்போது சுப்பீரியரும், பொருளாளரும் செலவு அதிகமாகிக் கொண்டிருப்பதாக முணுமுணுப்பார்கள். அத்தியாவசியச் செலவுகள் எதையெல்லாம் வெட்டிக் குறைப்பதென்பது அடுத்த கட்ட விவாதமாக இருக்கும். கொஞ்ச நாட்கள் எங்களுக்கு இரவுச்சாப்பாடு வேண்டாமென்று வைப்பது; பால் கலக்காத தேனீர்; இறைச்சியும் மீனும் வேண்டாமென்று வைப்பது போன்ற முடிவுகள் எடுக்கப்படும். இதுபோன்ற விவாத முடிவுகள் சாப்பாட்டு அறைக்குள் வருகிற எங்களை ஏமாற்றத்திற்குள்ளாக் கும். ஒருதடவை, விறகுக்கான பணம் வேறெதற்கோ செலவாகி விட்டது. பிரச்சினையைச் சமாளிக்க வேறு மார்க்கமெதுவு மில்லை. சுப்பீரியர் புலம்ப ஆரம்பித்தார். எப்படியெல்லாமோ என்னுடைய செல்வாக்கைப் பயன்படுத்தி பல்கலைக்கழகத்தி லிருந்து ஒரு மாதத்திற்கு கேள்வித்தாள் திருத்துவதற்கான

வாய்ப்பை ஏற்பாடு செய்து தேவையான பணத்தை சம்பாதித்துக் கொடுத்தேன். ஒவ்வொரு பெருநாளைக்கு முன்பும் உபவாசம் நடக்கும். ஆனால், வெளியே இருப்பவர்களுக்கு மடத்தில் நடக்கும் விருந்துகளைப் பற்றி மட்டுமே தெரியும். எதுவாக இருந்தாலும் வறுமையில் வாடுபவர்களின் பசி, நாங்கள் மடத்தில் அனுபவிப்பதை விடவும் அதிகமானது என்பதையும் ஒப்புக் கொள்ளாமல் முடியாது. அன்றைய சுப்பீரியர், திருப்பலி, ஆராதனைகள், பிரார்த்தனைகள் போன்ற விஷயங்களில் சற்றுத் தாராளமாகவே இருந்தார். ஒழுங்கும் வரைமுறைகளும் உருவாவதற்காக, என்னை, மடத்தின் நூலகரும், லிட்டர்ஜி மற்றும் பாடல் குழுவின் தலைவியாகவும் ஆக்கினார் சுப்பீரியர். சிறு பிரச்சினை ஏற்பட்டால்கூட ஜூனியர் சிஸ்டர்களுக்கு சுப்பீரியரிடமிருந்து வசவுகள் கிடைக்கும். எல்லாமே மிகவும் ஒழுங்காகவும் சரியாகவும் நடக்க வேண்டுமென்பதில் இவருக்கு மிகவும் நிர்ப்பந்தமிருந்தது. அப்போதுதான் கேசியோ இசைக்கும் ஒரு கன்யாஸ்திரி அமலா கல்லூரிக்கு இடம் மாற்றம் செய்யப் படுகிறார். பதிலுக்கு சிஸ்டர் ஸீஸாவை இங்கே இங்கே அழைத்துக் கொண்டு வந்தார்கள். இந்த சிஸ்டர் தன்னிச்சையாக நடந்து கொள்கிற ஒரு வித்தியாசமான குணமுடையவள். என்னுடைய அபிப்பிராயங்களைக் கண்டுகொள்ளாமல் அவள் மதர் சுப்பீரியரின் உத்தரவுகளை மீற ஆரம்பித்தாள். அவளுடைய நடவடிக்கைகளால் உருவாகிற எல்லாப் பிரச்சினைகளுக்கும் பொறுப்பு, வழிபாட்டு இசைக்குழுவின் தலைவியாக இருக்கும் என்னைத் தான் சேரும்.

மதர் சுப்பீரியர் சொன்னார்:

“ஏதோ சாத்தான் வந்து சாப்பலைப் பிடித்ததுபோலாகி விட்டதே இப்போது? லிட்டர்ஜியும் கொயரும் தலைகீழாக மாறிவிட்டதே?”

‘சாத்தான் என்ற வார்த்தையைக் கேட்டதும் மதர் சுப்பீரியர், தன்னைத்தான் குறிப்பிடுவதாக அவள் நினைத்துவிட்டாள். அவளை சமாதானப்படுத்துகிற நோக்கத்துடன் சுப்பீரியர் சொன்னதை நியாயப்படுத்தி அவளைப் புரிந்துகொள்ள வைப்பதற்காக நான் செய்த முயற்சி நிலைமையை மேலும் மோசமாக்கிவிட்டது. கடைசியில், ஏதோ நான்தான் அவளைச் சாத்தான் என்று சொன்னதுபோலாகிவிட்டது நிலைமை.

இது, என்னை அவளுடைய பிரதான எதிரியாக மாற்றி விட்டது. ஒரு கன்யாஸ்திரி, தன்னுடைய கோல்டன் ஜூபிலி விழாவின்போது, ஒரு ஜோடி தபலா வாங்கிக் கொண்டுவந்து திருப்பலிக்கு என்னிடம் வாசிக்கும்படி சொன்னார். நான், இசைக்குழுவின் தலைவியாக இருந்தபோதும்கூட பாடல்

பயிற்சியின்போது சிஸ்டர் ஸீஸா, என்னை அதில் கலந்துகொள் வதற்கு அனுமதிக்க மாட்டாள். நான் தேர்வு செய்து, கற்றுக் கொடுத்த எல்லாப் பாடல்களையும் மாற்றிவிட்டு மற்றொரு செட் பாடல்களை அவள் தேர்வு செய்திருந்தாள். ஆனால், பயிற்சி அறையின் பின்னாலிருந்த பாத்ரூமில் ஒளிந்திருந்து தபலாவில் வாசிக்க வேண்டியதிருந்த எல்லாத் தாளங்களையும் நான் பயிற்சியெடுத்திருந்தேன். ஜூபிலி தினம் வந்தது. நாங்கள் திருப்பலிக்குத் தயாரானோம். நான், சாப்பலில் கேசியோவுக்குப் பக்கத்தில் தபலாவைக் கொண்டுவந்து வைத்தேன். உடனே, சுப்பீரியர் என்னை அழைத்துச் சொன்னார்:

“ஜெஸ்மி, நீ தபேலா வாசிக்க வேண்டாம். திருப்பலி நேரத்தில் நீ தபேலாவைத் தொடுவதாக இருந்தால் உடனே நான் கேசியோ வாசிப்பதை நிறுத்திவிடுவேன் என்று சிஸ்டர் ஸீஸா சொல்லியிருக்கிறாள்.”

“மதர், நான் அவளுக்கு என்னதான் துரோகம் செய்தேன்? ஏன் நீங்களும் நியாயத்தின் பக்கத்தில் நிற்கமாட்டேன் என்கிறீர் கள்? தனது பொன்விழா திருப்பலிக்கு தபேலா வாங்கித் தந்த அந்த சிஸ்டர் பாவம், எவ்வளவு வேதனைப்படுவார்?”

“விஷயங்களை உன்னிடம் சொல்லி என்னால் விளங்க வைக்க முடியும் ஜெஸ்மி. அந்த சிஸ்டரிடம் என்னால் எதையுமே சொல்லி விளங்கவைக்க முடியவில்லை.”

என்னைப் பற்றிய மற்றவர்களின் இந்த மனோபாவம்தான் துறவு வாழ்க்கை முழுவதுமே எனக்கு உதவியாக இருந்தது. சாப்பலிலிருந்து தபேலாவைத் திரும்ப எடுக்கும்போது கண்ணீர் வந்துகொண்டிருந்தது. கல்லூரியில்போய் அறைக்கதவைச் சாத்தி வாய்விட்டு அழுது தீர்த்தேன்.

சாத்தான் பிரச்சினை நடந்த அடுத்த நாள் சபையின் தலைமையகத்திலும், சபையின் மாநிலத் தலைமையகத்திலும் வந்த அதிகாரிகள், ஒவ்வொருவராக சிஸ்டர் ஸீஸாவிற்கு ஆறுதல் சொல்லிக்கொண்டிருந்தார்கள். சம்பவங்கள் அனைத்தும் எனக்கெதிராக வியாக்கியானம் செய்யப்பட்டன. சற்றுத் தைரிய முள்ள கன்யாஸ்திரிகள் மட்டும் என்னைப் புரிந்துகொண்டிருந் தார்கள். நாட்கள் கடந்துபோயின. சிஸ்டர் ஸீஸா தியானம் செய்யப் போய்விட்டுத் திரும்பி வந்த பிறகும்கூட என்னிடம் பேசவில்லை. ஒரு மூத்த கன்யாஸ்திரி, மதர் சுப்பீரியரிடம் கேட்டார்:

“கவனித்தீர்களா மதர்? ஜெஸ்மியும் ஸீஸாவும் ஒருவருக் கொருவர் பேசிக்கொள்ளாமலிருப்பதை. அவர்கள் இரண்டு பேரையும் கூப்பிட்டு ஒற்றுமைப்படுத்த வேண்டாமா?”

மதர் சுப்பீரியர் சொன்னார்:

"நான் கவனித்ததில் மிகவும் அதிகமாகப் பொறுமையைக் கடைப்பிடிப்பவர், சிஸ்டர் ஜெஸ்மி தான். என்ன நடக்கிறது என்பதைக் கொஞ்ச நாட்கள் பொறுத்திருந்து கவனிப்போம்."

மற்ற கன்யாஸ்திரிகள் என்னிடம் சொன்னார்கள்:

"ஒவ்வொரு விஷயத்தையுமே நீங்கள் மன்னித்து விட்டுவிடு கிறீர்கள். அதனால்தான் நிறைய சிஸ்டர்கள் உங்களை மதிக்காமல் நடந்துகொள்கிறார்கள். இந்தத் தடவையாவது முதலில் ஸீஸா சிஸ்டர் உங்களிடம் வந்து பேசட்டும். உங்களைவிட அவர் ஜூனியர்தானே?"

ஸீஸா வருவதை எதிர்பார்த்து நான், நாட்கணக்காக மாதக்கணக்காகக் காத்திருந்தேன். பலனெதுவுமில்லை. இந்த விஷயத்தை பிறகு யாருமே கண்டுகொள்ளவுமில்லை. வருடக் கணக்காக பேசாமலிருக்கும் கன்யாஸ்திரிகளினிடையே இந்தப் பிரச்சினையை அவ்வளவாக யாரும் கவனத்தில் கொள்ளவில்லை.

ஒரு, மாதக் கடைசி. மத்தியான உணவுவேளை வரையிலான பிரார்த்தனைகளை முடித்துவிட்டு எல்லோரும் அவரவர் அறைகளில் ஓய்வெடுப்பதற்காகச் சென்றோம். எனக்கு, ஏனோ, இயேசுவுடன் தனியாகக் கொஞ்ச நேரம் சாப்பலில் உட்கார்ந் திருக்க வேண்டும்போலிருந்தது. திடீரென்று தேவ அன்பின் ஒரு பிரவாகம் என்னுள் பாய ஆரம்பித்தது. என்னை எதிரியாகக் கருதியிருந்த ஸீஸாவைக்கூட கட்டித்தழுவி மன்னிப்புக் கேட்கு மளவிலான தூண்டுதலைத் தருவதாக இருந்தது அந்த அன்பின் அனுபவம். ஒரு துண்டுக் காகிதத்தில் இந்த தேவ அன்பைப் பற்றி நான் அவளுக்கு எழுதினேன். சாயங்காலம், அவளது பெயரைச் சொல்லி அழைத்து என்னுடைய அன்பைப் பகிர்ந்து கொண்டேன். இத்தனை காலமாக தொடர்ந்த விரோதத்தின் மீது அங்கே, அந்நிமிடம் திரை விழுந்தது. இதற்குத் தேவையான சக்தியை இயேசு எனக்கு அளித்திருந்தார்.

8

எங்கள் சபையின் ஜெனரல் கவுன்சிலர், ஒரு விபத்தில் இறந்துபோய்விட்டாரென்னும் செய்தி என்னை மிகவும் வருத்தத்திலாழ்த்தியது. என்னிடம் அவருக்கு அசாதாரணமான அன்பும் உரிமையுமிருந்தது. அவருடைய இறுதிச் சடங்கில் கலந்துகொள்வதற்கான வாய்ப்பை நான் எதிர்பார்த்திருக்கும் நேரத்தில் மதர் புரொவின்ஷியல் அவசரமாக என்னை அவரது அலுவலகத்துக்கு அழைத்தார்.

“ஜெஸ்மி, நான் கவுன்சிலரின் இறுதிச் சடங்கில் கலந்துகொள்ளப்போகிறேன். நீ இன்று இங்கே தங்கியிருந்து பாடலை எழுதிய சிஸ்டர் பெலரினிடம் பதிவு செய்வதற்கு என்னென்ன பாடல்கள் வேண்டுமென்பது பற்றிப் பேசு.”

இந்த உத்தரவை என்னால் ஏற்காமலிருக்க முடிய வில்லை. அவர் என்னை முழுமையாக நம்பி ஒப்படைக்கும் வேலை இது. அவர் சொன்னபடி அன்று அங்கேயே தங்கினேன்.

இயேசுவின் அன்பு நிறைந்தொழுகும் புனிதமான சிஸ்டர் பெலரினுடன் சேர்ந்து பணியில் மூழ்கிய நான் அந்த இரவு முழுவதையும் கழித்தேன்.

அவர் திரும்பத் திரும்பச் சொல்லும் பிரார்த்தனையை நான் கற்றேன்.

‘இயேசுவே, உம்முடைய திடம் நிரம்பிய உறுதியையும் அன்பையும் என்னுள் நிரப்பி என்னைத் திடமுள்ளவளாக் குவீராக.’

எங்களுடைய சபையிலிருந்து யாரையாவது புனித ராக அறிவிப்பதாக இருந்தால் நான் இவருடைய பெயரையே பரிந்துரை செய்வேன். மறுநாள், நல்ல

பாடலாசிரியரும் சிஸ்டர் பெலரின் பாடல்களின் ரசிகருமான அருட்தந்தை போலை நாங்கள் அணுகினோம்.

எவுபிராஸ்யம்மாவைப் பற்றிய பாடல்களுக்கான ஒரு ஆடியோ காஸட் தயாரிப்பதற்கான பாடல்களை அந்த அருட் தந்தையிடம் கொடுத்ததுடன் ஸ்டுடியோவுக்கான ஏற்பாடு களையும் செய்தோம். என்னுடைய வாழ்க்கையிலேயே நான் ஆன்மிக வறட்சியை அனுபவித்த தினங்கள் அவைதான். கல்லூரி யின் பிரார்த்தனை அறைக்குள் ஒரு மணி நேரத்திற்குமதிகமாக செலவு செய்யச் சொல்லி என்னுடைய தோழியும் ஆன்மிக பரிந்துரைகள் தருபவருமான சிஸ்டர் மரியா என்னை வற்புறுத்துவதுண்டு.

“மனத்திற்குள் எனக்கு மிகுந்த வறட்சி அனுபவப்படுவதால் பிரார்த்தனை செய்யவே முடியவில்லை சிஸ்டர்.”

“முதலில் உட்காருங்கள். பிறகு, வெறுமனே இயேசுவைப் பாருங்கள். உங்களுடைய வறட்சி தன்னால் மாறிவிடும்.”

நான் அவர் சொன்னதை அப்படியே ஏற்றுக்கொண்டேன். சிலுவையில் தொங்கும் இயேசுவைக் கூர்மையாகப் பார்த்தேன். ‘நீர் யார்? நான் யார்?’ இதுதான் என்னுடைய தேடுதல். கேள்விகள். எப்போதாவது அவருடைய ஸ்பரிசம் என்னை வந்தடையும் என்ற எதிர்பார்ப்புடன் ஒரு மணி நேரத்திற்குப் பிறகு, நான் இறங்கி வந்தேன். எங்களுடைய ஒலி நாடாவுக்கான மூன்று நாட்களை மிகுந்த சிரமத்துடன் நான் ரெக்கார்டிங் ஸ்டுடியோவில் செலவிட்டேன். இசை ஒருங்கிணைப்புப் பொறுப்பை முரளியிடம் ஒப்படைத்திருந்தோம். முக்கியமான ஆண் பாடகர், சந்தோஷ் பாபு. நான்கு நாட்களுக்குள், அருட் தந்தை போலின் தலைமையிலும் என் மேற்பார்வையிலும் அனைவரும் ரெக்கார்டிங்கிற்குத் தயாராகியிருந்தார்கள். என்னுடைய குடும்பம் பக்கத்திலிருந்தது, எல்லா விஷயங் களுக்குமே மிகப்பெரிய உதவியாக இருந்தது. கலைஞர்களை எங்கள் வீட்டில் தங்க வைப்பதற்காக, என்னுடைய தங்கையும் குடும்பமும் மற்றொரு வீட்டுக்கு மாறினார்கள். போற்றுதலுக் குரிய எவுபிராஸ்யம்மாவிடம் அனுக்கிரகம் பெற்றமைக்கான நன்றிக்கடனாக அவர்கள் இதைச் செய்தார்கள்.

‘சன்னிதி’ என்னும் பெயரில் காஸட் ரெக்கார்டிங் ஆரம்ப மானது. எரணாகுளத்திலிருந்து வந்திருந்த கலைஞர்களில் ஒருவனது பெயர், கோவிந்தன். இவனது கவனமின்மையால் நிறைய நேரம் பாழானது. ரெக்கார்டிங் அறைக்குள்ளிருந்து வெளியே வந்த கோவிந்தனிடம், இனி இப்படி நேரத்தைப் பாழாக்காமல் கவனமாக இருக்கவேண்டுமென்று சொல்லிக்

கடிந்துகொண்டேன். நான் கேலி செய்வதாகப் புரிந்துகொண்ட அவன் என் பெயரைக் கேட்டான். பெயரைப் பற்றி விவரித்துச் சொன்ன பிறகு என்னிடம் வேடிக்கையாகப் பேச ஆரம்பித்து விட்டான்.

'என் பெயர் ஜெஸ்மி. அதாவது, ஜீஸஸ் மீ. ஜீஸசும் நானும் என்பதிலிருந்து உருவான வார்த்தை' என்று நான் விவரித்தபோது அவனுடைய பதில்:

"இயேசுவின் பெயருக்குப் பதிலாக என் பெயரை சேர்த்துக் கொள்வீர்களா?"

அவனைப் பார்த்து விரல் தூண்டி நான் எச்சரித்தேன்:

"இதோ பார், இயேசுவையும் என்னையும் சீண்டி விளையாட நினைக்காதே! அது, தீயைச் சீண்டி விளையாடுவதைப் போன்றது."

அவன் சத்தமாகச் சிரித்தபடியே பக்கத்தில் நின்ற மற்றொரு கன்யாஸ்திரியுடன் பேச ஆரம்பித்துவிட்டான். இதன் பிறகு தான் கோவிந்தன் என்னை நேசிக்கிறான் என்கிற விஷயத்தையே நான் புரிந்துகொண்டேன். அவனுக்கு என்னிடமிருந்து அதிகமான 'பப்படம்' தேவைப்படுகிறது. அவனது தலைவேதனைக்கு என்னுடைய மருந்து வேண்டும். மழை பெய்துகொண்டிருந்தது. குடை பிடித்தபடி நான் முற்றத்தில் நின்றுகொண்டிருந்தேன். ஓடி வந்த கோவிந்தன் என்னுடைய குடையின்கீழ் நின்றான். பல வருடத் தேடுதலின்பின் அவன் தன்னுடைய பிரியசகியைக் கண்டுபிடித்திருக்கிறானாம்.

"இந்த வியாதி ஆரம்பித்து எவ்வளவு காலமாகிறது?" நான் கேட்டேன்.

"பார்த்ததுமே ஆரம்பித்துவிட்டது" பதிலும் உடனடியாக வந்தது.

நான் இதைப் பரிகாசமாக எடுத்துக்கொண்டு வெறுமனே சிரித்துவைத்தேன். அதிகாலை வரையிலும் நாங்கள் ஸ்டுடியோ பணிகளில் மூழ்கியிருந்தோம். பிறகு, எவுபிராஸ்யாரம்மாவின் மடத்தில் ஓய்வெடுப்பதற்காகச் சென்றோம். திருப்பலிக்குப் பிறகு திரும்பவும் நாங்கள் ஸ்டுடியோவிற்கு வரவேண்டும். ஓய்வாகப் படுத்திருக்கும்போது பகலில் நடந்த சம்பவங்களைப் பற்றி நினைத்துப் பார்த்தேன். குறிப்பாக, மிகுந்த தாபத்துடன் நடந்துகொள்கிற கோவிந்தனைப்பற்றி! மகிழ்ச்சியான மனோபாவத்தால் உருவான புன்னகையுடன் சுவரில் தொங்கிக் கிடந்த சிறு சிலுவையைப் பார்த்தேன்.

“இயேசுவே, உம்முடன் ஒப்பிட்டுப் பார்க்கும்போது இந்த கோவிந்தன் யார்? மிகவும் அழகிய நீர் என்னுடையவர். மிகுந்த வளமுடையவர். மிகுந்த புத்திமான். மிகவும் சத்தியமானவரும் அன்பானவரும் நீரே!”

கண்மூடித் திறக்கும் நேரத்திற்குள் எங்கிருந்து என்றே தெரியாத அன்பின் பிரவாகத்தை நான் உணர்ந்தேன். இயேசுவுக்கும் எனக்குமிடையே நிகழும் தாம்பத்ய உணர்வை அப்போது என்னால் உணர முடிந்தது. என்னுடைய பிற எல்லா அனுபவங்களிலிருந்தும் இது மாறுபட்டதாகவும் உடல் மற்றும் ஆன்மிக ரீதியான பரவசமாகவும் இருந்தது. எவுபிராஸ்யம்மாவினூடே இயேசு, கோவிந்தன் எனும் கருவியைப் பயன்படுத்தி என்னுடைய கருங்கல் இதயத்தில் ஒரு வடிகால் உருவாக்கியிருக்கிறார். அதன் வழியாக அவரது அன்பையும் அமைதியையும் அக மகிழ்ச்சியையும் என்னுள் ஓட விடுகிறார். அவரது ஸ்பரிசத்தினூடே என்னுடைய ஆன்மிக வறட்சியை விலக்கி என்னை மலர வைத்திருக்கிறார்.

உண்மையில் புனிதவதியான எவுபிராஸ்யம்மாவின் வரம் என்றே இதை நான் நம்புகிறேன்.

புதிதாகப் பொறுப்பேற்றிருந்த, கல்லூரி முதல்வரான சிஸ்டர் ஸூஸியின்கீழ் கல்லூரியின் பொன்விழா ஆரம்பமானது. ஒரு வருட காலம் தொடர்கிற கொண்டாட்டங்களுக்கான புதிய திட்டமிடல்கள் பற்றிய விவாதங்களும் நடந்தன. மாணவியர் சேர்க்கையின்போது நன்கொடை பெற்றுக்கொள்ள வேண்டுமென்பது முதல் பரிந்துரை. மாணவியர் சேர்க்கையின் போதோ பணி நியமனத்தின்போதோ நன்கொடை வாங்குவது, அதாவது ஊழல் செய்யும் வழக்கம் எங்கள் கல்லூரியில் அன்றுவரை கிடையாதென்பதில் எங்களுக்கெல்லாம் மிகவும் பெருமையாக இருக்கும். ஆகவே, இந்தப் பரிந்துரை, விவாதத்திற்கு வந்தபோது நான் எதிர்த்தேன்:

“கடந்த 49 வருடங்களாக நாம் கையூட்டு வாங்காமல்தானே எல்லாவற்றையும் செய்துகொண்டிருக்கிறோம். பிறகு, எதற்காக இந்த மங்களகரமான வருடத்தில் நம்முடைய நல்ல பெயரையும் அணுகுமுறைகளையும் கெடுத்துக்கொள்ள வேண்டும்?”

நன்கொடை வாங்குகிற பிரச்சினையில் நான் மட்டும் முரண்பட்டு நின்றதுடன் எதிர்த்துப் பேசினேன். இயல்பாகவே, கல்லூரி முதல்வர் எனக்கெதிராகத் திரும்பினார். அடுத்த கூட்டம் ஆசிரியைகளுடன் நடந்தது. நான் தலைகுனிந்தபடி நிசப்தமாக அமர்ந்திருந்தேன். ஆனால், அனைவருடைய

எதிர்வினைகளையும் நுட்பமாகக் கவனித்துக்கொண்டுதா னிருந்தேன். அனைவரும் எழுந்து நின்று இந்தத் தீர்மானத் திற்கு ஆதரவு தெரிவித்தார்கள்:

"கிடைக்க வாய்ப்புள்ள பணத்தைப் பெற்றுக்கொள்ள லாம் சிஸ்டர். டவுனுக்கு வெளியிலும் உள்ளேயும் இருக்கும் பணமூட்டைகள் நமக்கு ரொம்பவும் உதவியாக இருக்கும்."

என்னைச் சுற்றிலும் ஒரு உற்சாகமான சூழல் நிலவுவதைக் கவனித்தேன். என்னுடைய ஒவ்வொரு சலனங்களையும் முதல்வர் நுட்பமாகக் கவனித்துக்கொண்டிருந்தார். அவர்களுடைய உற்சாகத்தைப் பார்க்கவும்கூட நான் தலையை உயர்த்தவில்லை. கூட்டம் பிரிந்தபோது ஊழல் செய்யலாம் என்பதற்கு ஆதர வாகவே தீர்மானம் நிறைவேறியிருந்தது. மறுநாள் நான், முதல்வரின் அறைக்கு அழைக்கப்பட்டேன். நகரிலுள்ள பெரும்பாலான எல்லாப் பணக்காரர்களும் அந்த அறைக்குள்ளிருப்பதைப் பார்த்ததும் நான் திகைத்துப் போய்விட்டேன். என்னைச் சுட்டிக்காட்டி முதல்வர் சொன்னார்:

"நம்முடைய தீர்மானத்திற்கு இந்த சிஸ்டர் மட்டும்தான் எதிராக இருக்கிறார்."

என்னைக் கடித்துக் குதறத் தயாராக இருக்கும் சிங்கக் கூட்டத்துடன் நான் மோத வேண்டியதாயிற்று. அவற்றின் கூப்பாடுகளிலிருந்து தப்பிக்க நான் ஒரு உபாயத்தைக் கையாண்டேன்.

"எனக்கு உங்களிடம் ஒரு முக்கியமான விஷயத்தைக் கேட்டறிந்துகொள்ள வேண்டிய திருக்கிறது. ஒவ்வொரு வருடமும் நாம், கல்லூரி காலண்டரின் ஒரு முழுப்பக்கத்தை, சேர்க்கைக் காக நாங்கள் நன்கொடையோ கட்டணமோ வசூலிப்பதில்லை என்ற ஒரு முக்கிய அறிவிப்பிற்காக ஒதுக்கி வைக்கிறோம். காலண்டருக்கான பொறுப்பு எனக்கிருப்பதால், இந்த வருடமும் அப்படிக் குறிப்பிடுவதா வேண்டாமா என்பதைத் தெரிந்து கொள்ள விரும்புகிறேன்"

அவர்களிலொருவர் உறுதிபடச் சொன்னார்:

"சந்தேகமே இல்லை. அந்த வார்த்தையைக் குறிப்பிட்டே ஆக வேண்டும். பிரின்சிபாலை, முதல்வரைச் சந்தித்த பிறகுதான் நாம் நன்கொடை வாங்குறோம். எனவே, நிச்சயமாக அது அனுமதிக்கான தொகை கிடையாது. அனுமதி கொடுக்கப்பட்ட பிறகுதானே நாம் நன்கொடை வாங்குகிறோம்?"

என்னால் இயன்றவரைக்கும் மௌனமாக இருந்து செய்யவேண்டிய கடமைகளை நிறைவேற்றிக் கொண்டிருந்தேன்.

மாணவியர் சேர்க்கை துவங்கியது. மிக அதிகமான நன்கொடை கிடைத்தது என்னுடைய ஒரு உறவினரிடமிருந்துதான். அதைக் கொடுப்பதற்கான பண வசதி அவர்களிடம் இருந்ததால் எனக்கு அதில் வருத்தமுமில்லை. ஆனால், மிகச் சீக்கிரமாகவே குரல் வெளியே கேட்க ஆரம்பித்துவிட்டது. என்னுடைய குழுவிலுள்ள ஒரு கன்யாஸ்திரியின் உறவினர் இடம் கேட்டு வந்தார். அவரிடம் ஓரளவிலான பெரிய தொகையை நன்கொடை யாகக் கேட்டார்கள். கேட்ட பணத்தை அவர்களால் கொடுக்க இயலாததால் திரும்ப அனுப்பினார்கள். அந்தக் கன்யாஸ்திரி அழுதபடியே சென்று கல்லூரி முதல்வரைப் பார்த்தார். போது மான அளவுக்கு நன்கொடை தர அவர்களால் இயலாததால் இடம் கிடைக்கவில்லையென்பதையும் அறிந்துகொண்டார். இரண்டாவது சம்பவம், முன்னாள் ஆசிரியையாக இருந்த ஒருவரது அக்காவின் மகள் நேர்காணலுக்காக வந்தபோது நிகழ்ந்தது. இவர்களும் நன்கொடை கொடுக்கத் தயங்கியிருக் கிறார்கள். பெற்றோர் ஆசிரியர் கழகப் பொறுப்பாளர் அவர் களிடம் சற்றுக் கடினமாக நடந்துகொண்டிருக்கிறார். ஓய்வு பெற்ற அந்த ஆசிரியை, இப்போதிருக்கும் ஆசிரியைகளைத் திட்டியிருக்கிறார். அவர்கள் அனைவரும் கல்லூரி முதல்வரைப் பார்க்கப்போகிற வழியில் என்னைப் பார்த்ததும் கண்டபடி சத்தம்போட ஆரம்பித்து விட்டார்கள்:

“பழைய ஆசிரியைகளிடம் நீங்கள் கொஞ்சம் மரியாதையாக நடந்துகொண்டால் என்ன ஆகிவிடப்போகிறது? அவர்களைத் திட்டுவதற்கான உரிமையை யாரிந்த பெற்றோர் ஆசிரியர் கழகப் பொறுப்பாளருக்குக் கொடுத்தார்கள்? அட்மிஷனுக்கு எதற்காக நீங்கள் நன்கொடை வாங்குகிறீர்கள்? இதுபோன்ற நியாயமில்லாத விஷயங்கள்தானே கல்லூரிக்குக் கெட்ட பெயரை வாங்கித் தருகிறது?”

நான் மிகவும் அமைதியாக அவர்களுக்குப் பதில் சொன்னேன்:

“உங்களில் யாருக்குமே இப்போது இதை எதிர்த்துக் குரல் கொடுப்பதற்கான உரிமை கிடையாது. இப்படிப் பணம் சம்பாதிப் பதற்கு எதிராகப் பேச யாருக்காவது உரிமை இருக்கிறது என்று நீங்கள் நினைத்தால், அது எனக்கு மட்டும்தான். இந்த விஷயங் களைப் பற்றி விவாதிக்கும்போது நீங்களும் இருந்தீர்கள்தானே? உங்களில் யாராவது அதை எதிர்த்துப் பேசினீர்களா? அதனால் தான் அதைப் பற்றி பேசுவதற்கான உரிமை உங்களுக்குக் கிடையாது என்று சொல்கிறேன்.”

ஒரு தொலைக்காட்சியில் இப்படியான ஒரு செய்தி ஒளிபரப்பப்பட்டது. ‘நகரிலுள்ள பிரபலமான ஒரு பெண்கள்

கல்லூரியில் நன்கொடையும் சேர்க்கைக் கட்டணமும் வசூலிக்கப்படுவதாகக் கேள்விப்படுகிறோம். இது நிரூபணமாகிற பட்சத்தில் நடவடிக்கைகள் மேற்கொள்ளப்படும்.'

பட்டப்படிப்பு சேர்க்கைக்கான காலம் வந்தபோது சேர்க்கை நன்கொடை வாங்கப்படமாட்டாது என்று கல்லூரி முதல்வர் சொன்னார். சேர்க்கைக் கட்டணம் வசூலிப்பதை கல்லூரிகள் கைவிட வேண்டுமென்று சபையின் தலைமையகத்திலிருந்து உத்தரவு பிறப்பிக்கப்பட்டிருந்தது. சேர்க்கை நன்கொடை வசூலிக்கிறோமா என்பதை விசாரணை செய்வதற்காக உதவி இயக்குநர் அலுவலகத்திலிருந்து இரண்டு அதிகாரிகள் வந்திருந்தார்கள். இது சம்பந்தமாக திருவனந்தபுரம் இயக்குநருக்குப் புகார் மனு கிடைத்ததைத் தொடர்ந்து இந்த நடவடிக்கை மேற்கொள்ளப்பட்டிருந்தது.

பதிவேட்டைப் பரிசோதனை செய்த அதிகாரிகள் அங்குமிங்குமாக சில மாணவிகளை அழைத்துக் கேட்டார்கள்:

"நீங்கள் காலேஜில் சேரும்போது கேப்பிட்டேஷன் ஃபீஸ் கட்டினீர்களா?"

அனைவருடைய பதிலும் எதிராகத்தானிருந்தது.

கல்லூரியில் நடந்த பிரார்த்தனைக்குப் பிறகு ஒரு ஜெபக் குழு கல்லூரியின் மீது சாபம் விழுந்திருப்பதாகச் சொன்னது. இதன் நோக்கம், எங்களை ஊழல்பேர்வழிகளாகவும் பண ஆசை பிடித்த குற்றவாளிகளாகவும் காட்டுவதுதான்.

மிகுந்த கோபத்துடன் இதை அவர்கள் ஜெபம் நடத்தும் பொறுப்பிலிருக்கும் கன்யாஸ்திரி என்கிற நிலையில் என்னிடம் சொன்னபோது நான் மறுத்துப் பேசினேன்:

"இதையெல்லாம் நீங்கள் என்னிடம் சொல்ல வேண்டிய அவசியமில்லை. இங்கே அதிகாரிகளாக இருக்கும் உங்களுடைய பிரியத்திற்குரிய சிஸ்டர்களிடம் போய்ச்சொல்லுங்கள். இதற்கான பொறுப்பிலிருப்பவர்கள் அவர்கள்தான்."

பணம் வசூலிப்பதற்காக அந்த வருடம், பின்னணிப் பாடகர் எம்.ஜி. ஸ்ரீகுமாரின் இன்னிசைக் கச்சேரி உள் அரங்கினுள் நடத்துவதாகத் தீர்மானிக்கப்பட்டது. குலுக்கலில் வெற்றி பெறுபவருக்கு ஸன்னி ஸ்கூட்டர் பரிசளிப்பதாக ஒருவர் ஏற்றார். ஆகவே, டிக்கெட் வாங்குபவர்கள் அதைப் பாதுகாப்பாக வைத்துக்கொள்ள வேண்டுமென்று வலியுறுத்தப்பட்டனர்.

அந்த வருடம், கன்யாஸ்திரிகள் வெளியே சுற்றித் திரிந்து டிக்கெட் விற்பதைத் தடுக்கும் ஒரு அறிவிப்பு, புரொவின்ஷியலிலிருந்து வெளியாகியிருந்தது. ஆனால், இயன்றவரைக்கும்

அதிகமான டிக்கெட்டுகள் விற்பனை செய்யப்படவேண்டுமென்று கல்லூரி முதல்வர் நிர்ப்பந்தம் செய்தார். எனக்கு வெளியே வந்து மக்களிடமிருந்து பணம் திரட்டுவதில் சிறிதும் விருப்ப மில்லை. இருந்தாலும் செய்தாக வேண்டிய கட்டாயமிருந்தது. மனதிற்குப் பிடிக்காத இந்த வேலையைச் செய்வதிலிருந்து இயேசு என்னைப் பாதுகாத்தார். டிக்கெட் விற்பனையின் முதல் நாளன்று ரோட்டில் கிடந்த கண்ணாடித் துண்டு காலைக் கிழித்ததால் ஆஸ்பத்திரிக்கு அழைத்துக் கொண்டு போகப்பட்டேன். நிறைய தையல்கள் போடப்பட்டன. தையல் விலகுவதுவரை ஓய்வெடுக்க வேண்டுமென்று டாக்டர் சொல்லி விட்டார். இதோடு என்னுடைய டிக்கெட் விற்பனையும் நின்றுபோனது.

இன்னிசைக் கச்சேரிக்கான நாள் வந்தது. நான் காயம்பட்ட காலுடன் நொண்டியபடியே நடந்துகொண்டிருக்கிறேன். நிகழ்ச்சி, கல்லூரியிலிருந்து நீண்ட தொலைவில் நடப்பதால் நான் போக வேண்டியதில்லை என்று முடிவு செய்யப்பட்டிருந்தது. அதில் நான் கலந்துகொள்ளாமலிருப்பதில் பிரின்சிபாலுக்கு மகிழ்ச்சிதான். முதல் நாள் அவர் என்னை அழைத்து நிகழ்ச்சிக்கு முன்பு ஆடிட்டோரியத்திற்குச் சென்று உரைநடை வடிவத்திலான பிரார்த்தனையைச் சொல்ல வேண்டுமென்றார்.

“சிஸ்டர், என்னால் அங்கே வர இயலாதுன்னு சொல்லி யிருந்தேனே?”

ஆனால், அவர் வற்புறுத்தினார்:

“ஜெஸ்மி, நீதான் அங்கே பிரார்த்தனை சொல்லணும்.”

நான் திரும்பவும் மறுத்தபோதுதான் அவர் விஷயத்தைச் சொன்னார்: நிகழ்ச்சிகள் நடந்து கொண்டிருக்கும்போது ஆடிட் டோரியத்தில் குண்டு வெடிக்குமென்று பயமுறுத்தும் ஒரு மிரட்டல் கடிதம் நூலக முகவரிக்கு வந்திருக்கிறது. இதை அறிந்ததும் அவர்கள், இன்னொரு மாற்று ஏற்பாட்டை முன் மொழிந்திருக்கிறார்கள். அதாவது, நிகழ்ச்சிகள் தொடங்குவதற்கு முன் சிஸ்டர் ஜெஸ்மியை வைத்து ஆடிட்டோரியத்தில் பிரார்த் தனை நடத்துவோம், எல்லாம் சரியாகிவிடும், என்று.

முன்னாள் கல்லூரி முதல்வர், ஒருமுறை, ஸ்டாஃப் மீட்டிங் நடக்கும்போது சொன்னார்: “இயேசு, ஜெஸ்மியின் பாக்கெட்டுக் குள்ளிருக்கிறார்.” என்று.

நான் நொண்டியபடியே மேடையேறி பிரார்த்தனை சொல்லி விட்டுத் திரும்பினேன். என்னுடைய பிரார்த்தனையில் அவர்களுக் கிருக்கும் நம்பிக்கை எனக்கு மிகுந்த மகிழ்ச்சியைத் தந்தது.

ஸன்னி ஸ்கூட்டர் கிடைப்பதற்கான விதிகளை மாற்றுவதில் எங்களுக்கிடையே மிகவும் செல்வாக்கும் வியாபார நுணுக்கமும் தெரிந்த மலையாளத் துறையின் ஆசிரியை சிஸ்டர் லிதியா, முதல்வரை வளைத்துப்போட்டு வெற்றி பெற்றார். அதிர்ஷ்ட சாலிக்கு அல்ல, அதிகமான டிக்கெட் விற்பனை செய்பவருக்குத் தான் பரிசு. இந்த மாற்றத்தினால் டிக்கெட்டின் ஒரு பகுதியைப் பாதுகாப்பாக வைத்திருந்தவர்கள் முட்டாள்களாக்கப்பட்டார் கள். மாணவிகளில் ஒருத்தி நிறையவே சிரமப்பட்டுப் போராடி பணத்தைச் சேகரித்து ஒரு பெரிய தொகை வைத்திருந்தாள். வாகனம் அவளுக்குத்தான் கிடைக்குமென்றுதான் அனைவரும் ஏற்கனவே முடிவு செய்திருந்தோம். ஆனால், கடைசியில் நானுட்பட எல்லா கன்யாஸ்திரிகளிடமிருந்தும் பணம் வசூலித்த சிஸ்டர் லிதியாவுக்குத்தான் பரிசு கிடைத்தது. கன்யாஸ்திரிகள் யாரும் சபைக்குள் டிக்கெட் விற்கக்கூடாதென்ற விதிக்கு மாறாக செயல்பட்ட இந்த சிஸ்டர், மிகத் திறமையான விற்பனை யாளராகத் தேர்வு செய்யப்பட்டு பொதுமக்களின், சபையிலுள்ள மற்ற கன்யாஸ்திரிகளின் முன்னிலையில் பரிசுப்பொருளுக்கான சாவியைப் பெற்றார் என்பதுதான் இதிலிருந்த வேடிக்கையான அம்சம்.

என்னுடைய பதவி உயர்வுக்கான காலம் நெருங்கிவிட்டதால் முடிந்தவரைக்கும் சீக்கிரமாக நான், ஒரு புத்தாக்கப் பயிற்சியில் பங்கெடுக்க வேண்டியதிருந்தது. ஆங்கிலத்தில் இதற்கான பயிற்சி நடத்துகிற, கர்நாடகாவிலுள்ள தார்வார் பல்கலைக்கழகத்தின் அறிவிப்பை சிஸ்டர் ஸூஸி எனக்குத் தந்தார். இயக்குநரை அழைத்துப் பேசி எனக்கான ஒரு சீட்டை நான் முன்பதிவு செய்துகொண்டேன். இயக்குநரகத்தின் அருகிலுள்ள ஒரு மடத் தின் முகவரி கிடைத்ததைத் தொடர்ந்து மூன்று வாரத்திற்கு எனக்குத் தங்குமிடம் ஒதுக்கும்படி கேட்டு ஒரு கடிதமெழுதினேன். போகவும் வரவும் பயணத்திற்கான முன்பதிவு செய்வதுதான் அடுத்த வேலை. முன்பதிவு செய்யுமிடத்திலிருந்து கிடைத்த தகவல்படி பெங்களூருவிற்கும் அங்கிருந்து அன்று சாயங்காலம் தார்வாருக்கும் பயணச்சீட்டு முன்பதிவு செய்தேன். பெங்களூரு வில் போய்ச்சேர்ந்த அன்று பெண்களுக்கான ஓய்வறையில் தங்கிவிட்டுப் பிறகு பயணத்தைத் தொடரலாமென்றும் முடிவு செய்திருந்தேன். ஆனால், அங்குள்ள பாதிரியார்கள் தங்குமிடத் தில் ஓய்வெடுக்கலாமென்று மடத்திலுள்ள கன்யாஸ்திரிகள் அறிவுறுத்தினார்கள். பெண்களை மிக அபூர்வமாகவே பார்க்கிற வரும், பரிசுத்தவானும், பிரம்மச்சரியத்தில் உறுதியுடனிருப்பவர் என்றறியப்படுபவருமான ஒரு பாதிரியாரின் முகவரியையும் அவர்கள் தந்தார்கள். நான் அனுப்பிய கடிதத்திற்கு உடனடி யாக வந்த அவரது பதிலில் எனக்கு ராஜ உபச்சார வரவேற்பு

உறுதி செய்யப்பட்டிருந்தது. நான் போகவேண்டிய நாள் வந்தது. என்னுள் ஏதோ சஞ்சலம். இயேசுவிடம் சொன்னேன்:

“நான் இந்தப் பயிற்சியில் சேரவேண்டாமென்று நீர் விரும்பி னால் எனக்குத் தெளிவான ஒரு அறிகுறியைக் காட்டுவீராக!”

விஷக்காய்ச்சலின் வடிவத்தில் இயேசு அறிகுறியைக் காண்பித்தார். காய்ச்சலின் நடுக்கத்தாலும் உடல்வேதனையாலும் பசியின்மையாலும் நான் படுக்கையிலானேன். ஆமலொ கல்லூரி யில் போயட் – ஆர்ட்டிஸ்ட் தின நடுவர் பொறுப்பைத் தொலை பேசியில் அழைத்து ரத்து செய்தேன். மறுநாள், தார்வாருக்குச் செல்லும் ரயில் பயணத்தைப் பற்றி நினைத்துப் பார்க்கவே இயலவில்லை. என்னால் பயணம் செய்ய இயலாதென்பதால் கல்லூரி முதல்வரிடம் சொல்லி பயணச்சீட்டை ரத்து செய்து விடலாமென்று முடிவு செய்தேன். ஆனால், அவர் சிக் ரூமிற்குப் பாய்ந்து வந்தார்:

“நீ என்ன கல்லூரிப் பணத்தையெல்லாம் பாழாக்குவதாகவே முடிவு செய்துவிட்டாயா? சீக்கிரமாக எழுந்து பயணத்துக்கான ஏற்பாடுகளைக் கவனி. பணிஉயர்வு தவிர்க்க முடியாத தேவை.”

“சிஸ்டர், இப்போதுகூட காய்ச்சல் அடிக்கிறது. மட்டுமல்ல, தங்குமிடத்தைப் பற்றி எனக்கு இன்னும் கான்வென்ட்டிலிருந்து பதில் வரவில்லை.”

“இதெல்லாம் காரணங்களே கிடையாது, ஜெஸ்மி. எவ்வளவு சிரமப்பட்டாவது நீ போய்த்தான் ஆக வேண்டும்.”

இதுதான் முடிவு. சுப்பீரியர் என்னை அனுதாபமாகப் பார்த்தார். யாரும் என்னை இங்கே என்னுடைய அம்மாவைப் போல் அக்கறையாகக் கவனித்துக்கொள்வார்களென்று நான் எதிர்பார்க்கவுமில்லை. காய்ச்சலையும் வைத்துக்கொண்டே நான் குளித்துத் தயாராகி ரயில்வே ஸ்டேஷனுக்குப் போனேன். என்னுடைய மனத் திடம் அற்புதங்கள் உருவாக்கவல்லது என்பதை நான் அறிவேன். ரயிலில் ஏறும்போது காய்ச்சல் விட்டிருந்தது. ஆனால், ஒரு கேள்வி மட்டும் மனதிற்குள் மிச்சமிருந்தது: ‘இயேசு ஏன் போக வேண்டாமென்று அடை யாளம் காட்டினார்?’ இதற்கான பதில் எனக்குப் பிறகுதான் கிடைத்தது.

அதிகாலையில் நான் பெங்களூரு ஸ்டேஷனுக்கு வந்து சேரும்போது அருட்தந்தை, பொறுமையிழந்தவராக, என்னை எதிர்பார்த்துக் காத்திருப்பதை ரயிலிருந்து இறங்கும்போதே கவனித்தேன். அவருடைய அடக்கமான இயல்புக்கு மாறாக, என்னைக் கண்டதுமே மிகுந்த ஆவேசத்துடன் ஆலிங்கனம்

செய்து ஏற்கனவே உறுதியளித்திருந்தது போன்ற ராஜ உபச்சாரத் துடன் அவரது தங்குமிடத்திற்கு அழைத்துக்கொண்டு போனார். எனக்கு ஆர்வமில்லாதபோதும், காலை உணவுக்குப் பிறகு என்னை லால்பாக்கிற்கு அழைத்துப் போனார். என்னை இங்கே அழைத்துக்கொண்டு வந்ததன் பின்னணியில் அவருக்கு சில மறைமுக ஆர்வங்கள் இருந்திருக்கின்றன. ஆங்காங்கே, ஜோடிகளாக மரங்களின் மறைவிலிருக்கும் ஆண் – பெண்களைக் காண்பித்து, அன்பின் உடல்ரீதியான தேவைகளைப் பற்றி போதனை செய்தார். பெண்களுடன் பாலியல் உறவுகொள்ளும் அருட்தந்தைகளின், ஆயர்களின் கதைகளை விவரித்தார். ஆயர் ஒருவர், ஒரு பெண்ணுடன் வாழ்ந்து அவர்களுக்கு குழந்தை பிறந்ததையும் குழந்தையின் பராமரிப்புச் செலவிற்குக் கொடுப் பதற்காக நடந்த ஏற்பாடுகளைப் பற்றியும் கூட பிரஸ்தாபித் தார். இயல்புக்கு மாறான அவரது நடவடிக்கைகளும் பேச்சும் என்னைக் குழப்பத்திலாழ்த்தின.

கடைசியில், அவரே தயாரித்த காஃபியைத் தருவதற்காக என்னை அவரது அறைக்குள் அழைத்துச் சென்றார். காஃபியைக் குடித்தவாறே நான் கட்டிலில் அமர்ந்திருந்தேன். அதில், ஒரு ஆள் மட்டும் உட்காருவதற்கான இடம்தானிருந்தது. நெருக்கிய படி என்னருகே உட்கார்ந்துகொண்ட அருட்தந்தை, மூச்சடைக்க வைப்பதுபோல் என்னைப் பலமாகக் கட்டிப் பிடித்தார். அவரது பிடியிலிருந்து என்னை விடுவித்துக்கொள்ள நான் முயற்சி செய்வதற்கிடையே என் மார்பகங்களைப் பற்றியபடி அவற்றைக் காட்டித் தரும்படி கேட்டார். நான் கோபத்துடன் மறுத்து விட்டு எழுந்தேன். என்னைப் பலவந்தமாகப் பிடித்து உட்கார வைத்துவிட்டுக் கேட்டார்:

“உன்னுடைய வாழ்க்கையில் இதுவரை நீ ஏதாவதொரு ஆண்மகனைப் பார்த்திருக்கிறாயா?”

இல்லையென்று தலையசைத்தேன். உடனே, தன்னுடைய ஆடைகளைக் களைந்தார். எனக்கும் பார்க்க வேண்டும் போலிருந்தது. நாவல்களில் நான் இதைப் பற்றியெல்லாம் வாசித்திருக்கிறேன். ஆனால், என் கண்களால் இதுவரையிலும் நேரடியாகப் பார்த்ததில்லை. பார்த்ததுமே சில்வியா பிளாத்தின் நாவல்தான் என் நினைவுக்கு வந்தது: ‘ஆமையின் தலை’போல் என்று அவள் தன்னுடைய ‘பெல் ஜார்’ நாவலில் விவரித்திருந் தது சரியான உவமையாக எனக்குத் தோன்றியது.

சிறிது நேரத்தில் பால்போன்ற ஒரு திரவத்தைக் காண்பித்த போதகர், அதனுள் உயிர் வாழ்கிற ஆயிரக்கணக்கிலான அணுக் களைப் பற்றி பிரசங்கித்தார். ஆடைகளைக் களைவதற்கு நான்

மிகுந்த மறுப்பு தெரிவித்தாலும் மீண்டும் மீண்டும் வற்புறுத்தியதற் கிணங்கி, என்னுடலை ஒருநிமிட நேரம் காட்டிவிட்டுத் திரும்ப வும் அணிந்துகொண்டேன். பிறகு என் பயணத்தைத் தொடர்வதற் காக என்னை ரயில்வே ஸ்டேஷனுக்கு அழைத்துக்கொண்டு போனார். இப்படியான ஒரு சம்பவம் நிகழவேண்டுமென நான் ஒருபோதுமே விரும்பியதில்லையென்பதால் இதைப்பற்றிக் கழிவிரக்க உணர்வுடன் மட்டுமே என்னால் நினைத்துப் பார்க்க இயலுகிறது. வாழ்க்கையில் இதுபோன்ற சிறு அளவிலான அத்துமீறல்கூட எங்களுடைய துறவு வாழ்க்கையில் நிகழுமென்று நாங்கள் எதிர்பார்ப்பதில்லை. இப்படிப் பார்த்தால், நான்கு சுவர்களுக்குள்ளும் வெளியிலும் நாங்கள் பாதுகாப்புடன் இருக்கிறோமோ? இயேசுவின் முன்னறிவிப்பை கவனத்தில் கொள்ளாமல் என்னைப் போகச் சொல்லி நிர்ப்பந்தம் செய்த கல்லூரி முதல்வர் மீது குற்றம் காணவே நான் முயற்சி செய்தேன்.

அனாதைகளான விஷேசமான எவ்வித உரிமைகளுமில்லாத பிரிவினருக்குத்தான் தேவையான கவனமும் முன்னுரிமைகளும் தரப்பட வேண்டும். உணவுக்கான இடைவேளைகளில் சாப்பிட எதுவுமில்லாமல் வருகிறவர்களை விடுதியின் உணவுக்கூடத்திற்கு அழைத்துக்கொண்டுபோய் சாப்பிட வைப்பது என்னுடைய வழக்கம். ஏழை மாணவிகளுக்கு இலவச உணவு கொடுப்பதற்கென இருந்த ஏற்பாட்டை ஏற்கனவே நிறுத்திவிட்டார்கள். கருணையை அடிப்படையாகக்கொண்ட எல்லா காரியங்களும் படிப்படியாக நின்று போய்விட்டன. ஆனால், நான் அவர்களை உணவகத் திற்கு அழைத்துக்கொண்டுபோய் அங்குள்ள சிஸ்டரிடம் உணவு கொடுக்கும்படி சொல்வேன். மிகவும் கஞ்சத்தனம் காட்டுகிற புதிதாக நியமிக்கப்பட்ட ஒரு கன்யாஸ்திரி அப்போது சமையல் பொறுப்பிலிருந்தாள். இப்படி ஏழை மாணவிகளை அழைத்துக் கொண்டு போகும்போது அவள் திட்டுவாள். என்னிடம் அன்பு காட்டுகிற உதவி வார்டன் சிஸ்டர் மரியாளிடம் நான் இதைப் பற்றி பேசினேன். வகுப்பிலுள்ள வசதி படைத்த மாணவிகளிட மிருந்து கிடைக்கிற பணத்தைப் பெற்று கேன்டீனிலிருந்து கூப்பன்கள் வாங்கித் தேவையான மாணவிகளிடம் கொடுத்து கேன்டீனுக்கு அனுப்பி வைக்கும்படி சிஸ்டர் சொன்னாள்.

ஒருமுறை, கல்லூரியில் அரசுச் சம்பளமில்லாத ஆசிரியை யாக இருந்த கன்யாஸ்திரி எலனின் அக்காவிற்குத் தன்னுடைய மகள் திருமணத்திற்காக கொஞ்சம் பணம் தேவைப்பட்டது. அவள் தனது சகோதரியான எலனை அணுகினாள். அவள், சுப்பீரியரைப் போய்ப்பார்க்கும்படி சொல்லியனுப்பினாள். 10,000 ரூபாய் கடனாகக் கொடுப்பதற்கு சுப்பீரியர் மறுத்து விட்டார். மிகுந்த மனவருத்தத்துடன் அவள் இந்தச் சம்பவத்தை என்னிடம் பகிர்ந்துகொண்டாள். நான் சுப்பீரியரைப் போய்ப்

பார்த்து எலனுடைய அக்காவுக்காக பணம் திரட்ட அனுமதி கேட்டேன். தொலைபேசியிலும், கடித வாயிலாகவும் முயற்சி செய்த பிறகும் என்னால் சிறு தொகைதான் திரட்ட முடிந்தது. அப்போதுதான் நான் இயேசுவிடம் திரும்பினேன். ‘நாதா, நீர் வளமானவர், அவளுக்குக் குறைந்தபட்சம் ஒரு *10,000* ரூபாயாவது வேண்டும். அதை அவளுக்குக் கிடைக்கும்படி செய்ய உம்மால் இயலாதா?’

சிலநாட்களுக்குப் பிறகு, நான் அலுவலகப் பணியாளர் களுக்கு உதவி செய்வதில் ஈடுபட்டிருந்தபோது ஒரு ஆசிரியை என்னை வராந்தாவிற்கு வரச் சொல்லி அவசரமாக அழைத்தார். என்னுடைய அருகாமையை எப்போதும் விரும்புகிற அவளது நிர்ப்பந்தத்தை நான் விரும்புவதில்லை. ஏனெனில், அவள் சிரமப்படுத்துகிற அளவிலான குணம் படைத்தவள். ஆகவே, நான் தயக்கத்துடன் அவளுடன் சென்றேன்.

“சிஸ்டர் ஜெஸ்மி, உங்களுக்குத் தெரிந்து திருமண விஷயத் துக்காக பணமில்லாமல் கஷ்டப்படுகிற யாராவது இருக் கிறார்களா?”

நான் திகைத்துப்போனேன்.

“எதுக்காகக் கேட்கறீங்க, மிஸ்?”

“என்னுடைய கணவர் வேலை செய்கிற ஜெர்மன் கம்பெனி, ஏழ்மையான குடும்பத்திலுள்ளவர்களின் திருமணச் செலவுக் கென்று *10,000* ரூபாய்வீதம் ஒவ்வொரு வருடமும் கொடுக் கிறார்கள். போன வருடம் தகுதியான ஆளைக் கண்டுபிடிக்க முடியாமல் அந்தப் பணத்தைப் பயன்படுத்த முடியாமல் போய்விட்டது. இந்த வருடமும் அப்படியான ஒரு நிலைமை தான் இருக்கிறது.”

“மிஸ், உங்களை அந்த இயேசுதான் என்னிடம் அனுப்பி யிருக்கிறார்.”

நான் தம்பதியரைக் காண்பித்துக் கொடுத்தேன். பணத்தை நானே வாங்கி முதல்வரின் அனுமதியுடன் எலன் சிஸ்டர் வழியாக அவர்களிடம் கொடுத்தேன்.

மற்றொரு சந்தர்ப்பத்தில் என்னுடைய வகுப்பில் படிக்கிற ஒரு ஏழை மாணவிக்கு வெளியிலுள்ள ஒரு நிறுவனத்திற்குக் கட்டவேண்டிய தேர்வுக் கட்டணமாக ஐந்நூறு ரூபாயும் போக வர நூறுமாக அறுநூறு ரூபாய் தேவைப்பட்டது. நான் இயேசுவிடம் மன்றாடி அற்புதம் நிகழ்வதற்காகக் காத்திருந் தேன். என்னுடைய ஆன்மிகப் புத்திரன் ஒவ்வொரு வருடமும் இருநூறு ரூபாய் வீதம் ஒரு ஏழைக் குழந்தையின் படிப்புச்

செலவுக்காகக் கொடுப்பது வழக்கம். கடந்த ஒரு வருடமாக அது நின்று போயிருந்தது. ஒரு சாயங்கால நேரத்தில் அவன் என்னைப் பார்ப்பதற்காக மடத்திற்கு வந்தான். மடத்தின் விதிமுறைகளுக்குப் புறம்பாக ஆறு மணிக்குப் பிறகு அவன் வந்ததில் எனக்குக் கோபம்.

"சிஸ்டர், நான் இன்று உங்களைப் பார்க்க வராமலிருந்திருந்தால் என் கையிலிருக்கும் இந்தப் பணம் செலவாகிவிடும்." இதைச் சொல்லிவிட்டு அவன் அறுநூறு ரூபாயை என் கையில் தந்தான்.

"மகனே, உன்னுடைய தவணைதான் முடிந்துபோய் விட்டதே? பிறகு எதற்காக இந்தப் பணம்?"

"உங்களது சிரிப்பைப் பற்றி ஒரு மாணவி எழுதிய கடிதத்தை நான் பத்திரிகையில் வாசித்தேன். அப்போதுதான் உங்கள் வழியாக நான் ஏழைகளுக்கு உதவுவதை நிறுத்தியிருந்த விஷயம் நினைவுக்கு வந்தது. தேவைப்படுகிற யாருக்காவது இதைக் கொடுத்து விடுங்கள்."

"மகனே, இப்போது உன்னை இயேசுதான் என்னிடம் அனுப்பி வைத்திருக்கிறார். நான் இயேசுவிடம் கேட்டதும் சரியாக அறுநூறு ரூபாய்தான்."

குறும்படம் வெளியீட்டு விழா
சாரா ஜோசப் (எழுத்தாளர்), திரு. வைசாகன் (எழுத்தாளர்),
திரு. சண்முகதாஸ் (திரைப்பட விமர்சகர்)

படுத்திக்கொள்ளும்படி சொல்லி கிளார்க் நூறு ரூபாய் தந்திருந்தது அதிர்ஷ்டம்தான்.

அந்த வருடம் புகுமுகவகுப்பில் பொருளாதாரப் பாடத் தேர்வின் கேள்விகள் அனைத்துமே பாடத்திட்டத்திற்கு வெளியி லுள்ளவையாக இருந்தன. மாணவிகளால் எந்தக் கேள்விகளுக்கும் பதிலெழுத முடியவில்லை. அடிப்படைப் பாடத்திட்ட விடைத் தாள் திருத்த முகாமில் ஒன்றுகூடிய எல்லாப் பேராசிரியர் களும் இந்த நிர்ணய முகாமை எதிர்த்துப் பேசினார்கள். ஆகவே, பல்கலைக்கழகம் மற்றொரு தேர்வை நடத்துகிற நிர்ப்பந்தத்திற் குள்ளானது. மறுதேர்வு நடத்துவது தொடர்பாகப் பெரிய அளவில் பிரச்சாரம் எதுவும் செய்யப்படாததால் பெரும்பா லான மாணவிகளும் தேர்வெழுதவில்லை. இதில் செல்வாக்குப் படைத்த நபர்களின் பிள்ளைகளும் உட்படுவார்கள். ஆகவே, மூன்றாவது கட்டமாக மறுதேர்வு நடத்தவேண்டியதாயிற்று. வானொலி உட்பட எல்லா ஊடகங்களிலும் இம்முறை பெரிய அளவில் பிரச்சாரம் செய்யப்பட்டது. தேர்வு முடிவுகள் வெளி யிடப்படுவதற்கு முன்பே பல்கலைக்கழகத்தின் பட்டப்படிப்பு அனுமதிக்கான கடைசித் தேதியும் அறிவிக்கப்பட்டது.

இந்நேரத்தில், மூன்றாவது முறையாக தேர்வெழுதிய ரோஸி எனும் பாவப்பட்ட ஒரு மாணவி சேர்க்கை அலுவலகத்திற்கு வந்து கேட்டாள்:

“அக்கா, எனக்கு எகனாமிக்ஸ் மார்க் இன்னும் கிடைக்க வில்லை. பிறகு எப்படி நான் கடைசித் தேதிக்கு முன்னால விண்ணப்பிக்க முடியும்?” அந்த அக்கா மாணவியிடம் கேலியாகச் சொன்னாள்:

“ஒரு சப்ஜெக்டில் உனக்கு இன்னும் மார்க் கிடைக்காம லிருந்தும்கூட நீ டிகிரிக்குச் சேர நினைக்கிறாயா? பரவா யில்லையே! சரி, எதுக்கும் நீ மார்க் கிடைத்த பிறகு அப்ளை பண்ணினால் போதும்.”

பல்கலைக்கழகம் மூன்று தடவை தேர்வு நடத்திய விஷயம் எதுவுமே அவளுக்குத் தெரியாது. ஆகவே, அந்த மாணவி வீட்டிற்குப்போய் மதிப்பெண் வெளியிடப்படுவதை எதிர் பார்த்திருந்தாள். முடிவுகள் வந்த பிறகு விண்ணப்பத்தைப் பூர்த்தி செய்துகொண்டு வந்தாள். தாமதமாகிவிட்டதால் அதனைப் பெற்றுக்கொள்ளச் சேர்க்கைப் பணிப்பொறுப்பிலுள்ள கன்யாஸ்திரிகள் தயாராக இல்லை. நான் அவளுக்குப் பாட மெடுப்பதால் மதிப்பெண் பட்டியலை என்னிடமும் காட்டி னாள். நானுட்பட்ட எந்த ஆசிரியைகளிடமும் பேசாத, அமைதி யான குணமுள்ளவள் அந்த மாணவி. பொருளாதாரப் பாடத் தில் அவள் 75 சதவிகித மதிப்பெண்கள் பெற்றிருந்ததில் எனக்கு

மற்றொரு, ஏழ்மையான ஆனால், திறமையான மாணவிக்கு பல்கலைக்கழகத்தில் விண்ணப்பிக்கும் பட்சத்தில் உதவித் தொகை கிடைப்பதற்கான வாய்ப்பிருந்தது. ஆனால், இதை முறைப்படி எப்படிச் செய்வதென்று அவளுக்குத் தெரியவில்லை. என்னால் அவளுக்கு உதவ முடியும். ஆகவே, நான் இந்த விஷயத்தை கல்லூரி முதல்வரிடம் பேசி, விடுப்புப் போட்டு விட்டு அவளுடன் பல்கலைக்கழகத்திற்குப் போனேன். போவ தற்கு முன்பு ஆங்கிலத்தில் 75 மதிப்பெண்கள் கிடைத்த அவளது தோல்வியுற்ற மதிப்பெண் பட்டியலை அலுவலகப் பணிப் பெண் என்னிடம் ஒப்படைத்தாள். ஆங்கிலத்தில் வெற்றிக்கான மதிப்பெண் 105. மறு மதிப்பீட்டில் பதினைந்து மதிப்பெண்கள் அதிகமாகக் கிடைத்த புதிய மதிப்பெண் பட்டியல் வேண்டு மென்று அவள் கேட்டாள்.

"தொண்ணூறு மார்க்கும் தோல்விதானே? அப்புறம் இதை வைத்து மட்டும் என்ன உபயோகம்?" நான் கேட்டேன்.

பரவாயில்லை. அவளுக்கு அதிக மதிப்பெண் பட்டியல் தான் வேண்டும். ஆனாலும் அவள் திரும்பவும் தேர்வெழுதுகிறாள். இவளது வேலைகள் முடிந்ததும் நான் தேர்வுப் பிரிவில் போய்ப் புதிய மதிப்பெண் பட்டியலைக் கேட்டேன். என்னுடைய தோழியொருத்தி அங்கே இருந்தாள். இவள் மற்றப் பாடங் களில் வெற்றி பெற்றிருக்கிறாளா என்றவள் கேட்டாள். தோற்ற பொருளாதாரப் பாடத் தேர்வைத் திரும்பவும் எழுதி அப்போது அவள் வெற்றி பெற்றிருந்தாள்.

"அப்படியென்றால் அவள் இங்கிலீஷிலும் பாஸ்தான்" என்றாள்.

"ஆச்சரியமாக இருக்கிறதே? அதெப்படி முடியும்? நீ கேலி செய்கிறாயா?"

"இங்கிலீஷில் மட்டும் தோற்றவர்களுக்கு ஐந்து மார்க் செனட்டும் பத்து மார்க் சிண்டிகேட்டும் கிரேட் மார்க்காக அறிவித்திருக்கிறார்கள். மொத்தத்தில் இப்போது அவளுக்கு பாஸ்மார்க் கிடைத்திருக்கிறது. திருத்தப்பட்ட மார்க் லிஸ்ட் இரண்டு நாட்களுக்குள் காலேஜுக்கு வந்து சேர்ந்து விடும்."

கல்லூரிக்கு வந்ததும் எங்கள் இரண்டு பேருடைய பயணச் செலவுக்காக நான் முதல்வரைப் பார்க்கச் சென்றேன். அந்த மாணவியே அவளுக்கான பணத்தை ஏற்பாடு செய்துகொள்ளட்டு மென்று சொல்லி மறுத்துவிட்டார் அவர். நான் தர்ம சங்கடத்தி லானேன். வீட்டு நிலைமையே பட்டினியிலிருக்கும் அவளிடம் நான் எப்படி பயணச் செலவைக் கேட்க முடியும். மகள் ஆங்கிலத்தில் பாஸானதற்காக, ஏழை மாணவிக்குப் பயன்

மகிழ்ச்சியாக இருந்தது. அவளை விடவும் மதிப்பெண்கள் குறைவாகப் பெற்றிருந்தவர்களுக்கெல்லாம் அட்மிஷன் கிடைத் திருந்தது. நான் அவளிடம் சொன்னேன்:

“ரோஸி, நீ அட்மிஷன் ரூமிலிருக்கிற சிஸ்டர்களிடம் கொண்டுபோய் இந்த அப்ளிகேஷனைக் கொடு.”

அவள் அட்மிஷன் அறைக்குள் வந்ததும் நான் கேட்டேன்:

“இந்த அப்ளிகேஷனை நீங்கள் ஏன் வாங்கக்கூடாது? அவள் நல்ல மார்க் எடுத்திருக்கிறாள். மட்டுமல்ல, நம்முடைய சீட்டுகள் இன்னும் பூர்த்தியாகவுமில்லை. அதை வாங்கி, லேட் அப்ளிகேஷன் என்று ஒரு குறிப்பெழுதி வையுங்கள். நீங்கள் அப்ளிகேஷனை வாங்கி இப்படிக் குறிப்பெழுதி வைக் கிறதை நான் பலதடவைக் கவனிச்சிருக்கிறேனே?”

என்னுடைய வாதத்திலிருக்கும் யுக்தியைப் புரிந்துகொண்ட அவர்கள் விண்ணப்பப் படிவத்தை வாங்கிக்கொண்டார்கள். இரண்டு நாட்களுக்குப் பிறகு ரோஸியின் வீட்டுக்கு ஒரு மாணவியை அனுப்பி மறுநாளே கட்டணத்தைச் செலுத்தி கல்லூரியில் சேரும்படி சொன்னார்கள். தேவையான பண மில்லாததால் அடுத்த வீட்டிலிருந்து ஒரு மோதிரத்தை வாங்கி அடகு வைத்துதான் அவள் கட்டணத்தையும் பயணச் செலவை யும் செய்திருக்கிறாள். அவளிடம் கல்லூரியில் வந்து சேரச் சொன்ன அன்று, ஒரு அவசர வேலை நிமித்தமாக நான் விடுமுறையில் வெளியூரிலிருந்தேன். திரும்பி வந்தபோது அப்பா வுடன் வந்திருந்த ரோஸிக்கு அட்மிஷன் கொடுக்காமல் கல்லூரி முதல்வர் திருப்பியனுப்பியதாக அறிந்தேன். என்னால் கோபத்தை அடக்கிக்கொள்ளவே இயலவில்லை. ரோஸியைப் போன்ற ஏழை மாணவிகளை மட்டுமே முதல்வரால் எது வேண்டுமானா லும் செய்ய முடிகிறது. அவளைக் கல்லூரியில் சேர்க்காததற் கான காரணத்தைக் கேட்டு நான் அவரிடம் வாக்குவாதத்தில் ஈடுபட்டேன்.

“இங்கே நான்தான் பிரின்சிபால். நான் விரும்புவதைச் செய்வதற்கான அனுமதி எனக்கு இருக்கிறது. அதைக் கேட்க நீங்கள் யார்?”

ரோஸியின் குடும்ப நிலைமையைப் பற்றி இயன்றவரைக்கும் அவரிடம் பேசிப்பார்க்க நான் முயற்சி செய்தேன். ஆனால், அவர் தன்னுடைய பிடிவாதத்திலிருந்து விலகவே இல்லை.

“இங்கே என்னுடைய முடிவுகள்தான் இறுதியானவை. என்னைத் தடுப்பதற்கான வேலைகளை உங்களால் முடிந்த வரைக்கும் நீங்கள் செய்துகொள்ளலாம்.”

என்னால் அப்போது எதுவுமே செய்ய இயலாது. இருந்தாலும், ஒரு ஏழை மாணவிக்கும் அவளது குடும்பத்திற்கும் இழைத்த இந்த அநீதியை நான் ஒரு பத்திரிகைச் செய்தியாக எழுதி பொதுமக்களின் பார்வைக்குக் கொண்டு செல்ல முயன்றேன். ஆனால், அவர்கள் பயந்துபோய் அதைப் பிரசுரிக்கவில்லை. நீதிக்கான என்னுடைய போராட்டத்தில் நிறைய ஆசிரியைகள் எனக்கு உற்சாகமளித்தார்கள். ஆசிரியைகளான இரண்டு சகோதரிகளும் என்னுடனிருந்தார்கள்:

“ஜெஸ்மி, நீதிக்காகப் போராடுகிற தைரியம் எங்களிடமில்லை. ஆனால், எங்களால் உங்களுக்குத் துணையாக இருக்க முடியும். தைரியமாக முன் செல்லுங்கள்.”

அதிலொருத்தி சொன்னாள்:

“ஜெஸ்மி, புரொவின்ஷியல் அம்மாவை நேரில் பார்த்து விஷயங்களைப் பேசுங்கள். இதைச் செய்யாவிட்டால் உங்களுக்குத்தான் பிரச்சினைகள் வரும்.”

இது ஒரு நல்ல அறிவுரைதான். நான், தற்போதைய புரொவின்ஷியலான மதர் கிளாடிட்டாவை சந்தித்தேன். விஷயங்களை விவரிக்கும்போது என்னால் வேதனையை அடக்கவே இயலவில்லை. என்னுடன் சேர்ந்து அவரும் பொருமினார். ரோஸி தங்கியிருப்பது காடும் மலையும் சார்ந்த ஒரு பகுதி. அவளுடைய தந்தை, ஆடு வளர்ப்பதன் மூலம் கிடைக்கும் மிகக் குறைந்த வருமானத்தில்தான் அந்தக் குடும்பத்தைப் பராமரிக்கிறார். வளமில்லாத பூமியாக இருப்பதால் அங்கே நல்ல செடி கொடிகளோ, காய்கனிகளோ, மரங்களோ வளருவதில்லை. இன்னமும் அங்கே மின்சாரம் போய்ச் சேரவில்லை. அவ்வளவு உயரத்திற்கு எந்த தபால்காரராலும் போக இயலாது. அடிவாரத்திலிருக்கும் ஒரு கடையில் தபால்காரர் கடிதங்களைக் கொடுப்பார். பகல் நேரங்களில் கீழே இறங்கி வந்தால் கடிதம் கிடைக்கும். பத்திரிகைகளும் கிடைப்பதில்லை. இந்நிலையில் வெளியுலகத்துடனான தொடர்பு அவர்களுக்கு எப்படிக் கிடைக்கும். இங்கேதான் இவ்வளவு கடினமான சூழ்நிலைகளையும் கடந்த அழகு உறைந்திருக்கிறது. பாட்டரியில் இயங்குகிற ரேடியோவில் அவளுடைய அப்பா தினமும் செய்திகளைக் கேட்பார். இப்படித்தான் அவர் பல்கலைக்கழகம் மூன்றாவது தடவையாக மறு தேர்வு நடத்துகிற செய்தியையும் அறிந்து கொள்கிறார். நேர்முகத் தேர்வுக்கான கடிதம் குறிப்பிட்ட நேரத்தில் கிடைக்கவில்லை என்பதால் அவரது இரண்டாவது மகளுக்கு வொக்கேஷனல் கோர்சில் சேருவதற்கான வாய்ப்பு கிடைக்காமல் போய்விட்டது. இப்போது மூத்தவளுக்கும் படிப்பதற்கான வாய்ப்பு இல்லாமல் போகிறது. அவர்கள் அடகு

வைத்த மோதிரத்தைத் திருப்பிக் கொடுக்க முடியுமா? கற்பாறையான இதயம்கூட இளகிப்போகும். ஆனால், என்னுடைய அதிகாரிகளின் மனது இளகவே இல்லை.

அந்தம்மா சொன்னார்:

"ஜெஸ்மி சொன்ன எல்லாமே எனக்குப் புரிகிறது. ஆனால், பிரின்சிபாலிடம் அவளைச் சேர்க்கும்படி சொல்ல என்னால் இயலாது. அந்த பிரின்சிபால் சிஸ்டர் ஒரு கோழை. அந்தப் பெண்ணுக்கு அட்மிஷன் கொடுப்பதற்கான தைரியம் அவருக்குக் கிடையாது."

இந்த வாதத்தின் நோக்கத்தை என்னால் புரிந்துகொள்ள இயலவில்லை. நான் சொன்னேன்:

"நீங்கள் இந்தப் பிரச்சினையைத் தீர்க்க முன்வரவில்லையென்றால் நான் எனக்குத் தெரிந்த வழியைப் பார்ப்பேன்."

"நீ என்ன செய்யலாம் என்று நினைக்கிறாய், ஜெஸ்மி?"

"அம்மா, நான் இதுவரை அதைப் பற்றிய எந்த முடிவுக்கும் வரவில்லை. இருந்தாலும் செய்யப் போகும் அந்தக் காரியத்திற்காக நான் உங்களுடைய அனுமதியையும் ஆசீர்வாதத்தையும் எதிர்பார்க்கிறேன்."

தகுதியுள்ள அந்த ஏழை மாணவியின் எதிர்கால நலனைப் பாதுகாப்பதற்காக எதையாவது செய்தே தீருவதென்று முடிவு செய்துவிட்டு நான் புரொவின்ஷியலிலிருந்து வெளியில் வந்தேன்.

அப்போது, என்எஸ்எஸ் பொறுப்பிலிருந்த கன்யாஸ்திரிக்கு ரெஷிடென்ஷியல் முகாமிற்கு முக்கியஸ்தர்களை அழைக்க வேண்டியதிருந்தது. அவளுடன் என்னையும் அழைத்துக் கொண்டு போவதற்கான அனுமதியை சுப்பீரியரிடமிருந்து அவள் பெற்றிருந்தாள். ஒரு பெண் எழுத்தாளரையும் ஒரு பாதிரியரான வழக்கறிஞரையும் அழைப்பதாக அவள் திட்டமிட்டிருந்தாள். வழக்கறிஞரைப் பார்க்கும்போது ரோஸி சம்பந்தமாக, ஒரு மனு எழுதிக்கொடுப்பதென்று நாங்கள் முடிவு செய்திருந்தோம். நாவலாசிரியையை சந்தித்த பிறகு, பக்கத்தில் வசிக்கும் கல்லூரி ஆசிரியை நிர்ப்பந்தம் செய்ததால் அவரது வீட்டிற்கும் போனோம். அந்த ஆசிரியையும் எங்களுடன் டவுனுக்கு வந்தார். வழக்கறிஞர் தங்கியிருக்கும் அதே கட்டடத்தில்தான் அந்த ஆசிரியைக்கு ஒரு வேலையிருந்தது. நடனப் பயிற்சிக்குப் பிறகு குழந்தைகளைத் திரும்ப அழைத்துக்கொண்டு போக அவர் வந்திருந்தார். எங்களுடைய நோக்கத்தையும் திட்டத்தையும் அவரிடம் சொல்ல வேண்டியதாயிற்று. உடனே அவரும் எங்களுடன் சேர்ந்துகொண்டார். இப்படியாக

இரண்டு கன்யாஸ்திரிகளும் ஒரு ஆசிரியையுமான நாங்கள் பிரச்சினையை அவரிடம் முன் வைத்தோம். பாதிரியாரான அந்த வழக்கறிஞர் விஷயத்தின் தீவிரத்தைப் புரிந்துகொண்டு எங்களுக்கு உதவி செய்வதாக உறுதியளித்தார். கல்லூரி முதல்வரைப் பார்ப்பதற்காக நேரம் வாங்கிய அவர் உறுதி படச் சொன்னார்:

"நீங்கள் கோர்ட்டுக்குப் போனால் நிச்சயமாக அந்த மாணவிக்கு அட்மிஷன் கிடைக்கும். ஒரு நிறுவனத்தை விடவும் தனிநபர்மீதுதான் நீதிமன்றம் கவனம் செலுத்தும். எதுவாயினும் நாம் முதலில் பிரின்சிபாலிடம் பேசிவிட்டு பிறகு ஒரு முடிவுக்கு வரலாம்."

மறுநாள் அந்த வழக்கறிஞர் வந்து சந்தித்தபோது கல்லூரி முதல்வர் சொன்னார்:

"அந்த மாணவி குறிப்பிட்ட நேரத்தில் அப்ளிகேஷன் கொடுக்கவில்லை."

"சிஸ்டர், அவள் காலேஜிலேருந்து அப்ளிகேஷன் ஃபாம் வாங்கியிருக்கிறாள். இது, அவளுக்கு கோர்ஸில் சேரவேண்டு மென்கிற ஆர்வம் இருந்ததைக் காட்டுகிறது. இந்த விஷயத்தில் நீதிமன்றம் ஒருபோதும் உங்களுக்கு ஆதரவாக இருக்கமுடியாது."

அட்மிஷனின் இறுதி நாளில் அவளைச் சேர்த்துக்கொள்வ தாக முதல்வர் ஒப்புதல் அளித்தார். வழக்கறிஞர் அரை மனத் துடன் திரும்பினார். ஆனால், இதனுள்ளிருக்கும் சிக்கலை எங்களிடம் அவர் வெளிப்படையாகப் பகிர்ந்துகொள்ளவும் செய்தார்.

"கடைசி நேரத்தில் பிரின்சிபால் அவளுக்கு அட்மிஷன் கொடுக்காமலிருந்து, அட்மிஷனும் முடிவடைந்துவிட்டால், அதன் பிறகு நாம் நீதிமன்றத்தை அணுகி, வெற்றி பெறுவதற் கான வாய்ப்பு இல்லாமல் போய்விடும்."

பாதிரியாருக்கு பிரின்சிபால் கொடுத்த வாக்கை எனக்கு உறுதி செய்யவேண்டியதிருந்தது. மட்டுமல்ல, இந்நிலையில் அவளுக்கு ஒரு மாத வகுப்பும் குறைந்து போய்விடும். ஆகவே, அவள் வெளியே உட்கார்ந்து பாடங்களைக் கவனிப்பதில் உங்களுக்கு ஏதாவது பிரச்சினைகள் இருக்கிறதா என்று நான் ஆசிரியைகளிடம் கேட்டேன். இப்படியான ஒரு மாணவிக்குப் பாடமெடுப்பதில் எங்களுக்கு மகிழ்ச்சிதான் என்று அவர்கள் சொன்னார்கள். பிறகு, நான் அவளுக்கு லைப்ரரியிலிருந்து ஆங்கிலம் படிப்பதற்கான வசதிகளையும் வராந்தாவில் உட்கார்ந்து எகனாமிக்ஸ் பாடங்களைக் கேட்பதற்கான வசதி களையும் செய்தேன். ரோஸிக்கு இப்படியான ஏற்பாடுகள்

நடக்கிறது என்பதை அறிந்துகொண்ட கல்லூரி முதல்வர், அட்டெண்டர் மூலமாக மறுநாளே அவளைக் கல்லூரியில் சேர்ந்துகொள்ளச் சொல்லிவிட்டார். ‘முதல்வர் எழுத்து மூலம் தெரிவித்தால்தான் இதை நான் நம்புவேன்’ என்று ரோஸி தைரியமாகச் சொல்லி விட்டாள். இதில் எனக்கு ரோஸியின்மீது மதிப்பு தோன்றியது. சிஸ்டர் ஸூஸி இதற்கு ஒப்புக்கொண்டார். ரோஸி, கோர்ஸில் சேர்ந்து மூன்று வருடத்தில் டிகிரியும் வாங்கினாள். பிறகு அவள், எஸ்ஓஎஸ்சில் அனாதைகளைக் கவனித்துக்கொள்ள தன்னுடைய ஒரு வருட காலத்தை அர்ப்பணம் செய்தாள்.

பொதுவாக, மூத்த கன்யாஸ்திரிகளைத்தான் வார்டன் களாக்குவார்கள். சிஸ்டர் லிதியா என்னை விட சீனியர் என்பதுதான் பொதுவான அபிப்பிராயம். இது சரியல்ல என்று பிறகு தெரியவந்தபோதும் சிஸ்டர் லிதியா, தனக்கு வார்டனாகும் விருப்பமிருப்பதாக முதல்வரிடம் சொன்னார். ஆனால், எங்கள் இரண்டுபேரை விடவும் ஜூனியரான மற்றொரு கன்யாஸ்திரியை வார்டனாக நியமிப்பதில்தான் முதல்வர் ஆர்வத்துடனிருந்தார். முதல்வருக்கு பொம்மலாட்டம் காட்டு வதற்குத் தோதுவான ஒருத்தி இந்த சிஸ்டர். ஒருநாளிரவு, சிஸ்டர் லிதியாவும் நானும் ஆடிட்டோரியத்தில் ஒரு நிகழ்ச்சி யில் பங்கெடுத்துக்கொண்டிருந்த வேளையில் எங்களை விடவும் ஜூனியரான சிஸ்டர் ஜிம்ஸாவை ரகசியமாக ஹாஸ்டலுக்கு அழைத்துக்கொண்டுபோய் வார்டனின் அறையில் தூங்க வைத்திருக்கிறார். மறுநாள் காலையில் நேரம் விடிந்தபோது ஹாஸ்டலில் இருந்தவர்கள் புதிய வார்டனைப் பார்க்கிறார் கள். அன்று முதல் எங்களைப் போன்ற சீனியர் சிஸ்டர்களிடம் ஜிம்ஸா பேசுவதில்லை. கல்லூரி முதல்வருக்கு அடுத்த பெரிய பதவி ஹாஸ்டல் வார்டன் என்பதை ஜிம்ஸா நன்றாகவே அறிவாள். வேறு வழியில்லாமல் நாங்களும் அவளது அதிகார மமதையைத் தாங்கிக்கொள்ள வேண்டியதாயிற்று. ஹாஸ்ட லில் தங்கியிருக்கும் மாணவிகளின் பெற்றோர்களிடமிருந்து நிறைய புகார்கள் எழுந்தன. ஆனால், வார்டனின் எல்லாத் தவறுகளையுமே கல்லூரி முதல்வர் நியாயப்படுத்தினார். பிறகு, முதல்வரும் வார்டனும் சேர்ந்து ஒரு புதிய சட்டத்தைக் கொண்டுவந்தனர். தகுதி அடிப்படையில் அட்மிஷனாகிற மாணவிகளுக்கு உள்ளூர்ப் பாதுகாவலர் இருந்தால் மட்டும் தான் ஹாஸ்டலில் இடம் கிடைக்கும். மாணவிகளுக்கு உடல்நிலை சரியில்லாமல் போனாலோ வேறு ஏதாவது தேவைகள் ஏற்பட் டாலோ அதை உள்ளூரிலிருக்கும் பாதுகாவலர் கவனித்துக் கொள்ள வேண்டும். திருச்சூருக்கு வெளியிலிருந்து வருகிற, தகுதி அடிப்படையில் அனுமதி பெறுகிற மாணவிகளுக்கு

உள்ளூரில் பாதுகாவலர் இல்லையென்பதால் ஹாஸ்டலில் அனுமதி கிடைக்கவில்லை. ஆகவே, நிறைய பேர்கள் இந்தக் கல்லூரி வேண்டாமென்று விட்டுவிட வேண்டியதாயிற்று. ஒருநாள், என்னுடைய அறையிலிருந்து நான் மாணவிகளுக்கு ஆலோசனைகள் சொல்லிக்கொண்டிருந்தேன். அப்போது ஒரு மாணவியின் அப்பா வந்து என்னிடம் கேட்டார்:

"என் மகளுக்கு இந்த காலேஜில் இடம் கிடைத்திருக்கிறது. ஆனால், நாங்கள் ரொம்ப தூரத்திலிருந்து வருவதால் அவளுக்கு ஹாஸ்டலில்தான் தங்கவேண்டியதிருக்கிறது. இந்நிலையில் நாங்கள் எப்படி இங்கே லோக்கல் பாதுகாவலன் ஏற்பாடு செய்யமுடியும்? எனக்குத் தெரியாத ஒரு குடும்பத்தை நம்பி என் மகளை எப்படி ஒப்படைக்க முடியும்?"

"இது இங்கே புதிய சட்டம் சார். என்னால் உங்களுக்கு எந்த வகையிலும் உதவுவதற்கான வாய்ப்புகளில்லை." அனுதாபத்துடன் நான் இதைச் சொன்னேன்.

"உங்களுடைய குடும்பம் இங்கேதானே சிஸ்டர் இருக்கிறது?" அந்த மனிதருக்கு என்னிடம் உருவான சுதந்திரம் ஆச்சரியமாக இருந்தது. என்னுடைய குடும்பத்தைப் பற்றி அவர் கேட்ட எல்லாக் கேள்விகளுக்கும் நான் சிரித்தபடியே பதில் சொல்லிக்கொண்டிருந்தேன். நான் சொன்னதையெல்லாம் கவனமாகக் கேட்ட அவர், என்னுடைய கையில் ஒரு பேப்பரைத் தந்து எனக்கு நேர் இளையவளான தங்கையின் பெயரை அதில் எழுதச் சொன்னார். ஒரு தமாஷ்போல் அதை எடுத்து நானும் எழுதிக் கொடுத்தேன். இந்தத் துண்டுக் காகிதத்தை வைத்து அவரால் எதுவும் செய்துவிட முடியாதென்பது எனக்குத் தெரியும். மதிய இடைவேளையின்போது பிரின்சிபாலும் வார்டனும் உட்பட்ட சமூகம் உணவறையிலிருக்கும்போது நான் இந்தத் தமாஷை எல்லோரிடமுமாக பகிர்ந்துகொண்டேன். சாயங்காலம், கை நிறைய மிட்டாய்களுடன் அந்த ஆள் என்னுடைய அறைக்கு வெளியே காத்து நிற்பதைக் கண்டதும் நான் அதிசயித்துப் போனேன்.

"என்ன விஷயம், எனக்கு எதுக்கு மிட்டாய் தருகிறீர்கள்?"

"சிஸ்டர், என் மகள் ஆலீஸ் இந்தக் கல்லூரியில்தான் படிக்கப்போகிறாள். அவளை நான் ஹாஸ்டலில் சேர்த்துவிட்டேன். உங்கள் தங்கைதான் அவளுடைய லோக்கல் கார்டியன்."

"தெய்வமே! எனக்கோ, என் தங்கைக்கோ உங்களைப் பற்றி எதுவும் தெரியாதே. சரி, உங்களைப் பற்றிய விவரங்களை நீங்கள் விரிவாகச் சொல்லுங்கள். பிரின்சிபாலும் வார்டனும் என்னிடம் ஒரு வார்த்தைகூட கேட்கவில்லையே? நீங்கள்

எங்கள் குடும்பத்தில் உள்ளவரல்ல என்கிற விஷயம் அவர் களுக்கும் தெரியுமே, எப்படி அனுமதித்தார்கள்?"

"சிஸ்டர், தயவுசெய்து என் மகள் ஆலீஸை ஏற்றுக்கொள் ளுங்கள். எங்களைப் புறக்கணித்து விடாதீர்கள்."

விஷயங்களை வீட்டிலுள்ளவர்களுக்கும் தெரிவித்துவிட் டேன். இருந்தாலும், சம்பவங்கள் நிகழ்ந்தமுறை என்னை ஆச்சரியத்திலாழ்த்தியது.

ஆனால், வார்டனுக்கு என்மீது கோபம் அதிகரித்துவிட்டது. இப்படியாகத் தவிர்க்கப்படுகிற இடங்களை உள்ளூர் மாணவி களுக்குக் கொடுக்கவே அவர்கள் விரும்பினார்கள். அந்த மாணவியை கடிந்துகொண்டதன் மூலம் வார்டன் தன்னுடைய விருப்பமின்மையைக் காட்டியிருக்கிறாள்.

"ஹாஸ்டல் அப்ளிகேஷன் ஃபாமில் கையெழுத்தில்லாமல் வெறுமனே லோக்கல் கார்டியனின் பெயருடன் இங்கே வந்து விடுவாளுங்க."

அவள் அழுதவாறே என்னிடம் வந்தாள்:

"என்னைப் பார்க்கும்போதெல்லாம் வார்டன் ஏதேதோ முணுமுணுக்கிறார்."

"நாளைக்கே நான் என் தங்கையிடம் வரச் சொல்லி அவளைக் கையெழுத்துப் போடச் சொல்கிறேன், ஆலீஸ் வருத்தப்பட வேண்டாம்."

ஆனால், என் தங்கை ஸெல்மா வந்தபோது வார்டன் அவளைப் பார்க்க நேரமில்லையென்று சொல்லி, விண்ணப்பப் படிவத்தை அட்டெண்டரிடம் கொடுத்து கையெழுத்து வாங்கச் சொன்னாள். என் தங்கை உள்ளூர் பொறுப்பாளரான பிரச்சினை நாளுக்குநாள் பெரிதாகிக்கொண்டிருந்தது. ஒரு வெள்ளிக்கிழமை சாயங்கால நேரம் ஆலீஸை வீட்டிற்கு அழைத்துவரும்படி அம்மா சொன்னாள். ஸெல்மா தொலைபேசி வழியாக வார்ட னிடம் இதற்கான அனுமதியைப் பெற்றாள். மறுநாள் சாயங் காலம் அம்மா ஆலீஸை அழைத்துப்போவதற்காக வந்தாள். ஆலீஸ் அப்போது டியூஷனுக்குப் போயிருந்தாள். அம்மா டியூஷன் சென்டரில் போய் அவளை அழைத்துக்கொண்டு போனாள்.

ஒருநாள், என்னிடம் விசாரணை மேற்கொள்வதற்காக மதர் புரொவின்ஷியல் மடத்திற்கு வந்து என்னைக் கூப்பிட்டு விசாரணை செய்ய ஆரம்பித்தார். சிஸ்டர் ஜிம்ஸா வார்டனாக நியமிக்கப் பட்டதற்குப் பிறகு ஒவ்வொரு சிறு விஷயத்திற்குக்

கூட சுப்பீரியரும் பிரின்சிபாலும் மதர் புரொவின்ஷியலும் என்னிடம் விளக்கம் கேட்க ஆரம்பித்திருந்தார்கள். ஒவ்வொன் றுக்கும் நான் தகுந்த பதிலும் சொல்லி வந்தேன். ஒரு முக்கிய மான குற்றச்சாட்டு: நான் சமையலறையில் அமர்ந்து சமையல் காரிகளுடன் சேர்ந்து சாப்பிடுகிறேன் என்பது. கன்யாஸ்திரிகள் தங்களது பெருமையைக் காப்பாற்றிக் கொள்ளவேண்டுமாம். இப்படியெல்லாம் வேலைக்காரிகளுடன் கலந்து பழகக்கூடா தாம். மற்றொரு குற்றச்சாட்டு: ஹாஸ்டலிலிருக்கும் ஆலீஸ் தொடர்பானது. வார்டனின் அனுமதியில்லாமல் என்னுடைய அம்மா டியூஷன் சென்டருக்குப் போய் ஆலீஸை அழைத்துக் கொண்டு போனது. எதிர்தரப்பில் மூன்றுபேர்களும், பிரதியாக நான் மட்டும் என்பதால் எதிர்த்து வாதம்செய்ய நான் ரொம்ப சிரமப்பட வேண்டியதாயிற்று. விசாரணை மதியச் சாப்பாட் டிற்குப் பின்பும் தொடர்ந்து நடைபெறும். அப்போது நானொரு கோரிக்கையை முன் வைத்தேன். அடுத்த அமர்வில் வார்டனும் இருக்க வேண்டுமென்று. அவளையும் வைத்துக்கொண்டுதான் இனிக் கேள்விகளை முன்வைக்க வேண்டும். தயக்கமிருந்தாலும் என்னுடைய கோரிக்கை அங்கீகரிக்கப்பட்டது. ஜிம்ஸாவின் பாதுகாவலர்கள் புடைசூழ, மத்தியில் அவளை உட்கார வைத்து காலையில் விவாதிக்கப்பட்ட விஷயங்களைத் திரும்ப வும் தூக்கிப் போட்டேன். தவறான எல்லாக் குற்றச்சாட்டு களும் மேலெழுந்து வந்தன. சம்பவங்களின் சரியான இருப்பை மதர் புரொவின்ஷியல் படிப்படியாகப் புரிந்துகொண்டார். கடைசியில் நான் மதர்புரொவின்ஷியலிடம் சொன்னேன்:

“வார்டனின் அதிகார மமதையினால் நாங்கள் எதை யெல்லாம் சகித்துக்கொள்கிறோம் என்பதை எங்களில் பலருக்கும் சொல்லவேண்டியதிருக்கிறது. எங்கள் வருத்தங்களையெல் லாம் சொல்வதற்கு நான் இரண்டு சிஸ்டர்களைக் கூப்பிடலாமா?”

“ஜெஸ்மி, உன்னுடைய சிஸ்டர் தோழியை உனக்காகப் பரிந்துபேச அழைத்துக்கொண்டு வர நினைக்கிறாயா?”

“இல்லையம்மா, பேசுவதற்கு நான் உங்களுடைய தோழியைத் தான் அழைக்க விரும்புகிறேன்.”

மதர் எதிர்பார்க்கவே இல்லை. தன்னுடைய பிரியத்திற் குரியவள் எதிர்த்துப் பேச வருவாளென்று. இதற்குக் காரணம் அந்த சிஸ்டரும் ஜிம்ஸாவின் இம்சையில் வெறுத்துப் போயிருந் தாள். எல்லோருமே தங்களுடைய வருத்தங்களை வெளிப்படை யாகப் பகிர்ந்து கொள்கிற தைரியத்துடன்தானிருந்தார்கள். சிஸ்டர் ஜிம்ஸா எங்களை எப்படியெல்லாம் அவமானப்படுத்தி எப்படியெல்லாம் எங்களிடம் மோசமாக நடந்துகொள்கிறாள் என்பதைக் கவனித்த பிறகு பிரின்சிபால் கேட்டார்:

"இதையெல்லாம் எப்படி முடிவுக்குக் கொண்டு வருவது?"

நான் சொன்னேன்:

"சீனியர்களைத் தகுந்த முறையில் மரியாதையுடன் நடத்தவும் அவர்களைப் புரிந்துகொள்வதாகவும் இருந்தால் நாங்கள் ஜிம்ஸாவை அங்கீகரிக்கத் தயாராக இருக்கிறோம்."

சிஸ்டர் ஜிம்ஸாவிடம் சுப்பீரியர் கேட்டார்:

"சிஸ்டர் நீங்கள் என்ன சொல்கிறீர்கள்?"

"வயதுக்கு மூத்தவர்களிடம் நான் மரியாதையுடன் நடந்துகொள்வேன்."

இப்படியாக அந்த விசாரணை முடிவுக்கு வந்தது.

மாணவியர் விடுதியிலிருந்த எங்களுடைய உறவினர்களான சில மாணவிகளிடம் சிஸ்டர்கள் யாரையும் பார்க்க முடியாதென்று வார்டன் சொல்லியிருந்தார். என்னுடைய உறவினரான ஒரு மாணவியும் அப்போது அங்குதானிருந்தாள். வார்டனின் அறிவிப்புக்குக் கீழ்ப்படிந்த அவள் பிறகு என்னைப் பார்க்க வருவதே கிடையாது. ஆனால், ஆலோசனைக்கு வந்த மற்றொரு பெண், தன்னுடைய தோழி ஒருவர் சிக்கலிலிருப்பதாகவும் அவரைக் காப்பாற்றும்படியும் கேட்டாள். அந்தத் தோழியின் அம்மா இறந்துபோய்விட்டாரென்றும் விடுதியிலுள்ள வயதில் மூத்த ஒரு பெண்ணை அவள் அம்மாவாக வைத்திருந்தாள் என்றும் நான் விசாரித்தபோது தெரிய வந்தது. திறமையான அந்தத் தோழிப்பெண், முழு நேரமும் தன்னுடைய 'அம்மா' வுடனேயே இருந்து வந்ததால் படிப்பில் பின் தங்கியிருந்தாள். அந்த சீனியரோ, அம்மா விளையாட்டை நன்றாகவே விளையாடிக்கொண்டிருந்தாள். தன்னுடைய குழந்தைக்கு அவள் நீண்ட நேரம் பாலூட்டுவதுண்டு. இதெல்லாம் என் உறவினர் பெண் தங்கியிருக்கும் அதே அறையில்தான் நடந்துகொண்டிருக்கிறது என்பதை நான் வேதனையுடன் அறிந்துகொண்டேன். அந்தத் தோழியும் என் உறவுக்காரியும் ஒரே அறையிலிருப்பவர்கள். அந்த அம்மா, தினமும் அங்கு வருவார். நாடகம் அரங்கேறும். அந்த வருடப் படிப்பு முடிவடைய இருப்பதால் இந்த அம்மா – மகள் உறவினுள் தலையிட எனக்குத் தைரியம் வரவில்லை. மட்டுமல்ல, இந்த விஷயத்தை நான் வார்டனிடம் எப்படிச் சொல்லமுடியும்? இருந்தாலும் நான் என்னுடைய உறவினர் பெண்ணைக் கூப்பிட்டுக் கேட்டேன். இந்த விஷயத்தில் அவள் மனரீதியாக மிகுந்தப் பிரச்சினைக்குள்ளாகி இருந்ததால் என்னிடம் வாய்விட்டு அழுதாள். அப்போது ரிவிஷன் விடுமுறை. ஹாஸ்டல் வாழ்க்கை, கொஞ்ச நாட்கள்தான்

பாக்கியிருந்தது. ஆகவே, முடிந்தவரை பொறுத்துப்போகச் சொன்னேன். இதனிடையே சம்பவத்தை நான் அவளுடைய அப்பாவிடம் தெரிவித்தேன்:

"எதிர்கால நடவடிக்கைகளில் கவனமாக இருக்க வேண்டும். இங்கே என்ன நடந்தது என்றும் இதில் இவள் எந்த அளவுக்கு மனரீதியாகப் பாதித்திருக்கிறாளென்றும் அப்பா எனும் நிலையில் நீங்கள் அறிந்திருக்க வேண்டும்."

பிறகு, திருமண வாழ்க்கையில் அவளுக்குப் பிரச்சினைகள் ஏற்பட்டபோது அப்பா அவளை மனநோய் மருத்துவரிடம் காட்டிச் சிகிச்சை செய்தார். செயின்ட் மரியா ஹாஸ்டல் அனுபவம் இவளை மிக மோசமாகப் பாதித்திருப்பதாக மருத்துவர் சொல்லியிருக்கிறார்.

❐ ❐

பொறுமையைப் பற்றிய சில முன் தீர்மானங்கள்தான் என்னுடைய வாழ்க்கையை நகர்த்திச் சென்றன. ஒருபோதுமே 'முடியாது' என்னும் வார்த்தையைச் சொல்லமாட்டேன் என்று நான் இயேசுவிடம் சொல்லியிருந்தேன். இது என்னுடைய உறுதியான முடிவு. கண்ணீரும் வேதனைகளும் புகார்களுமிருந்தாலும் இயேசுவிடமிருந்து கிடைத்த எல்லா அனுபவங்களையும் நான் சகித்தே வாழ்ந்துகொண்டிருந்தேன். அது எல்லையைக் கடந்து போகும்போது மட்டும் நான் முறையிடுவேன்:

"இயேசுவே, இது எல்லையைத் தாண்டிப் போய்விட்டது. இதற்குமேல் என்னால் தாங்கிக்கொள்ள இயலாது. இதைத் தடுத்தே ஆக வேண்டும்."

இயேசு உடனேயே புரிந்துகொண்டு அதை முடிவுக்குக் கொண்டுவந்துவிடுவார். ஆனால், மிக அபூர்வமாகவே இது போன்ற கோரிக்கைகளை முன்வைப்பேன். இறைத் தயவின் பிரவாகம், நீண்ட பொறுமைக்குப் பிறகு நிச்சயமாகக் கிடைக்கும். தரிசான பூமியைத் தோண்ட வேண்டுமென்றால் மிகுந்த முயற்சி தேவை. உயிரின் தாகத்தைத் தீர்க்கும் நீரூற்று அப்போது, தானாகவே பெருக்கெடுக்கும். என்னுடைய வாழ்க்கையில் ஏதாவது ஆழங்களைக் காண முடிந்ததென்றால் அது நான் அனுபவித்த அக்னி பரீட்சைகளின் விளைவுகள்தான். மட்டுமல்ல, தீவிரமான பொறுமை அவளைக் குறிப்பிட்ட விஷயத்தில் மிகுந்த திறமையுடையவளாக்கும். இப்படியான அளவற்ற பொறுமையின் முடிவில் ஆறுதலளிக்கவும் வழிகாட்டவும் இயேசுவால் இயலும். விவிலியம் சொல்கிறது: 'தேவன் நமக்கு ஆறுதலையளிப்பது அதை நாம் அனுபவித்து அறிந்துகொள்வதற்காகவே!'

ஜப்திக்குள்ளாகுபவர்களுக்கோ கொலைப் பாதகச் செயல்களினால் பிரியமானவர்களை இழந்து நிற்கும் குடும்ப உறுப்பினர்களுக்கோ மனஆறுதலைத் தர என்னால் இயலும். ஏனென்றால், இதையெல்லாம் நாங்கள் ஏற்கனவே அனுபவித்தவர்கள். ஏழைகளின், செல்வந்தர்களின், மத்திய தர வர்க்கத்தினரின் எல்லா வேதனைகளையும் மகிழ்ச்சிகளையும் அனுபவித்தறிந்தவர்கள் நாங்கள். இந்த அவஸ்தைகளையெல்லாம் நாங்களும் கடந்துதான் வந்திருக்கிறோம். ஒரு பெண், நானிருந்த அறைக்குள் ஓடி வந்தாள். அவள் மடத்தில் சேர்ந்திருந்தாள். ஏழ்மையும் கஷ்டங்களுமுள்ள ஒரு குடும்பத்தின் ஏக வாரிசு. ஆகவே, பரிசீலனைக் கட்டத்திலேயே திருப்பி அனுப்பப்பட்ட அவள் தேம்பியழுதபடியே சொன்னாள்:

“சிஸ்டர், நேற்று என் அப்பா என்னை வேசியென்று திட்டினார்.”

மிகுந்த தூய்மையும் பக்தியுமுள்ள ஒருத்தியால் இந்த வார்த்தையைத் தாங்கிக்கொள்ளவே இயலாது. நான் சிரித்தபடியே சொன்னேன்:

“மகளே, என் அப்பாவும் ஒருதடவை இந்தச் செல்லப் பெயரால் என்னை அழைத்ததுண்டு.”

“உங்களையா சிஸ்டர்?” அவளுக்கு ஆறுதலாக இருந்தது. அந்தச் சம்பவத்தை நான் நினைத்துப் பார்த்தேன். அன்று நான் மேற்கொண்ட பொறுமைதான் இன்று கை கொடுப்பதாக எனக்குத் தோன்றியது. அம்மாவின் செயல்பாடுகளை நான் அப்பாவிடம் நியாயப்படுத்திய ஒரு காலகட்டத்தில் அப்பா என்னை வெறுத்திருந்தார். அப்பா குடித்து விட்டு வரும்போதெல்லாம் என்னுடன் சண்டை போடுவார். ஆகவே, அவர் வீட்டிற்கு வரும்போது தூங்குவதுபோல் படுத்துக்கொள்ள வேண்டுமென்று அம்மா சொல்லிவிடுவாள். என்னை எழுப்பும்படி அம்மாவிடம் சொல்வார். நான் தூங்குவதுபோல் கிடந்த ஒருநாள் என் அப்பா சொன்னதை நான் இந்த இரு காதுகளாலும் கேட்டேன்.

“அந்தத் தேவிடியா கிடந்து தூங்குறதைப் பாரேன்.” நான் விழித்துத்தான் கிடந்தேன். என்னால் இந்த வார்த்தையைத் தாங்கிக்கொள்ளவே முடியவில்லை. அப்பா என்னை இப்படிச் சொல்வதற்கான காரணம் என்ன? அவருக்கு இந்த வார்த்தை, போதையில் உருவான வெறுமொரு சொல்லாக இருக்கலாம். இவ்வளவு வருடங்களான பிறகும் அது என் மனதைவிட்டு அகலாமல் கிடக்கிறது. இப்போதுதான் என்னால் புரிந்துகொள்ள முடிகிறது. இந்தச் சொல்லை இயேசுவானவர் என் அப்பாவைச்

சொல்ல வைத்திருப்பது, பல வருடங்களுக்குப் பிறகு, மனத் தூய்மையுள்ள இந்தப் பெண்ணுக்கு ஆறுதல் சொல்வதற்காக! இதுபோன்ற பொறுமைகள் இந்த விஷயங்களில் எனக்கு முனைவர் பட்டத்தை அளித்திருக்கிறது. இயேசுவுடனான என்னுடைய சுதந்திரத்திற்கு எல்லைகளில்லை. என்னுடைய அனைத்தையும் நான் இயேசுவுடன் பகிர்ந்துகொள்வேன். இரகசியங்கள், பலவீனங்கள், தோல்விகள், குறும்புகள் என என்னுடைய வாழ்க்கையில் நான் சொல்வதையும் செய்வதையும் எல்லாவற்றையும். சில நேரங்களில் அவரைக் கோபித்துக்கொள்ளவும் எனக்குத் தைரியமிருந்தது. மிகுந்த பிடிவாதத்துடன் ஒருநாள் இயேசுவுடன் பேசாமலிருக்க முடிவு செய்தேன்:

"இன்று முதல் நமக்குள் பேச்சு வார்த்தைகள் கிடையாது. நான் உம்முடன் பேசமாட்டேன். நீரும் என்னுடன் பேச வேண்டாம்."

திடீரென்று ஒரு தொலைபேசி அழைப்பு வந்தது. என்னை யறியாமலேயே நான் சொல்லிக்கொண்டேன்:

"இயேசுவே, இது பிரச்சினைக்குரிய அழைப்பாக இருந்து விடக் கூடாது."

உடனே நினைவு வந்தது: "இயேசுவே, நமக்குள் பேச்சு வார்த்தை கிடையாதென்பதை நான் மறந்து போய்விட்டேன்." இப்படியே மீண்டும் மீண்டும் நிகழ்ந்தபோது கடைசியில் சொன்னேன்:

"என் இயேசுவே, நமக்குள் ராசியாகிவிடலாம். உம்மீது பிணக்கத்துடன் வாழ என்னால் இயலாது."

என்னுடைய புரிதல் இதுதான்:

'எமர்சன் சொன்னது எவ்வளவு சரியான வார்த்தைகள். இயேசுவுடன் ஐக்கியமாகும்போது கிடைக்கும் தேவ நிறைவில் ஆயிரமாயிரம் எதிர்ப்புகள் நேர்ந்தாலும் பயமில்லை.'

அதிக தாமதமில்லாமல் எனக்கு அமலா கல்லூரிக்கு இடம் மாற்றம் கிடைத்தது.

9

நான் அமலா கல்லூரிக்கு வந்ததுமே சில மாதங் களுக்குள் நடக்கவிருக்கிற ஜீஸஸ் இளைஞர் கூட்டரங்குப் பொறுப்பாளராக என் பெயர் அறிவிக்கப்பட்டது. சபை யின் 20ஆம் நூற்றாண்டின் *கரிஸ்மாட்டிக் எழுச்சியின் பலன்தான் ஜீஸஸ் யூத் மூவ்மெண்ட்.

ஆங்கிலத்திலிருந்த கரிஸ்மாட்டிக் பிரார்த்தனைகளும் உபதேசங்களும் மலையாளத்தில் மொழிபெயர்க்கப்பட்ட வுடனேயே அது கேரளம் முழுவதிலுமாகப் பரவியது.

பிரார்த்தனை முறைகளிலும் காட்சி வடிவங்களிலும் அதிகமான சுதந்திரத்தையும் ஜனநாயக முறையையும் அங்கீகரித்த இந்த இயக்கம், மரபார்ந்த சிந்தனையுள்ள பெரும்பான்மையான பாதிரியார்களுக்கும் கன்யாஸ்திரி களுக்கும் எதிரானதாக இருந்தது. இந்த இயக்கத்தில் சாதாரண மக்கள் நெருங்கியதன் காரணமாக பிரார்த்தனை நிகழ்ச்சிகளில் வைதீகர்களின் ஏகபோகம் குறைந்தது. இங்கே கடவுள் அதிகமான கிருபையும் கருணையுமுடைய வராகச் சித்திரிக்கப்பட்டார். அமலா கல்லூரியில் ஜீஸஸ் யூத் நன்றாக வலுவடைந்திருந்தது. ‘மெடோனா ஸெகியோனா’ எனும் பெயரில் தியான கேந்திரத்தில் நடத்திய ‘முழு இரவு ஆராதனை’யில் பங்கு வகிப்பதற்காக ஒவ்வொரு வார இறுதியிலும் நான் மாணவிகளை அழைத்துச் செல்வேன். கூட்டம் நடத்தும் செலவுக்கான பணத்தைத் திரட்டுவது, குழுப்பாடலும் பொது பிரார்த் தனையும் நடத்துவது, அரங்கத்தை அலங்கரிப்பதற்கான ஏற்பாடுகள், மூன்று நாள் ஆராதனைக்காக ஆலய பீடத்தைத் தயார் செய்வது, இயன்ற அளவிலான ஆட்களைப்

* ஆவிச் சுத்திகரிப்பு

பங்கெடுக்க வைப்பதற்காக விழாச் செய்தியை வெளியே கொண்டுசெல்வது போன்றவைதான் இந்த கன்வென்ஷன் சம்பந்தமான என்னுடைய மிக முக்கியமான பொறுப்புகள். முதல் நாளிரவும் பகலும் எங்களுடைய அரங்கத்தில் பாட்டுக் கச்சேரிக்கான பயிற்சி நடந்தது. இளைஞர்களே முன்நின்று நூற்றுக்கணக்கான ஆட்களுக்கு உணவு தயாரித்தார்கள். இரவு முழுவதும், சமையல் செய்வதற்கான வெளிச்சமும் தண்ணீரும் தேவைப்பட்டது. ஜெனரேட்டரையும் மோட்டாரையும் இயங்க வைப்பதற்காக ஒரு எலெக்ட்ரீஷியன் அங்கேயே தங்கியிருந்தார். ஆனால், மின்சாரம் தடைபட்ட நேரத்தில் யாருமில்லை. நான் எலெக்ட்ரீஷியனைத் தேடினேன். சமையல் செய்பவர்களின் எல்லாத் தேவைகளுக்கும் நான்தான் பொறுப்பேற்றிருந்தேன். எனக்கு உதவியாக பிரின்சிபாலால் ஏற்பாடு செய்யப்பட்டிருந்த சிஸ்டர், மடத்தில் கிடந்து தூங்கிக்கொண்டிருந்தார். இரவும் பகலும் ஓடியாடி இவ்வளவு சிரமப்பட்ட பிறகும் எல்லாக் குற்றங்களையும் என்மீது சுமத்தியபோது யாருமறியாமல் உட்கார்ந்து அழ மட்டுமே என்னால் முடிந்தது.

கல்லூரி முதல்வர் ஏற்பாடு செய்திருந்த, இந்தியாவின் அரசியல் மற்றும் சமூக வரலாற்றுச் சிறப்புகளைக் குறிப்பிடுகிற ஒரு கண்காட்சிக்கு பிற கல்லூரிகளின் மாணவ மாணவியர்களும் வருகை தந்தார்கள். ஏற்பாடு செய்திருந்த, நல்ல சொற்பொழிவுகளுடன் கூடிய அந்த நிகழ்ச்சியை நாங்கள் ஆர்வத்துடன் எதிர்பார்த்திருந்தோம். முதலில் பணிகளைப் பகிர்ந்தளிக்கும்போது அமலா கல்லூரியில் பல வருடங்களாக இருந்த ஒரு கன்யாஸ்திரியிடம் ஆடிட்டோரியத்தின் அலங்கார வேலைகள் ஒப்படைக்கப்பட்டிருந்தன. அவரது பெயருடன் சேர்த்து என்னுடைய பெயரையும் இன்னொரு ஆசிரியையின் பெயரையும் எழுதியிருந்தார்கள். ஆனால், நிகழ்ச்சிகளுக்கான நாள் நெருங்கும்போது அந்த கன்யாஸ்திரி தப்பித்துவிட்டார். அலங்காரத்தைப் பற்றி தனக்கு எதுவுமே தெரியாதென்று ஆசிரியையும் சொல்லிவிட்டார். நான் மட்டும் மிச்சமிருந்தேன்.

கொடுக்கிற எந்த வேலையையுமே இவர்கள் ஒழுங்காகச் செய்யமாட்டார்கள் என்பதால்தான் ஜெஸ்மியை அதில் சேர்த்தேன் என்று கல்லூரி முதல்வர் சொன்னார்.

"ஜெஸ்மி தனியாகவே செய்துவிடுவாள்." அவர் மற்ற கன்யாஸ்திரிகளிடம் சொல்வதைக் கேட்டேன். விழா துவங்குகிற நேரம் வரைக்கும் மேடையைச் சுற்றி அலங்காரங்கள் நடந்து கொண்டிருந்தன. நிகழ்ச்சிகள் ஆரம்பித்ததும் நான் டவுனுக்கு ஓடினேன். அங்குள்ள ஏராளமான தூண்களிலும் பால்கனிகளிலும் பிற இடங்களிலும் அலங்காரம் செய்வதற்கான சாமான்களை வாங்கிக் கொண்டு வந்து பணியைத் தொடர்ந்தேன்.

எந்த ஒரு நிகழ்ச்சியிலும் சொற்பொழிவிலும் என்னால் கலந்து கொள்ள முடியவில்லை. எல்லாவற்றையும் கவனித்துக்கொள்கிற திறமை ஜெஸ்மிக்கு இருக்கிறது என்று சொல்லி இதுபோன்ற சந்தர்ப்பங்களில் மற்றவர்கள் என்னைத் தனிமைப்படுத்திவிடுவது வழக்கம்தான்.

பஸிலிக்கா யூத் மூவ்மெண்ட் – பிஒய்எம் – என்னும் பெயரில் புத்தன் சர்ச்சில் வைத்து இளைஞர்கள் ஒன்றிணைகிற ஒரு நிகழ்ச்சியை நடத்துவதாக அங்குள்ள பாதிரியார்கள் முடிவு செய்தார்கள். என்னை அமலா கல்லூரிக்கு இடமாற்றம் செய் திருந்தாலும் இளைஞர்களை ஒருங்கிணைத்துக் கொண்டுசெல்ல பெரும்பாலான மாணவ மாணவியரும் என்னுடைய பெயரைப் பரிந்துரை செய்தார்கள். இப்போதைய ஆயரான விகாரி என்பவர், மூன்று நாள் செயின்ட் மரியாவில் தங்கியிருந்து இந்தப் பொறுப்பை ஏற்கும்படி கேட்டபோது என்னால் தவிர்க்க இயலவில்லை. அதுவரைக்கும் நடந்திருக்காத அளவிலான அந்த வித்தியாசமான கன்வென்ஷன் மிகப் பெரிய வெற்றியை அடைந்தது. இடவகையில் நிறைய மடங்கள் இருந்தும் அங்குள்ள சகோதரிகள் யாரையும் தேர்வு செய்யாமல் என்னைத் தேர்வு செய்து கிடைத்த இந்த வெற்றி, நான் மற்ற கன்யாஸ்திரிகளின் பொறாமைக்குள்ளாகக் காரணமாக அமைந்தது.

தேர்ந்தெடுக்கப்பட்ட கன்யாஸ்திரிகளின் அதிகாரபூர்வ குழுதான் ‘புரொவின்ஷியல் சினாக்ஸிஸ்’ விதிகளில் மாற்றம் செய்யவும் புதிய விதிகளை உருவாக்கவும் மதர் புரொவின்ஷியல் மற்றும் கவுன்சிலைத் தேர்ந்தெடுக்கவும் இந்தக் குழுவிற்கு அதிகாரமிருந்தது. சினாக்ஸிஸ் உறுப்பினர்கள் மூன்று வருடத்திற் கொருமுறை ஓட்டுப்போட்டுத் தேர்ந்தெடுக்கப்படுவார்கள். ஜூனியர் சிஸ்டர்களினிடையிலிருந்தும் இதில் ஒருவர் தேர்வு செய்யப்படுவார். அந்த வருடம் நானும் சினாக்ஸிஸ் உறுப்பின ராக தேர்வு செய்யப்பட்டேன். சினாக்ஸிஸ் கூடுகிறபோது நடக்கும் விவாதங்களில் எதுவுமே பேசாமலிருக்கும் ஜூனியர் சிஸ்டர்கள் அடக்கமுள்ளவர்களாகவும் பணிவுடையவர்களாக வும் கருதப்படுவதுடன் மீண்டும் அடுத்த சினாக்ஸிஸில் அவர்கள் தேர்ந்தெடுக்கப்படுவார்கள். இதுதான் வழக்கமான பாணி. பேசாமல் அமர்ந்திருப்பதுதான் நல்லவளுக்கான அடையாளம் என்று மற்றவர்கள் எனக்கு முன்னறிவிப்பு தந்திருந்தபோதும் பரிசுத்த ஆன்மாவின் தூண்டுதலிருக்குமென்றால் நான் பேசுவேன் என்று மனதிற்குள் முடிவு செய்திருந்தேன். முதல் நாளன்று பெருமளவிலான நேரத்தையும் சக்தியையும் வீணாக்கிய பின்பும் எந்த முடிவுக்கும் வராத நீண்ட விவாதங்களைக் கேட்டபடியே நான் அமர்ந்திருந்தேன். பெரும்பாலானோரும் ஓட்டு வாங்கு வதற்கான முயற்சியில் ஈடுபட்டிருந்தார்கள். ஒன்று, அவர்கள்

தேர்ந்தெடுக்கப்படுவதற்காக. அல்லது வேண்டப்பட்டவர்கள் தேர்ந்தெடுக்கப்படுவதற்காக! தேவ நிச்சயத்தை அறிந்துகொள் வதற்கான ஆத்மார்த்தமான எந்த முயற்சியும் அங்கே இல்லை. இந்த இடத்திலிருந்து எங்கோ தொலைதூரத்திலிருந்தது பரிசுத்த ஆவி. ஆன்மிக விஷயங்களுக்காக மேலும் ஒரு கவுன்சிலரை நியமிக்க வேண்டுமா என்பதுதான் நீண்ட நேர விவாதமாக இருந்தது. ஒரு சகோதரி இதைப் பற்றி விளக்கம் கேட்டபோது, இதைக் கண்டுகொள்ளாமல் சீனியர்கள் ஒவ்வொருவராக எழுந்து நின்று சகட்டுமேனிக்குப் புலம்ப ஆரம்பித்தார்கள். கடைசியில் நான் பேசுவதற்காக எழுந்தபோது என்னையும் அவர்கள் கண்டுகொள்ளவில்லை. அப்போது நான் கையை உயர்த்தியபடியே “நான் பேசலாமா?” என்று கேட்டேன். நாங்கள் இரண்டாம் நிலையிலுள்ளவர்கள் என்பதை உணர்த்துவது போல் மூத்தவர்களில் பின் வரிசையில்தான் உட்கார வைக்கப் பட்டிருந்தோம். என் கையில் மைக் தரப்படாத நிலையில் மைக் இல்லாமலேயே பேசுகிற குரல்வளம் எனக்கு இருப்ப தாகச் சொல்லிவிட்டுப் பேச ஆரம்பித்தேன்.

“பைபிளில் – அப்போஸ்தலர்களுடைய செயல்பாடுகளில் – இதுபோன்றதொரு நிலைமையைப் பற்றி குறிப்பிடப்பட்டுள்ளது. ஏழைகளுக்கும் விதவைகளுக்கும் உதவுகிற பரோபகாரச்செயல் களுக்கான நேரம் சீடர்களுக்கு போதாமலிருந்தது. ஏனென்றால், அவர்கள் சுவிசேஷப் பணிகளுக்கு முக்கிய இடம் அளித்திருந் தார்கள். இவர்கள், தங்களுடைய வசதிகளுக்காக அந்தப் பொறுப்பை, விசுவாசிகளினிடையே மிகுந்த அர்ப்பண உணர்வும் நன்மைகள் நிறைந்தவர்களுமான டீக்கனார்களைத் தேர்வு செய்து ஒப்படைத்தார்கள். சுவிசேஷத்தைப் பிரச்சாரம் செய்வது எனும் மிக உன்னதமான பொறுப்பில்தான் தாங்கள் கவனம் செலுத்த வேண்டுமென்று அவர்கள் ஏற்கனவே புரிந்து கொண் டிருந்தார்கள். இங்கே இதற்கு முற்றிலும் விரோதமான போக்கு இருந்துவருகிறது. மதர் புரொவின்ஷியலும் மற்ற சாதாரண கவுன்சிலர்களும் உலகியல் சார்ந்த அதிகார விஷயங்களில் ஆவேசம் கொள்வதால் அவர்களுக்கு நற்செய்தியை கொண்டு செல்லவோ சகோதரிகளின் ஆன்மிக விஷயங்களைக் கவனிக் கவோ நேரம் கிடைப்பதில்லை. ஆகவே, ஆன்மிக விஷயங்களுக் கென்று ஒரு கவுன்சிலர் நமக்கு அதிகமாகத் தேவைப்படுகிறார்.”

இதில் அனைவருக்கும் உடன்பாடான கருத்திருந்தது. அதன்பின் அனுசரணை விதியை மீறுகிற, ஒரு கன்யாஸ்திரி தலைமையாசிரியை எந்த வகையில் தண்டிப்பது என்பதைப் பற்றி நடந்த நீண்ட விவாதத்தில்தான் பிறகு நான் தலையிட் டேன். விவாதம் எந்த முடிவுக்கும் வந்துசேராமல் சில மணி

நேரமாக நடந்துகொண்டே இருந்தது. கன்யாஸ்திரிகள் இவ்வளவுக்கு குரூரமானவர்களாக இருக்கமுடியுமா என்று நான் சந்தேகித்தேன். விவாதம் முடிவடையாமல் தொடர்ந்துகொண்டே இருந்தபோது நான் எழுந்து சொன்னேன்:

"அந்த சிஸ்டரைத் தண்டிப்பதை விட்டுப் பதிலுக்கு அவரும் இணைவதுபோன்ற மகத்தான முறையில் அன்பின் முன்மாதிரிகளை பற்றி நாம் யோசிக்கலாமே? பல்வேறு வடிவங்களில் எத்தனை முறை என்னை நீங்கள் தண்டிக்க முயற்சி செய்திருக்கிறீர்கள்? அது அவர்களை மேலும் பிடிவாதக்காரர்களாவே மாற்றும்.

அதிகமாக அன்பு செலுத்துவதன் மூலம் மட்டுமே ஒருவரை நன்மையை நோக்கி நகர்த்த இயலும். அதிகாரிகள் தேவையான முன்னுரிமையையும் அன்பையும் பரிமாறிக்கொண்டதால் பிரச்சினைகளை உருவாக்கிக்கொண்டிருந்த ஒரு சிஸ்டர் இப்போது மிகவும் நல்லவராக மாறியிருப்பதை நீங்கள் யோசித்துப் பாருங்கள். இப்போது, குறிப்பிட்ட அந்தத் தலைமையாசிரியை மீது பரிவு காட்டி அதன் மூலம் அவரை நமக்கு இணக்கமானவராக மாற்றுகிற ஒரு முடிவுக்கு நாம் வரலாமே?"

என்னுடைய பரிந்துரை ஏற்கப்பட்டதுடன் சுப்பீரியர், அந்தத் தலைமையாசிரியை மீது அதிகமான அன்பையும் கவனத்தையும் செலுத்துவதாக ஏற்றுக்கொண்டார். இப்படிப் பேசியதாலுமிருக்கலாம், பிறகு, ஒருபோதுமே நான், சினாக்ஸிசில் தேர்வு செய்யப்படவில்லை. வேறு காரணங்களும் இருக்கலாம். உண்மையென்னவென்றால் ஜூனியர் சிஸ்டர்கள் பேசாமல் உட்கார்ந்து போலியாக அடக்கம் காட்டுவதைத்தான் அதிகாரிகள் விரும்புகிறார்கள்.

இதனிடையே இரண்டாவது முறையாக நான், பிஎச்டி ஆய்வுக்குப் பதிவு செய்வதற்காக பேராசிரியர் ஆர்பியைப் போய்ப் பார்த்தேன். அவரது உதவியுடன் திட்ட வரைவைப் பற்றிய ஒரு முன்மாதிரியைத் தயாரித்தேன். அதை சமர்ப்பித்து ஆய்வு மாணவியாகப் பதிவு செய்துகொண்டேன். புதிய திட்ட கால வரையறையின்படி, யுஜிசி ஆசிரியரின் ஆய்வு உதவித் தொகையான எஃப்ஐபிக்கு விண்ணப்பிப்பதற்கான உத்தரவு பிறப்பிக்கப்பட்டது. ரெஜிஸ்ட்ரேஷன் கிடைத்திருப்பதால் இதற்குத் தகுதியுள்ள ஆசிரியைதான் நான். இந்தத் தேவைகளுக்காக, கல்லூரி முதல்வர் ஒரு குழுவை ஏற்பாடு செய்திருந்தார். ஆய்வு வழிகாட்டியான ஆர்பியிடமிருந்து நல்ல அபிப்பிராயம் பெற்று, பூர்த்தி செய்யப்பட்ட என்னுடைய விண்ணப்பப் படிவத்தை இக்குழுவினரிடம் நுண்ணாய்வுக்காக சமர்ப்பித்தேன். பதினொரு இடங்களுக்கு நாங்கள் ஏழுபேர் மட்டும்

தேர்வு செய்யப்பட்டோம். மீட்டிங்கிற்குப் பிறகு, யுஜிசியின் பொறுப்பிலிருந்த சிஸ்டர் மேரிலிட்டிடம், தேர்வு செய்யப் பட்டதில் எனக்கு எத்தனையாவது ராங்க் கிடைத்திருக்கிறது என்று கேட்டபோது அவர் இந்தக் கேள்வியே ஆச்சரியமானது என்பதுபோல் பாவித்து தேர்ந்தெடுக்கப்பட்டிருப்பதாக மட்டும் சொன்னார். தகுதி அடிப்படையில் ஒரு பட்டியல் தயாரிக்கும் படி யுஜிசி கேட்டிருந்தது. இதன் பொருள் இந்தத் தேர்வில் தர வரிசை உண்டு என்பதுதான். ஆனால், இந்த சிஸ்டர், தன்னுடைய கவனக்குறைவு மூலம் யுஜிசி விஷயத்தில் நிறையவே குளறுபடிகள் செய்துகொண்டிருந்தார்.

புதிய ஒரு கெஸ்ட் லெக்சரரை நியமிக்கவேண்டியதிருப்ப தால் கல்வியாண்டின் துவக்கத்திலேயே ஆய்வுக்கான விடு முறை எடுத்துக் கொள்ளும்படி முதல்வர் சொன்னார். எனக்குத் திடீரென்று எஃப்ஐபியில் சேர நேர்ந்தால் நான் எடுத்திருந்த விடுமுறையை ரத்து செய்திருக்கலாம். யுஜிசி பணிப்பொறுப்பி லுள்ள டிசிடிசியுடனும் சிஸ்டர் மேரிலிட்டுடனும் ஹைதராபாதி லுள்ள யுஜிசி இயக்குனரைப் பார்க்கும்படி அவர் கேட்டுக் கொண்டார். ஹைதராபாதில் அமெரிக்கன் ஸ்டடீஸ் ரிசர்ச் சென்டரில் (ஏஎஸ்ஆர்சி) உறுப்பினராக இருப்பதாலும் குறிப் புதவிக்கு சில புத்தகங்கள் தேவைப்படுவதாலும் அவர் சொன் னதை ஏற்றுக்கொண்டேன். ஹைதராபாதில் இயக்குநரைப் பார்க்கும் வாய்ப்புக் கிடைத்தபோது எஃப்ஐபியில் முடிந்த வரைக்கும் சீக்கிரமாகச் சேர இயலுமா என்று கேட்டேன்.

“சிஸ்டர், டிசிடிசி செலக்ஷன் அங்கீகாரம் கிடைத்து, வைஸ் சான்சிலர் கையெழுத்திட்ட அந்த நிமிடம் முதல் உங்களுக்கு எஃப்ஐபி கிடைக்கும்.”

எங்களுடனிருந்த டிசிடிசியிடம் ஒவ்வொன்றையும் வேகமாக நகர்த்திச்செல்லும்படி நான் கேட்டுக்கொண்டேன். அவரும் மிகுந்த கருணையுள்ளத்துடன் ஏற்றுக்கொண்டார். அங்கீகாரத்திற் கான மீட்டிங் நடத்துவதற்காக இயக்குநர், ஹைதராபாதி லிருந்து கோழிக்கோடு பல்கலைக்கழகத்திற்கு வந்தார். அது தொடர்பான கல்லூரி முதல்வர்களையும் அங்கே வரவழைத் தார். திட்டத்தின் கால அளவான முதல் வருடத்தில் முதலில் நான்குபேர்கள் போகட்டுமென்று இயக்குநர் பரிந்துரை செய்தார். தகுதி அடிப்படையில் அவர்களது பெயர்களைக் குறிப்பிடும் படியும் கேட்டுக்கொண்டார். என்னுடைய பிரின்சிபால் அங்கலாய்ப்பில் ஆழ்ந்தார். மிகவும் குழப்படியான முறையில் சிஸ்டர் மேரிலிட் அட்டவணையைத் தயார் செய்திருந்தார். பெயர்களை இரண்டு வரிசையில் எழுதியிருந்ததால் யார்

யாருக்கு ராங்க் கிடைத்திருக்கிறதென்பதைத் தீர்மானிக்க இயலாம லிருந்தது. ஆகவே, பிரின்சிபால் தேர்வு செய்வதற்கு மறுத்துவிட்ட தால் நாங்கள் வாய்ப்பை இழந்தோம். ஒன்று, இடமிருந்து வலமாகவோ அல்லது இடது முடிவிலிருந்து கீழாகவோ அடை யாளப்படுத்தும்படி டிசிடிசி, சிஸ்டரிடம் சொன்னார்.

இது, எந்த முறையில் அமைந்தாலும் நான் பட்டியலுக்குள் வந்துவிடுவேன். ஆனால், அவர்கள் தங்களுடைய நிலைப்பாட்டில் உறுதியாக இருந்தார்கள். இப்போது தேர்வு நடக்கவில்லை யென்றால் கிட்டத்தட்ட ஒரு வருட காலதாமதம் ஏற்பட்டு விடுமென்று டிசிடிசி சொல்லிவிட்டார். இருந்தபோதும் அவர்கள் ஒப்புக்கொள்ளவில்லை. கல்லூரிக்குத் திரும்பி வந்த பிரின்சிபால் விஷயங்களைச் சொன்னபோது எனக்கு மிகுந்த ஏமாற்றமாகி விட்டது. அன்றிரவு டிசிடிசி, பிரின்சிபாலைத் தொலைபேசி யில் தொடர்புகொண்டு சிஸ்டர்களிடம் பேசி அவரிடம் பெயர்களைச் சொன்னால் மறுநாள் இயக்குநரிடம் கையெழுத்து வாங்கிவிடலாமென்று சொன்னார். இந்தக் கடைசி வாய்ப்பை யும் அவர் ஏற்றுக்கொள்ளவில்லை. இதனால் எனக்கு பதினொரு மாதம் LWA விடுமுறையானதுடன், ஆர்பி சாரின் வழிகாட்டு தலை இழந்துவிடவும் செய்தேன். சூப்பர்வைஸர் சொன்னார்:

“உங்களுக்கு எஃப்ஐபி கிடைப்பதுவரை நாம் காத்திருக்க லாம். அதுவரை நீங்கள் தொடர்ந்து படித்துக்கொண்டிருங்கள் சிஸ்டர்.”

இரண்டு மூன்று மாதங்களுக்குப் பிறகு கூடுகிற அடுத்த கமிட்டி மீட்டிங்கை நான் ஆர்வத்துடன் எதிர்பார்த்திருந்தேன். ஆனால், கல்லூரி முதல்வர் சொன்னார்:

“இந்த முறை செலக்ஷன் கிடைக்கும் என்று எதிர்பார்க்கவே வேண்டாம். ஜெஸ்மிக்கு எம்ஃபிலுக்கு எஃப்ஐபி கிடைத்ததால் பிஎச்டிக்கு அதைக் கொடுக்க வேண்டியதில்லையென்று டிபார்ட்மெண்ட் தலைவர் கூட சொல்லியிருக்கிறார்.”

“சிஸ்டர், கடந்த முறைக்கு முந்தைய திட்டக் காலஅளவில் தான் எனக்கு எஃப்ஐபி கிடைத்தது. ஆகவே, விதிமுறைகள் இதற்குத் தடையாக இருக்காது.”

பிரின்சிபால் இன்னும் கண்டிப்புடன் சொன்னார்:

“செலக்ஷனை உறுதிப்படுத்த வேண்டியதில்லை. கமிட்டியின் விருப்பம்போல் முடிவு செய்து கொள்ளலாம்.”

“சிஸ்டர், செலக்ட் செய்யப்படுவதற்கான அளவுகோல் ஏதாவது இருக்கிறதா? அப்படி ஏதேனும் இருந்தால் நிச்சயமாக நான் தேர்வு செய்யப்படுவேன்.”

“ஜெஸ்மி, கமிட்டி என்ன சொல்கிறதோ அப்படியே செய்யுங்கள்.”

“சிஸ்டர், விதிகளுக்கு மாறாக கமிட்டி, எதையேனும் செய்யுமென்றால் நிச்சயமாக நான் அதன் முடிவுகளை எதிர்த்து வழக்குத் தொடுப்பேன்.”

நான் இதைச் சொல்வதற்கான காரணம், முதல்வரைக் கொஞ்சம் மிரட்டி வைப்பதற்காகத்தான். உண்மையில், இப்படிச் செய்பவர்களில் கடைசி ஆளாகத்தான் நானிருப்பேன். ஆனால், யுஜிசி செலக்ஷன், ஏதாவது அளவுகோல்கள் வைத்திருக்கிறதா என்று கேட்டு டிசிடிசிக்கு உடனடியாக நானொரு கடிதம் எழுதினேன். செலக்ஷனுக்குத் தேவையான கிரேடை முடிவு செய்வதற்கான, மதிப்பெண்களுக்கான கோடை விவரிக்கும் ஒரு கடிதம், பிறகு எல்லா கல்லூரிகளுக்கும் வந்தது. படித்த வருடங்களின் எண்ணிக்கை அதிகமான மதிப்பெண்களைப் பெற்றுத் தரும். இத்துடன் முதலாம், இரண்டாம் தரவரிசைகள், வெளியீடுகள் ஆகியவற்றிற்கெல்லாம் அதிகமான மதிப்பெண்கள் கிடைக்கும். இரண்டாவது முறையாக கமிட்டிகூடி மதிப்பெண் களைக் கணக்கிட்டபோது தரவரிசையில் என்னுடைய பெயர் தான் முதலில் வந்தது. ஆனால், இது அங்கீகரிக்கப்பட்டதாகத் தகவல் வரும்போது என்னுடைய பதினொரு மாத விடுமுறையை யும் நான் இழந்துவிட்டிருந்தேன். எனக்கான விடுமுறை நாட் களும் முடிவடைந்துகொண்டிருந்தது. எஃப்ஐபியில் சேருவ தென்பது தொலைதூரநோக்கமாக மாறியிருந்தது. பல்கலைக் கழகம், நான் ரெஃபரன்ஸ் பணிக்குப் புறப்படுகிற முதல் நாளன்றுவரைக்கும் ஓண விடுமுறை நாட்களை முடிவு செய்யப் படவில்லை. கடைசி நிமிட முடிவின் காரணமாக எனக்கு விடுமுறை நாட்களின் முதல் நாளிலும் கடைசி நாளிலும் என்னால் கையெழுத்திட இயலாமல் போனது. ஆக, என்னுடைய பத்து நாளைய விடுமுறை தினங்களை இப்படியாக இழந்து விட்டேன். அரசின் முன் அனுமதியில்லாத சிறியதொரு கால அளவையும்கூட ‘சம்பளமில்லா விடுப்பு’ என மானேஜர் அனுமதிக்கக் கூடாதென்று சமீபத்தில் ஒரு அரசாங்க உத்தரவு வெளியாகியிருந்தது. ஆகவே, திரும்பவும் சேர்வது என்பது மட்டும்தான் ஒரே தீர்வு. பிரின்சிபாலைச் சந்தித்து விஷயங் களைப் பேசி பணியைத் தொடர்வதற்கான அனுமதியைக் கோரினேன்.

வருகைப் பேராசிரியையிடம் விஷயங்களைத் தெரிவிப்ப தற்கு வேண்டிய ஏற்பாடுகளையும் செய்தேன். அந்த விரிவுரை யாளரின் கணவர் வெளிநாட்டிலிருந்து வந்திருந்ததால் அவர்

திரும்பப் போவதுவரைக்கும் அவருடனிருக்க வேண்டியதிருந்த தால் இந்நாட்களை அவர் விடுமுறையாக விண்ணப்பத்திருந்தார். அதன்படி அனுமதிக்கப்பட்டிருப்பதாகவும் அவர் சொன்னார்.

நான் எனக்குக் கிடைத்த கால அட்டவணைப்படியான தயாரிப்புகளுடன் சென்று வகுப்பெடுத்துக்கொண்டிருக்கும் போது கல்லூரிக்கு வரவேண்டாம் என்ற தகவல் கிடைக்காத தால், என்னுடைய மாணவியும் வருகைப் பேராசிரியருமான அந்த ஆசிரியை வகுப்புக்கு வந்தாள். என்னைக் கண்டதும் கணவன் போவதுவரை விடுமுறை கிடைத்துவிடுமென்று அந்தப் புதுமணப்பெண் மகிழ்ச்சியடைந்தாள். ஆனால், அவளைக் கண்டதும் பிரின்சிபால் என்னிடம் விடுமுறையைத் தொடரும் படியும் அவருக்கு வகுப்பெடுப்பதற்கான வாய்ப்பைக் கொடுக்கும் படியும் சொன்னார். கனத்த இதயத்துடன் நான் விடுமுறையை நீட்டிப்பதற்காக அலுவலகத்திற்குச் சென்றேன். ஆனால், அங்கிருந்த ஊழியரால் என்னுடைய இந்த விடுமுறைப் பிரச் சினைக்கான தீர்வைக் கண்டுபிடிக்க இயலவில்லை.

நான் பிரின்சிபாலின் அறைக்குள் அழைத்துச் செல்லப் பட்டேன். என்னைக் கண்டதும் அவர் கோபத்துடன் சொன்னார்:

"ஒரு தனிநபருடைய விடுமுறைப் பிரச்சினையை முடிவு செய்ய எனக்கு நேரமில்லை. ஒரு பிரின்சிபால் என்ற நிலையில் அது என்னுடைய வேலையுமல்ல."

ஓய்வுபெறும் கல்லூரி முதல்வர் ஆங்கிலத்துறை ஊழியர்களுடன்.
(கன்யாஸ்திரி உடையில் நான்)

தக்க சமயத்தில் இயேசு தலையிட்டார். அதிகத் தாமத மில்லாமல் முழுப்பொறுப்பையும் ஏற்றெடுத்த டிசிடிசி, என்னை எஃப்ஐபியில் சேர அனுமதித்தார்.

அடுத்த முறை நான் பல்கலைக்கழகத்திலிருந்து மடத்திற்கு வந்தபோது, கல்லூரி முதல்வர் வேண்டுமென்றே என்னைப் புறக்கணிப்பதுபோல் நடந்துகொண்டார். நான் அவருக்கெதிராக எதுவுமே செய்யவில்லை. அவர் என்னைப் பார்க்கவோ பேசவோ செய்யாததால் நானும் அவரைக் கண்டு கொள்ளவில்லை. ஒவ்வொரு முறையும் நான் ஆய்வுக்காக செல்லும்போதெல் லாம் அவரிடம் விடைபெறுவது வழக்கம். இந்தமுறை சொல்லிக் கொள்ளாமலேயே கிளம்பிவிட்டேன். அன்று, என்னுடைய தோழி சுஸ்மிதாவுடன் 'ஸம்மர் இன் பெத்லேகம்' எனும் திரைப்படம் பார்க்க நேர்ந்தது. அதில் சுரேஷ்கோபி, மஞ்சு வார்யர் கதாபாத்திரத்திடம் உபதேசிக்கிறார்:

"நீ அறியாத உன்னுடைய பெற்றோர்களின் பிறப்பினை முன்வைத்து வாதப் பிரதிவாதம் செய்து காலத்தை வீணாக்காதே! என்னை எடுத்துக்கொண்டால் நானும் அனாதைதான். நமக்கு ஒரேயொரு வாழ்க்கைதானிருக்கிறது. நம்மால் இயன்றவரைக்கு மான மகிழ்ச்சியை நாம் மற்றவர்களுக்குக் கொடுக்கலாமே?"

படத்தைப் பார்த்துவிட்டு நான் சுஸ்மிதாவிடம் சொன்னேன்:

"எனக்கு உடனடியாக மடத்திற்குப் போய் பிரின்சிபாலுடன் இணக்கமாகிவிடத் தோன்றுகிறது. நான் ஏன் மற்றவர்களுக்கு நிம்மதியின்மையை உருவாக்க வேண்டும்?"

மறுநாள் நான் கல்லூரிக்கு வந்தேன். பிரின்சிபால், புரொவின்ஷியலுக்குப் போயிருந்தார். அவரைத் தொலைபேசி யில் அழைத்து பேசாமலிருந்ததற்காக மன்னிப்புக் கேட்டேன். பிறகு, மகிழ்ச்சியுடனும் அமைதியுடனும் திரும்பவும் ஆய்வுக் காக சென்றேன்.

விதிகளின்படி இரண்டாண்டுகளுக்குள் ஆய்வை சமர்ப்பித்து விட்டு அமலா கல்லூரியில் சேர்வதற்காக திரும்பிவந்தேன். பிரின்சிபால் ஓய்வு பெறுகிற நிலையிலிருந்தார். பிரின்சிபாலும் வைஸ் பிரின்சிபாலும் முட்டிக்கொள்கிற இரண்டு அணிகளாக அப்போது பிரிந்திருந்தார்கள். பரஸ்பரம் பேசிக்கொள்வதெல் லாம் மிகவும் அபூர்வமாகவே நிகழும். அரசியல் எதிர்க்கட்சிகள் போல் பிரின்சிபாலும் அவரது ஆட்களும் செய்கிற எல்லாக் காரியங்களுக்கும் வைஸ் பிரின்சிபால் எதிராக இருப்பார். இதுபோன்ற எதிரெதிர் அணிகளுக்கு கல்லூரி அளவிலான பழைமையுமிருந்தது. கல்லூரி துவங்கப்பட்டபோதே ஆசிரியை களான கன்யாஸ்திரிகள் விஜபிகள் என இரண்டு அணிகளாகப்

பிளவுபட்டிருந்தார்களாம். பிரின்சிபால் ஓய்வுபெற்று அடுத்து சிம்மாசனத்தில் அமருகிற ஆட்சித்தலைவர் எந்த அணியில் இருக்கிறாரோ அதிலுள்ளவர்களுக்கு எல்லாவிதமான அதிகாரங் களும் உரிமைகளுமிருக்கும். இயல்பாகவே, எதிரணியிலிருக் கும் கன்யாஸ்திரிகள் மேற்படிப்பிற்காகவோ மத ரீதியிலாக கோர்ஸுக்காகவோ நீண்ட விடுமுறையிலிருப்பார்கள். பொது வாகவே, கல்லூரி முதல்வரின் பிரிவு உபச்சார விழா நடத்து வதும் கல்லூரி ஆண்டுவிழா நடத்துவதுமெல்லாம் துணை முதல்வரின் பொறுப்புகள். ஆகவே, துணை முதல்வரான சிஸ்டர் ஸீனா, அன்றைய காலகட்டத்தில் மிகப் பெரிய தொகையான 25,000 ரூபாய் செலவில் ஒரு கலை நிகழ்ச்சியை வைப்பதாக முடிவு செய்தார். ஆர்ட்டிஸ்டுடன் பேசுவதற்காக என்னை அழைத்தபோது இவ்வளவு பெரிய தொகையில் ஒரு கலை நிகழ்ச்சி நடத்துவதை நான் ஏற்கவில்லை. இதில் எதையுமே அறிந்திருக்காத முதல்வர், துணையின் தலையீடில்லாமலேயே 'காலேஜ் டே' வுக்கான எல்லா ஏற்பாடுகளையும் தானே செய்து கொள்வதாக முடிவு செய்தார். அவருடைய பிரிவு உபச்சார விழா அழைப்பிதழின் கீழ் யாருடைய பெயரை வைப்பது? அப்போதுதான் இந்த விழாவை நடத்த வேண்டியது தானல்ல என்பது அவருக்குப் புரிந்தது. உடனே அவர் நிகழ்ச்சியின் பொறுப்பை சிஸ்டர் ஸீனாவிடம் ஒப்படைத்தார். இவருக்கோ பயங்கரமான கோபமும் வருத்தமும். சீனியாரிட்டி அடிப்படை யில் வரும் அடுத்த நபர் நானென்பதால் அவர் என்னிடம் சொன்னார். அவருக்கு ஆறுதல் சொல்லிவிட்டு கலை நிகழ்ச்சி நடத்துவதற்கான ஒரு எளிய வழியை நான் பரிந்துரை செய்தேன். நம்முடைய மாணவிகள் நன்றாக டான்ஸ் ஆடுவார்கள். மட்டு மல்ல, டான்ஸ் நிகழ்ச்சிகளுக்கு இந்த மேடை மிகவும் பொருத்த மானதும்கூட! ஆனால், நாடகமோ அல்லது அதுபோன்ற நேரடியான ஓசைகளை வெளிப்படுத்தும் நிகழ்ச்சிகளுக்கோ இந்த மேடை பயன்படாது.

"நாம் ஏன் பரிசுத்த மாதாவைப் பற்றிய அழகான பாடல் களை குழுநடனமாக செய்யக்கூடாது சிஸ்டர்? எனக்குத் தெரிந்த தூய்மையான ஒரு பாதிரியார் மாதாவைப் பற்றிய பாடல்களைத் தொகுத்து ஆடியோ காஸட் தயாரித்திருக்கிறார். அதன் பின்னணியில் குழுநடனம் நடத்துவதற்கான அனுமதியை நான் வாங்கித் தருகிறேன்" என்றேன்.

இந்த ஆலோசனையை நான் முன்வைத்ததும் அதன் முழுப் பொறுப்பும் என்னை வந்தடைந்தது. இப்படியாக துணை முதல்வரின் அங்கலாய்ப்பும் வருத்தமும் ஓய்ந்தது.

விடைபெறுவதற்கு முன் கல்லூரியின் முதல்வர், துணை முதல்வராகிய சிஸ்டர் ஸீனாவை நேரில் காணவேண்டுமென்று

விரும்பினார். அவர் சிஸ்டர் ஸீனாவை எதிர்பார்த்து காலை யிலிருந்து தன்னுடைய அறையில் காத்திருந்தார். எதிர்பாராத விதமாக நான் அலுவலகத்திற்கு வந்ததும் என்னை பக்கத்தில் அழைத்துச் சொன்னார்:

"ஜெஸ்மி, நான் ஸீனாவை மூன்று மணிவரையிலும் எதிர்பார்த்திருப்பேன். காலேஜ் சம்பந்தமான சில முக்கியமான விஷயங்களை நான் இந்த பேப்பரில் எழுதி வைத்திருக்கிறேன். மூன்று மணிவரைக்கும் அவர் வந்துசேரவில்லையென்றால் நான் இதைக் கிழித்துக் குப்பையில் வீசிவிடுவேன்."

"சிஸ்டர், தயவுசெய்து அதை நீங்கள் என்னிடம் தந்துவிடுங்கள். அதை நான் பாதுகாப்பாக வைத்திருந்து அவரிடம் ஒப்படைத்துவிடுகிறேன். அல்லது எனக்காவது அது பயன் படுமென்று நினைக்கிறேன்."

"இல்லை ஜெஸ்மி, அவளைத் தவிர நான் அதை யாருக்கும் தரமாட்டேன்."

நான் மடத்திற்கு ஓடினேன். சிஸ்டர் ஸீனா வராந்தாவில் நின்றிருந்தார்.

"சிஸ்டர், பிரின்சிபால் அவரது அறையில் உங்களை எதிர்பார்த்துக் காத்திருக்கிறார். இன்று அவருடைய கடைசி நாளென்பதால் தயவுசெய்து போய்ப் பார்த்துவிடுங்கள்."

சிஸ்டர் ஸீனா அழுதபடியே சொன்னார்:

"சிஸ்டர் ஜெஸ்மி, உங்களுக்குத் தெரியாது. அவர் இவ்வளவு வருடங்களாக என்னிடம் எப்படி நடந்து கொண்டாரென்று. அதையெல்லாம் என்னால் மறந்து விடவோ மன்னித்துவிடவோ முடியவில்லை. பிறகெப்படி நான் அவரைப் போய்ப் பார்க்க முடியும்?"

நான் நிலைமையை சுப்பீரியரிடம் போய்ச் சொன்னேன். அவர் வந்து சிஸ்டர் ஸீனாவிடம் பிரின்சிபாலைப் போய்ப் பார்க்கச் சொன்னார். ஸீனா அலறினார்:

"எல்லாருமே பிரின்சிபாலுக்குப் பரிந்துதான் பேசுகிறீர்கள். என்னைப் புரிந்துகொள்ள யாருமே இல்லை. இந்த விஷயத்தில் என்னை யாரும் வற்புறுத்த வேண்டாம். நான் அவரைப் பார்க்கமாட்டேன்."

இது கடைசியான முடிவு என்பதை நாங்கள் புரிந்துகொண் டோம். மூன்று மணிக்கு பிரின்சிபால் காகிதக் குறிப்பைக் கிழித்தெறிந்துவிட்டு மடத்திற்கு வந்தார். அவர் நல்ல பண்பாடு களுள்ளவர் என்பதால் சிஸ்டர் ஸீனாவிடம் அவராகவே பேசினார்:

ஆமென்

"சிஸ்டர் ஸீனா, நான் நாளைக்கு விடைபெறுகிறேன். உங்களுடைய கடமைகளை நீங்கள் நன்றாக நிறைவேற்ற தேவன் உங்களை அனுக்கிரகிப்பார்."

மிகுந்த நன்றியுடன் நான் பிரின்சிபாலைப் பார்த்துப் புன்னகைத்தேன். இந்த அளவிலான பெருந்தன்மையை இவராவது காட்டினாரே.

முதல்வர் ஓய்வு பெறுவதால் அவரது புகைப்படத்தைப் பத்திரிகையில் பிரசுரிக்க வேண்டும். கல்லூரி, நிறைய சாதனைகள் புரிய இவர் காரணமாக இருந்தார் என்ற வகையில் ஒரு குறிப்பும் எழுத வேண்டும். இவரது தலைமையில்தான் 'நாக்' கமிட்டி கல்லூரிக்கு ஃபைவ் ஸ்டார் அந்தஸ்து அளித்தது. இதையெல்லாம் செய்யவேண்டியது துணை முதல்வரின் பணியாக இருந்தாலும் அவர் செய்யவில்லை. முதல்வர் ஓய்வு பெறும்போது அவருடைய பொறுப்புக்கு வருகிற துணை முதல்வரின் புகைப்படத்தை பத்திரிகையில் பிரசுரிக்க வேண்டிய பொறுப்பு எனக்கு. சிஸ்டர் ஸீனா அவருடைய பொறுப்பை நிறைவேற்றுவாரென்று எதிர்பார்ப்பது தேவையில்லாத வேலையென்பதால் நான் அவரிடம் பேசினேன். எப்படிச் செய்வதென்று தெரியாததால் தனக்காக அதைச் செய்து தரும்படி கேட்டார். நான் உடனடியாக முதல்வரின் புகைப்படம் உட்பட்ட குறிப்புகள் எழுதி எல்லாப் பத்திரிகைகளுக்கும் அனுப்பிவைத்தேன்.

சிஸ்டர் லிதியாவின் சகோதரன் ஒரு பத்திரிகையில் பணியாற்றிக்கொண்டிருப்பதால் அந்தப் பத்திரிகையில் பிரசுரிக்கும் பொறுப்பை மட்டும் லிதியாவை நம்பி ஒப்படைத்தேன். இதைத் தவிர ஆங்கிலப் பத்திரிகைகள் உட்பட பிரபலமான எல்லா மலையாளப் பத்திரிகைகளிலும் புகைப்படத்துடன் செய்தி வெளியானது. புகைப்படத்தைப் பிரசுரிக்காத பத்திரிகைகள் அதற்காக வருந்தியதுடன் மறுநாள் புகைப்படத்துடன் பிரசுரித்திருந்தார்கள்.

இரண்டு சிஸ்டர்களும் வாழ்க்கையில் நல்லுறவுடனில்லாமல் இருந்தாலும் பத்திரிகைச் செய்தியிலுள்ள புகைப்படத்தில் சேர்ந்துதானிருந்தார்கள். மடத்திலுள்ள கன்யாஸ்திரிகள் இதைச் சொல்லி சிரித்துக்கொண்டார்கள்.

சிஸ்டர் ஸீனா, பிரின்சிபால் பொறுப்புக்கு வந்தபோது வைஸ் பிரின்சிபால் எனும் நிலையில் நான்தான் அவருக்கு உதவியாக இருந்தேன். சிஸ்டர் லிதியா, மடத்தில் என்னைவிட சீனியராக இருந்தாலும் கல்லூரியில் நான்தான் சீனியர். ஆனால், மானேஜர், தன்னை மட்டம் தட்டிவிட்டதாக அவர்

வதந்தியைப் பரப்பினார். சில ஆசிரியைகளுக்கு என்னிடமிருந்து இதற்கான விளக்கம் தேவைப்பட்டது. நான் தெளிவான உண்மை களை எடுத்துச் சொல்லி என்னுடைய சீனியாரிட்டியை அவர் களுக்குப் புரியவைத்தேன். பிறகு, வேறு சில கேள்விகள் எழுந்தன:

"மேமி, நீ எந்தக் கட்சியைச் சேர்ந்தவள்?"

அவர் கல்லூரியிலும் மடத்திலுமுள்ள இரண்டு அணி களைப் பற்றி கேட்கிறார். எனக்குப் பாடமெடுத்தவர்கள் என்ப தால் ஆசிரியைகள் என்னை மேமி என்றுதான் சொல்வார்கள். கைகளை மேலே தூக்கிக் காட்டி நான் அப்பாவியாகச் சொன் னேன்:

"இரண்டு கட்சிகளிலும் இல்லை. என்னோட கட்சித் தலைவர் உயரத்திலிருக்கிறார்."

"அப்படின்னா மேமி, நீ நிறைய விஷயங்களில் பொறுமை காக்க வேண்டியதிருக்கும். ஒரு பிரச்சினைன்னு வந்தால் உன்னைக் காப்பாற்ற யாருமே வரமாட்டார்கள்."

"எனக்கு தேவனின் பெரும்பான்மை ஆதரவிருக்கிறதென்று நம்புறேன்."

அலுவலகக் கண்காணிப்பாளர் ஒருதடவை மிக முக்கிய மான ஒரு பிரச்சினையைச் சொன்னார்:

"ஜெஸ்மி, கையெழுத்தைச் சரியாகப் போடும்படி பிரின்சிபாலிடம் சொல்லுங்கள். கையெழுத்தை வேறுமாதிரி போடுவதால் வங்கியிலும் ரயில்வேயிலும், அவர் கையெழுத்துப் போட்ட பேப்பர்களை எல்லாம் திருப்பித்தர ஆரம்பித்து விட்டார்கள்."

அப்போதுதான் தலைகீழாக மாறிவிட்ட அவரது கை யெழுத்தை நான் கவனித்தேன். முதல்வரானதுமே அவரிடம் கேட்டேன். கெஸட்டில் விளம்பரம் கொடுத்து கையெழுத்தைச் சின்னதாக மாற்ற வேண்டுமா என்று. அப்போது, அவர் அதற்கு மறுத்துவிட்டார். ஆனால், இரண்டு வருடங்களுக்குப் பிறகு முழுக்கவும் வித்தியாசமான முறையில் கையெழுத்திட ஆரம் பித்துவிட்டார். சீனியர் சிஸ்டர்களுக்குப் பதற்றம். வைஸ் பிரின்சிபால் எனும் வகையில் பிரச்சினைக்குத் தீர்வு காணும் பொறுப்பு என்னுடைய தலையில் விழுந்தது. ஒருதடவை ரயிலில் பிரின்சிபாலுடன் சேர்ந்து பயணம் செய்யும்போது இந்தப் பிரச்சினையை நான் பணிவாக எடுத்துச் சொன்னேன். இதற்காக அந்தப் பயணம் முழுவதும் என்னிடம் அவர் பேசாமலேயே இருந்துவிட்டார். தீர்வு காணப்படாத அந்தப் பிரச்சினையைச்

சொல்லி சிஸ்டர்கள் என்னைத் தொந்தரவு செய்ய ஆரம்பித் தார்கள். மானேஜரிடம் தகவலைத் தெரிவித்திருந்தாலும் அவரும் பிரச்சினைக்குப் பரிகாரம் காண்பதில் அக்கறை காட்டவில்லை. இரண்டாவது தடவையாக நான் இதைப் பற்றி பேசினேன். அவருக்கு மிகுந்த மனவருத்தமாகிவிட்டது:

“நான் என்னென்ன பிரச்சினைகளையெல்லாம் அனு பவித்துக்கொண்டிருக்கிறேன் என்று உங்களுக்கெல்லாம் எதுவுமே தெரியாது.”

பிறகு, நான் இதைப் பற்றி அவரிடம் எதுவுமே பேசவில்லை. அவருடைய மாறிய கையெழுத்திற்கேற்ப தங்களைத் தகவமைத்துக் கொள்ள வங்கி அதிகாரிகள் முயற்சி செய்தார்கள். ரயில்வே அதிகாரிகள், எந்தவித சமரசத்திற்கும் தயாராக இல்லாததால் மாணவிகளின், குறிப்பாக ஸ்போர்ட்ஸ் மாணவிகளின் சலுகைகள் ரத்தாகிக்கொண்டிருந்தது. அதிகாரபூர்வமான விஷயங்களைப் பொறுத்தவரைக்கும் அவர் நிறைய இரகசியங்களைப் பாதுகாத்து வந்தார். யுஜிசியிலிருந்து கிடைக்கும் ஏதாவது புராஜெக்டோ அரசாங்கத்தின் சுற்றறிக்கைகளோ, எதுவாக இருந்தாலும் இரகசியமாகவே வைத்துக்கொள்வார். எதிர்கொள்ளவேண்டிய எந்தப் பிரச்சினையாக இருந்தாலும் அவர் சரியான பதிலே சொல்ல மாட்டார்.

பெரும்பாலான எல்லாப் பிரச்சினைகளையும் தள்ளிப் போடுவதன் மூலம் அவர் தீர்வு காண முயற்சிப்பார். அவரது மன அமைதியின் இரகசியமே பொறுப்பின்மை என்னும் தந்திரம்தான். அதே நேரம் பழிவாங்குகிற வித்துகளும் அவரினுள் புதைந்து கிடந்தன. சிஸ்டர் க்ளவ்டியாவிடமும் ஆங்கிலத்துறை யில் அவரது வாரிசுகளிடமுமிருந்த காலாவதியான பகைக்காக அவர் இப்போதைய ஊழியர்களை அவமானப்படுத்தினார். நான், துணை முதல்வரும் ஆங்கிலத்துறையைச் சார்ந்தவளும் என்பதால் எந்நேரமும் அவர்கள் பல்வேறு மனவருத்தங்களுடன் வந்து என்னைச் சந்திப்பார்கள். பிரச்சினைகளுக்குத் தீர்வு காண்பதற்கான என்னுடைய முயற்சிகள் அனைத்தும் தோல்வி யில்தான் முடிவடைந்தன.

ஆங்கிலத்துறைமீது அவருக்கிருந்த கௌரவமான பழி வாங்கல் நகைப்புக்குரியது. ஒவ்வொரு திட்டக் காலஅளவிலும் இரண்டு லட்சம் ரூபாய்க்கான முதுகலை ஆய்விற்குத் தேவை யான புரொப்போஸல் யுஜிசியில் முன்வைக்கப்பட வேண்டும். கடந்த திட்டத்தின் கிராண்ட் ஏற்கனவே, எங்கள் துறைக்கு கிடைத்திருந்தது. கடந்த ஐந்து வருடத்தினுள் எங்கள் துறை சார்ந்து ஆறு சிறுவெளியீடுகளாவது வெளியிட்டிருந்தால்தான்

அதைப் புதுப்பித்துக்கொள்ள இயலும் என்ற விதியிருக்கிறது. எனக்கு கிட்டத்தட்ட 30 வெளியீடுகளிருந்தன. இதுவும் சேரும் போது துறையின் மொத்த வெளியீடு நாற்பதுவரை இருக்கும். ஆனால், சுற்றறிக்கையை ஆசிரியர்களிடம் இதுவரை அவர் காட்டவில்லை. புரொப்போஸல் சமர்ப்பிக்கிற கடைசி நாளன்று, நீண்ட விடுமுறையினிடையே கல்லூரிக்கு வந்திருந்த ஒரு ஆசிரியையிடம் குறிப்பிட்ட வருடங்களில் வெளியான வெளியீடு களின் கணக்கெடுக்கச் சொல்லப்பட்டது. அவர் ஒரு வருட கணக்கென்று தவறாகப் புரிந்துகொண்டு அந்த வருட வெளியீடு களைக் கண்டுபிடித்து அவற்றை யுஜிசி பொறுப்பிலுள்ள சிஸ்டர் மேரிலிட்டிடம் ஒப்படைத்தார். நான் வைஸ் பிரின்சிபா லாக இருந்தபோதும், என்னுடைய டிபார்ட்மெண்ட் சம்பந்த மான விஷயங்களை என்னிடம் சொல்லவே இல்லை. புரொப்போஸல், இந்த வருடத்தின் ஆறு வெளியீடுகளை மட்டும் வைத்து அலுவலகத்திலிருந்து அனுப்பி வைக்கப்பட்டது. அதில் ஒரு கட்டுரையை யுஜிசி ஏற்றுக்கொள்ளவில்லை. ஆகவே, டிபார்ட்மெண்டிற்கான கிராண்ட் கிடைக்கவில்லை. திரும்பி வந்த பிரின்சிபாலும் மேரிலிட்டும் சந்தோஷக் குரலில் என்னிடம் சொன்னார்கள்:

“ஆறு கட்டுரைகள் போதாதென்பதால் உங்களுடைய பிஜிக்கான கிராண்ட் ரத்தாகிவிட்டது. அதில், ஜெஸ்மியின் ஒரு கட்டுரை ஏற்கப்படவில்லை.”

“இங்கிலீஸ் டிபார்ட்மெண்டில்தான் ஏராளமான கட்டுரை கள் இருக்கின்றனவே? நீங்கள் ஏன் வெறும் ஆறு கட்டுரை களைப் பற்றி மட்டும் பேசுகிறீர்கள்?”

“உங்களுடைய டிபார்ட்மெண்டிலிருந்து வெறும் ஆறு கட்டுரைகள் மட்டும்தான் கிடைத்தன.”

நான் என்ன நடந்ததென்று ஸ்டாஃபிடம் விசாரித்தேன். பிஜி கிராண்டிற்காகத்தான் கட்டுரைகள் கேட்டிருக்கிறார்கள் என்று அறிந்ததும் அந்த ஆசிரியை திடுக்கிட்டார்.

“என்னிடம் அவர்கள் ஏன் அதை விளக்கமாகச் சொல்ல வில்லை? கல்லூரியிலுள்ள சூழ்நிலை தெரியாமல் நான் ஒரு ஆஃப் டே கையெழுத்துப் போட்டுக்கொண்டிருந்தேன்.”

இவரை எப்படிக் குற்றம் சொல்ல முடியும்?

வேறு ஏதாவது வாய்ப்புகள் இருக்கின்றனவா என்று பிரின்சிபாலிடம் கேட்டேன். அவர் சொன்னார்: “அந்த ஃபைல் மூடப்பட்டுவிட்டது.”

வேறு ஏதாவது வாய்ப்புகள் இருக்குமா என்பதை அறிந்து கொள்வதற்காக நாங்கள் பெங்களூருக்குப் போய் இயக்குநரைப் பார்த்தோம். வெளியீடுகளின் நீண்ட பட்டியலைப் பார்த்து விட்டு அவர் சொன்னார்:

"இதுபோன்ற புரொப்போஸல்களைக் குறித்து ஒரு மாத காலமாவது ஸ்டாஃப்கள் கூடி விவாதிக்க வேண்டுமென்று நான் ஏற்கனவே சொல்லியிருக்கிறேன். நீங்கள் அப்படி எதை யாவது செய்திருக்கிறீர்களா?"

"இல்லை சார், இந்த விஷயத்தை நாங்கள் முதல் நாள்தான் கேள்விப்படவே செய்தோம்."

"உங்கள் பிரின்சிபாலை நினைத்தால் எனக்கு ஆச்சரிய மாக இருக்கிறது. ஒரு வார்த்தைகூட அவர் இங்கே பேசி நான் கேட்டதில்லை. ஆனால், சிஸ்டர் மேரிலிட் திறமையானவர் தான். பிரின்சிபால் ஏன் அப்படிச் செய்தார்? இதில் ஏதாவது மாற்றங்கள் இருக்குமென்றால் மறுநாள் வந்து பார்க்கும்படி யும் நான் சொல்லியிருந்தேனே? ஏன் இதை அவர் உங்களிடம் சொல்லவில்லை? கமிட்டியை இப்போது கலைத்துவிட்டோம். நான் நினைத்து எதையும் செய்ய இயலாதே?"

திரும்பவும் நாங்கள் வற்புத்த ஆரம்பித்தபோது அவர் சொன்னார்:

"சிறு கிராண்டுகளுக்கான சந்தர்ப்பத்தில் புரொப்போசலைத் திரும்பவும் சமர்ப்பியுங்கள். அப்போது நான் அதற்கு முன் னுரிமை தருகிறேன். சிஸ்டர் மேரிலிட்டிடம் நான் கோபத் துடனிருப்பதாகச் சொல்லுங்கள்."

10

சிஎம்சி சிஸ்டர்களுக்கு நிர்ப்பந்தமாக இருந்த நாற்பது நாள் பிரார்த்தனைக்கு பிரின்சிபால் போயிருந்த போது நான் பிரின்சிபால் பொறுப்பை ஏற்றேன். இந்தக் காலகட்டத்தில் ஏராளமான பொறுப்புகளை நான் ஏற்றிருந்தேன். தலைமை, தேர்வு கண்காணிப்பாளர், சேதனா ஃபிலிம் இன்ஸ்டிட்யூட்டுடன் இணைந்து கார்கி – பெண் ஊடக அமைப்பு நடத்திய சர்வதேச பெண்கள் ஃபெஸ்டிவெலின் உதவியாளர்களில் ஒருவர், அமலா கல்லூரியின் முதல் காம்பஸ் சினிமாவான 'ஜாலகங்கள்' எனும் எட்டு நிமிடப் படத்தின் முக்கிய மான ஒருங்கிணைப்பாளர், இத்துடன் பிரின்சிபால் இன்சார்ஜ், காம்பஸ் சினிமாவின் தலைமைப் பொறுப்பு. ஆர்வத்தையும் ஏமாற்றங்களையும் ஏக காலத்தில் அனுபவித்துக்கொண்டிருந்தேன்.

ஒரு திரைக்கதையைப் பற்றி நன்றாக விவாதித்து ஒரே வாரத்திற்குள் சரியான ஒரு வடிவத்திற்குக் கொண்டு வந்தோம். கதாநாயகியையும் மற்ற நடிகர்களையும் முடிவு செய்தோம். சேதனா ஃபிலிம் இன்ஸ்டிட்யூட்டின் கேமரா – எடிட்டிங், டச்சிங் போன்றவைக்கு மாணவி களின் தனியான பாக்கேஜ் புக் செய்து, படப்பிடிப்புக் கான இடத்தைத் தீர்மானித்து, ஒத்திகை நடந்தது. அப் போதுதான் ஒரு முக்கியமான பிரச்சினை: திரைப்படத்தில் நடிக்கும் ஒரு எட்டு வயதுச் சிறுமி தனது உள்ளாடை யைக் கழற்றவே மாட்டேன் என்கிறாள். என்னுடைய தோழியான அலுவலக ஊழியரிடம் பிரச்சினையைச் சொன்னபோது அவள் கேட்டாள்:

"மேமி, நீங்கள் ஏன் செட் செய்த ஃப்ரேம்களினுள் சிக்கிக் கிடக்கிறீர்கள்? சினிமாவில் ஏன் நீங்கள் அவுட் ஆஃப் ஃபிரேமை கையாளக்கூடாது?"

இந்த வார்த்தைகள் என்னுடைய சிந்தனையைத் தூண்டியதுடன் குறிப்பிட்ட பிரச்சினையை வித்தியாசமாக அணுகவும் தூண்டியது. திரைப்படத்தின் இயக்குநரான மாணவியும் குழந்தையின் அம்மாவும் கதாநாயகியும் காட்சியில் வருவதுடன் சிறுமியின் உள்ளாடையைக் களைந்து நிக்கரில் தோன்றச் செய்வதற்கு முயற்சி செய்துகொண்டிருக்கும் காட்சியை அவுட் ஆஃப் ஃப்ரேமாக வைத்தோம். கதாநாயகியின் கேள்வி, சிந்தனையைத் தூண்டக்கூடியதாக அமைந்தது.

– பெரிய பெரிய அக்காமாரெல்லாம் சினிமாவுல குட்டி யூண்டு உடுப்புப் போட்டுட்டு வர்றதை நீ பாத்ததில்லையா? –

எட்டு வயதான சிறுமி உள்ளாடையைக் களையத் தயங்குகிறாள். ஆனால், பெரியவளாக மாறிய பிறகு தேவையான ஆடைகளையும்கூட அவள் அவிழ்த்தெறிய தயாராகிறாள். இந்த சமூகம் பெண்களை எப்படிப் பார்க்கிறது? அதன் தாக்கம் அவர்களை எந்த அளவுக்குப் பாதிக்கிறது?

மற்றொரு பிரச்சினை உள்ளிருந்தே வந்தது. நான், பிரின்சிபால் சார்ஜில் இருந்தபோதும்கூட சிஸ்டர்களில் யாருமே இதற்கு ஒத்துழைக்கவில்லை.

படப்பிடிப்பின் காரணமாக தேர்வு ஐந்து நிமிடம் தாமதமானதற்காக அந்தப் பொறுப்பிலிருந்த கன்யாஸ்திரி எனக்கெதிராக மாறினார். திரைப்பட வெளியீட்டிற்கு மேயர் வந்தபோது அதில் கலந்து கொள்வதிலும் கன்யாஸ்திரிகள் ஆர்வமின்மையுடன் நடந்துகொண்டார்கள். பிரார்த்தனை சொல்வதற்காக அழைத்த கன்யாஸ்திரியின் தயக்கத்தைக் கண்டதும் நான் கேட்டேன்:

"குடிகாரர்களுக்கான ஒரு கூட்டத்தில் நீங்கள் பிரார்த்தனை செய்யமாட்டீர்களா? நீங்கள் சினிமாவுக்கு மட்டும்தான் எதிராக இருப்பீர்கள்; பிரார்த்தனைக்கு எதிராக இருக்க மாட்டீர்கள் என்று நினைத்திருந்தேன்."

பிரார்த்தனை முடிந்ததுமே அவள் இடத்தைக் காலி செய்து விட்டாள். இந்த வேலைகளில் எனக்கு ஒத்தாசையாகவும், ஈடுபாட்டுடன் கடினமான உழைப்பையும் அளித்த அட்டெண்டர்களின், பிற ஊழியர்களின் ஆர்வம், எனக்கு உற்சாகத்தை அளித்தது. திரையிடலுக்குப் பிறகு நடைபெற்ற விவாதங்களில் பெற்றோர்களும் ஆசிரியைகளுமடங்கிய பார்வையாளர்களின்

இயல்பான பங்களிப்புகள், மிகுந்த திருப்தியைத் தந்தது. கார்கி திரை விழாவில் திரையிடப்பட்ட இந்தத் திரைப்படத்தை விமர்சகர்கள் கரகோஷத்துடன் பாராட்டினார்கள். திருச்சூர் பொறியியல் கல்லூரியில் நடைபெற்ற போட்டியின் அவார்டு தொகையான 1000 ரூபாயும் இந்தத் திரைப்படத்திற்குக் கிடைத்தது.

❐ ❐

எங்களுடைய சபையில் அபூர்வமாக வயதான கன்யாஸ்திரிகளுக்கான முதியோர் இல்லம் இருந்தது. வயதான நோய்வாய்ப்பட்ட கன்யாஸ்திரிகளை அவர்களிருக்கும் மடத்திலேயே வைத்துக் கொண்டால்தான் அவர்களைத் தேவையான அளவுக் கவனித்துக் கொள்ள இயலுமென்று அதிகாரிகளின் முடிவு செய்திருந்தார்கள். மட்டுமல்ல, சிறு வயது கன்யாஸ்திரிகளுக்கு வயதானவர்களை எப்படிக் கவனித்துக்கொள்வதென்பதைப் புரிந்துகொள்ளவும் இயலும்.

அமலா மடத்திலுள்ள ஜெய்னம்மா என்னும் சிஸ்டரைப் பற்றி தனியாகக் குறிப்பிட வேண்டும். இவர், உயர் குடும்பத்திலுள்ள ஒரு உறுப்பினர். ஆகவே, பிற குடும்பத்திலுள்ள கன்யாஸ்திரிகளை விடவும் உயர் பிரிவினர்களுக்குத்தான் இவர், முன்னுரிமை கொடுப்பார். இவரது வாழ்க்கையின் அந்திமக் கால கட்டத்தில் இவர் சுயநினைவிழந்த நிலையிலிருந்தார். சில மனக் கோளாறுகளைத் தவிர்த்துப் பார்த்தால் இந்த அம்மா மிகவும் அமைதியானவர்தான். ஆனால், இவருடைய இயல்பான நடவடிக்கைகள் தாங்கமுடியாத அளவிலிருக்கும். சில நேரங்களில் தேங்காயை எடுத்து தோளில் வைத்துக்கொண்டு ரோட்டில் நடப்பார். தெரிந்தவர்கள் பார்த்து மடத்தில் கொண்டுவந்து சேர்ப்பார்கள். சில நேரங்களில் தன்னுடைய மலத்தை, தம்ளரில் வைத்து கட்டிலின் கீழ் மறைத்து வைத்து விடுவார். நாற்றத்தை வைத்துதான் அதைக் கண்டுபிடிக்க முடியும். சமையல் வேலை செய்யும் சகோதரிகளைப் பார்த்ததும் அந்த இடத்தைச் சுத்தம் செய்யச் சொல்வார். என்னுடைய பாரம்பரியமும் அந்தஸ்தும் இவருக்குத் தெரியுமென்பதால் நான் தம்ளரை எடுக்க முயற்சி செய்யும்போது அனுமதிக்கமாட்டார். மீறி நான் சுத்தம் செய்ய ஆரம்பிக்கும்போது அவரும் உதவிக்கு வந்து விடுவார். எப்போதாவது அவரைக் காணவில்லையென்று தேடினால் என்னுடைய கட்டிலில் படுத்துத் தூங்கிக்கொண்டிருப்பார். இயலாமையின், மறதியின் அவஸ்தையிலிருக்கும் அவரைக் கவனிப்பதற்கு நாங்கள் போட்டி போடுவோம். கடைசியில், இவர் ஒரு நர்சிங் ஹோமில் சேர்க்கப்பட்டார். அங்கே, கட்டிலிலிருந்து விழுந்ததில் சுய நினைவை இழந்து, கோமா நிலைக்குச் சென்றுவிட்டதால்

திரும்பவும் மடத்திற்கே கொண்டுவரப்பட்டார். அதிகத் தாமத மில்லாமல் எங்களுடைய கவனிப்பினூடே அமைதியான முறையில் மரணமடைந்தார்.

இதுபோல், முதுமையின் இயல்பான பிரச்சினைகளுள்ள களங்கமற்ற மற்றொருவர், வின்சென்டம்மா. பிரச்சினை செய்பவராக இருந்தாலும் மிகவும் அன்பானவர். மனநிலைப் பிறழ்வுபட்டதன் பின் தன்னுடைய மலத்தை எடுத்துச் சுவரில் தேய்ப்பார். நாங்கள் அவரைப் பார்க்கச் செல்லும்போது அதே கைகளால் எங்களையும் பிடிப்பார். இருந்தாலும், அவர்மீது அன்பு காட்டுவதிலும் சேவை செய்வதிலும் நாங்கள் போட்டி போடுவோம். வயதாகும்போது கண்ணில் விடுவதற்கான மருந்துடன் குருசடிக்குச் சென்று கர்த்தரிடம் அதைத் தங்களது கண்ணில் விட்டுத் தரச்சொல்லிக் கேட்கும் கன்யாஸ்திரிகளும் மடத்திலிருந்தார்கள். வயதான பிறகு பார்வையை இழந்துபோன, ஓய்வு பெற்ற பிரின்சிபாலாகிய ஒரு கன்யாஸ்திரிக்கு மடத்தி லுள்ள *கப்ளோன் பாதிரியார்மீது கட்டுப்படுத்த முடியாத கவர்ச்சி உருவாயிற்று. நல்லவர்களும் தூய்மையானவர்களு மான நிறைய சிஸ்டர்களுக்கு வயதாகும்போது கப்ளோன் பாதிரியார்மீது காதல் உருவாவது இயல்பான விஷயம்தான்.

முதுமையில் சுயக்கட்டுப்பாடிழந்து விடுவதால் அடக்கி வைக்கப்பட்ட உணர்வுகள் அவர்களுக்குள் வெடித்துச் சிதறி வெளியே கிளம்பும். அவர்களுக்குப் பிரச்சினையெதுவும் ஆகிவிடாமலிருக்க கப்ளோனும் சிறு அளவில் அவர்களுடன் ஒத்துழைப்பதுண்டு. முதுமையடைந்த கன்யாஸ்திரிகளை மடங்களில் நல்ல முறையில் கவனித்துகொள்வார்கள் என்பது ஆறுதலான விஷயம். சொந்த வீட்டில்கூட இந்த அளவுக்கு கவனித்துக்கொள்வார்களா என்பது இக்காலத்தில் சந்தேகம் தான். ஆனால், இதற்கு நேர் எதிரிடையானது, வயதான பாதிரியார்களின் நிலைமை. அவர்களைக் கவனித்துக்கொள் வதற்காக நியமிக்கப்படுகிற வேலைக்காரர்கள் வேலையில் சிரத்தையில்லாதவர்களாக இருப்பார்கள். என்னுடைய அம்மா வழியில் உறவினரான பாதிரியார் மாமா, ஒருமுறை குளிய லறையில் வைத்திருந்த வெந்நீரில் விழுந்துவிட்டார். வெந்நீர் தயார் செய்திருந்த வேலையாள் தூரத்திலெங்கோ இருந்ததாலும் விழுந்தது யாருக்குமே தெரியாது என்பதாலும், சிறிது நேரத் திற்குப் பிறகுதான் அவரைக் காப்பாற்ற முடிந்தது. இதுபோன்ற கவனமின்மையால் நிறைய விபத்துகளும் அவ்வப்போது நடப்பதுண்டு.

---

* ஆன்மிக ஆலோசகர்

எதற்குமே லாயக்கற்றவர்கள் என்னும் எண்ணம் தோன்றாம லிருப்பதற்காக வயதான சிஸ்டர்களுக்கு ஏதாவது வேலைகள் கொடுப்பதுண்டு. ஆனால், பெரும்பாலானவர்களும் பல மணி நேரங்களை சர்ச்சிலோ தன்னுடைய அறைக்குள்ளோ உபயோக மில்லாத விஷயங்களில் செலவழித்துக்கொண்டிருப்பார்கள் என்பதுதான் வருத்தத்திற்குரிய விஷயம். இவர்களை ஏன் மற்றவர்களுக்குப் பயன்படுபவர்களாக மாற்ற இயலவில்லை என்பதை நினைத்து எனக்கு ஆச்சரியமாக இருக்கும். இவர் களில் சிலர் மட்டும்தான் வெளியிலுள்ள வீடுகளுக்குப் போவார் கள். கல்லூரிகள், பள்ளிகளிலுள்ள மாணவிகளுக்காக தங்களது நேரத்தைச் செலவிடவும், முடிந்தால், தங்களுடைய அனுபவங் களை அவர்களுடன் பகிர்ந்துகொள்ளவும் நான் அவர்களிடம் சொல்வதுண்டு. சமூகத்திலிருந்து கிடைத்த அவர்களது அனுபவம், அவர்களுக்கும் சமூகத்திற்கும் பயன்படுமென்பது என்னுடைய நம்பிக்கை.

நித்திய விரதம் மேற்கொண்ட கன்யாஸ்திரிகளுக்கான எல்லாத் தேவைகளும் மடத்தில் பூர்த்தி செய்யப்படும். உலகத்தி லுள்ள எல்லாத் துயரங்களிலிருந்தும் நாங்கள் விடுதலையடைந்த வர்கள் என்பதால் அனுக்கிரகிக்கப்பட்டவர்களாக இருக்கிறோம். 'நோவாவின் பெட்டகத்தில்போல் பாதுகாப்பாக வாழ்ந்து கொண்டிருக்கும் நாங்கள் ஒரு வகையில் அம்பானிகளை விடவும் பில்கேட்ஸை விடவும் நிறைந்த செல்வமுமுடையவர் கள். விலையுயர்ந்த ஒரு சிகிச்சை செய்யவேண்டிய ஒரு ஏழை

திரு. இராஜாஜி மாத்யூ தாமஸ், எம்.எல்.ஏ., காம்பஸ் படப்பிடிப்பைத் தொடங்கி வைக்கிறார்

நோயாளிக்கு பணம் குறித்த பதற்றங்களாவது இருக்கும். இது போன்ற இயல்பான பிரச்சினைகள் கூட எங்கள் வாழ்க்கை யினுள் ஒருபோதுமே உருவாவதில்லை. தியான குரு ஒருவர் சொன்னார்:

"முதலாளிகளும் முனிவர்களும் – கிட்டத்தட்ட ஒரே பதப் பிரயோகம்." சில புரொவின்ஸ்களில் 'பாக்கெட் மணி' என்றொரு ஏற்பாடிருந்தது. அத்தியாவசியப் பொருட்களின் விலைகளை அறிந்துகொள்ளவும் தன்னம்பிக்கையுடன் பணத்தைக் கையாள வும் கற்றுக்கொள்வதற்காக! முதலில் பதினைந்து ரூபாயாக இருந்த இந்தத் தொகை, இப்போது எழுபத்தைந்து ரூபாயாக உயர்ந்திருக்கிறது. மிச்சம் வருகிற பணத்தை வருட இறுதியில் சுப்பீரியரிடம் ஒப்படைக்க வேண்டும். இந்தப் பணத்திலிருந்து தான் தனிப்பட்ட பயணச்செலவுகள், தபால் செலவுகள், தொலைபேசி, செருப்பு, சோப்பு, பேஸ்ட், பிரஷ், குடை போன்ற செலவுகளையும் கவனித்துக்கொள்ள வேண்டும். ஒவ்வொரு மாதமும் செலவு விவரங்களை ஒரு நோட்டில் குறித்து சுப்பீரியரிடம் கையெழுத்து வாங்க வேண்டும். செருப்பு வாங்குவதற்கான பணமில்லாததால் நான் அழுததுகூட உண்டு. ஒருமுறை அலுவலகத்திலுள்ள ஒரு கன்யாஸ்திரி சொன்னாள்:

"முதலில், அழுவதை நிறுத்திவிட்டு வேறு ஏதாவது பணத்தை வைத்து அட்ஜெஸ்ட்மெண்ட் செய்யக் கற்றுக்கொள். நாங்க ளெல்லாம் அப்படித்தான் வாழ்ந்துகொண்டிருக்கிறோம்."

என்னிடம் வேறு பணமெதுவுமிருக்காது என்பதால் செருப்பு, குடை போன்ற தேவைகள் வருகிறபோது என்னுடைய அண்ணனிடமோ தங்கைகளிடமோ நெருங்கிய உறவினர் களிடமோ சொல்லி பிரச்சினையைத் தீர்த்துக்கொள்வதுதான் வழக்கம். இதுபோன்ற தேவைகள் ஏற்படாத துறவியர்மீது எனக்குப் பொறாமையாக இருக்கும். இடவகை வைதீகர்களுக்கு தனிநபர் சொத்தில் உரிமை இருந்தாலும் விதிப்படி துறவியர் ஏழ்மை விரதத்தைக் கடைப்பிடிக்க வேண்டும். இருந்தாலும் கன்யாஸ்திரிகளைவிடவும் அவர்களுக்கு பொருளாதார சுதந்திர மிருந்தது என்பதுதான் உண்மை.

இதே வருடம் என்னுடைய ஆய்வு வழிகாட்டி உடல்நலம் குன்றிய நிலையில் மரணப் படுக்கையிலாகி விட்டதாக எனக்குத் தகவல் வந்தது. நான் முதல்வர் பொறுப்பில் இருந்ததால் சனிக் கிழமை விடுமுறை போட்டுவிட்டுப் போய்தான் அவருக்கான பணி விடைகளைச் செய்ய முடிந்தது. ஞாயிற்றுக்கிழமையன்று அவர் இறந்துபோனார். பிறகு, வீட்டுக்குக் கொண்டுவந்த உயிரற்ற

அந்த உடலினருகில் அவரது மனைவி, மகன், மருமகள் ஆகியோருடன் அன்றிரவு முழுவதும் நான் அமர்ந்திருந்தேன். கல்லூரியில் பிரின்சிபால் இல்லாததால் அதிகாலையில் மீண்டும் எனக்கு திருச்சூருக்குப் போக வேண்டியதிருந்தது. அவரது வாழ்வின் இறுதிக் கட்டத்தில் என்னுடைய அன்பின், மரியாதையின் அடையாளமாகப் பணிவிடைகள் செய்ய முடிந்ததில் இயேசுவுக்கு நான் மனப்பூர்வமான நன்றியறிதலைக் காணிக்கையாக்கினேன்.

இன்றைய காலகட்டத்தில் கன்யாஸ்திரிகளிலிருந்து தேர்வு செய்யப்பட்டவர்களுக்குத் தியானம் நடத்தவும் ஆன்மிக பாடமெடுக்கவும் பயிற்சிகள் அளிப்பதுண்டு. இவ்வளவு காலமும் அருட்தந்தையர் மட்டும்தான் இதைச் செய்துவந்தார்கள். நல்லவர்களும் புனிதமானவர்களுமான கன்யாஸ்திரிதான் இதற்கெனத் தேர்வு செய்யப்படுவார்கள். ஒருமுறை எங்களுடைய ஸ்தாபகர்களில் ஒருவரான, ஆசீர்வதிக்கப்பட்ட சாவரை ஃபாதரின் ஆன்மிகப் பணிகளைப் பற்றியும் அவரது விசுவாசத்தின் உறுதிப்பாடுகளைப் பற்றியும் பேசுவதற்கென தேர்வு செய்யப்பட்ட ஒரு சிஸ்டர் எங்கள் மடத்திற்கு வந்தார்:

“அன்பான சகோதரிகளே! நம்முடைய நிறுவனரின் நினைவுகள்மீது நீங்கள் தியானிப்பீர்களாக. தான் நிறுவிய சிஎம்சி சிஸ்டர்களிடமிருந்து நிபந்தனைகளற்ற அனுசரணையை அவர் வேண்டினார். அவர் ஒரு செடியைத் தலைகீழாக நடுவதற்கு ஒரு சகோதரியிடம் சொன்னபோது அவர் அப்படியே செய்தார். அந்த சிஸ்டரின் எல்லையற்ற அனுசரணையினால் தேவ அற்புதம் நிகழ்ந்து அந்தச் செடி தளிர்த்தது.”

தொடர்ந்து சொல்லப்படுகிற ஒரு உதாரணம்தான் இது. இதைக் கேட்டதும் எங்களுடைய மனதிலெழும் எதிர்வினை இதுதான்:

“நிச்சயமாக அது செடி இல்லை; மரவள்ளிக்கிழங்கின் மூடாகத்தான் இருக்கும்.”

ஆகவேதான் தலைகீழாக நட்டபிறகும் முளைத்திருக்கிறது. கண்மூடித்தனமான கீழ்ப்படிதலைப் பற்றிய இந்தப் பழைய உதாரணத்தைக் கேட்டதும் நான் தலையிட்டேன்:

“சிஸ்டர், இது அல்ட்ரா மாடர்ன் காலகட்டம். உங்களால் இன்னும் எப்படி கண்மூடித்தனமான கீழ்ப்படிதலைக் கற்றுத்தரமுடிகிறது? உங்களுடைய அதிபுராதனமான இந்தக் கற்பனைகளுக்குச் செவிமடுக்கும் இந்த ஜூனியர் சிஸ்டர்களைப் பாருங்கள். இப்படியான கீழ்ப்படிதல்களை விட்டு பொறுப்புணர்வுடன்

கூடிய கீழ்ப்படிதலைத்தான் இக்காலகட்டத்தில் எங்களுக்குக் கற்றுத் தர வேண்டியதிருக்கிறது. சிஸ்டர் இன்றும் இம்மாதிரி யான பழைய விவரணைகளில்தான் தங்கி நிற்கிறீர்கள்."

"ஜெஸ்மி. நான் முதலில் சொன்னதையே திரும்பவும் சொல்கிறேன். பழைய உவமானமாக இருந்தாலும், இது நம் முடைய நிறுவனர் சொன்ன விஷயம். அவர் சொன்னதி லிருந்தும் எழுதியதிலிருந்தும் வேறுபட்டு என்னால் கற்பிக்க இயலாது."

"சிஸ்டர், பெண்கள் பொதுமேடைகளில் பேசக்கூடாதென்று நம்முடைய அப்போஸ்தலராகிய செயிண்ட் பால் சொன்னதைத் தங்களுக்கு நான் நினைவுபடுத்துகிறேன். ஆட்கள் கூடுமிடத் திலும் பொது நிகழ்ச்சிகளிலும் நற்செய்தி பிரசங்கம் செய்வ தற்கு பிறகெப்படி நம்முடைய கன்யாஸ்திரிகளுக்குத் தைரியம் வந்தது? அப்போஸ்தலர் என்பதால் அவர் சொன்னதை நாம் அப்படியே அனுசரித்திருக்க வேண்டாமா?"

அவர் வெட்கித்து பேசாமல் அமர்ந்துவிட்டார். கீழைத் தேசத்தில் தோன்றிய கிறிஸ்துவின் மார்க்கம் பிறகுதான் கிறிஸ்தவ மதமாக அறியப்பட்டது. இயேசுவின் காலகட்டத்தில் பெண்கள் சமூகத்திற்குப் போதுமான இடம் கிடைத்திருந்தது. பெண்களைப் போற்றுகிற பல்வேறு நிகழ்வுகளை புனித விவிலியத்தில் பார்க்க முடியும். ஐந்து கணவர்களிருந்ததாகச் சொல்லப்பட்ட சமரியாக் காரி பெண்தான் முதல் மிஷனரி. சிலுவைப் பாதையிலும் அதன் அடிச்சுவட்டிலும் என்றும் பெண்கள் தானிருந்தார்கள். உயிர்த்தெழுந்த இயேசு முதலில் காட்சியளித்தது மக்தலேனா மரியமிற்குத்தான். பிறகுதான் இந்த மார்க்கம் அல்லது கிறிஸ்தவ மதம், மேற்கத்திய தேசங்களில் வியாபித்தது. அவர்களது கொள்கை களும் ஆச்சாரங்களும் இலட்சிய உணர்வுகளும்தான் அதற்கு மேற்கத்திய வர்ணம் பூசியது. குறிப்பாக, நித்தியப் பிரம்மச்சாரி யாக இருந்த செயிண்ட் பால், தேவாலயத்தில் பெண்களின் முக்கியத்துவத்திற்கு எதிராக இருந்தார்.

"பெண்கள், வினயத்துடனும் விவேகத்துடனும் விரும்பத்தக்க ஆடையலங்காரத்துடனுமிருக்க வேண்டுமென்று நான் உபதேசிக் கிறேன். பின்னல் போட்ட தலைமுடியோ, தங்க, வைர ஆபரணங் களோ விலையுயர்ந்த ஆடைகளோ அணிந்து தங்களை அலங் காரம் செய்துகொள்ளக் கூடாது. தேவ பயமுள்ள பெண்களுக்குப் பொருத்தமான நற்செயல்களால் தங்களை அவர்கள் அலங்கரித்துக் கொள்வார்களாக! பெண்கள் நிசப்தமாகவும் பணிவாகவும் விஷயங்களைக் கற்றுக்கொள்ளட்டும். கற்றுக்கொடுக்கவோ ஆண்கள்மீது அதிகாரம் செலுத்தவோ பெண்களை நான்

அனுமதிக்கவில்லை. அவள் மௌனம் பாலிக்கவேண்டியவள். ஏனெனில், முதன்முதலில் சிருஷ்டிக்கப்பட்டவர் ஆதாம்தான். பிறகுதான் ஏவாள். ஆதாம் வஞ்சிக்கப்படவில்லை. ஆனால், பெண் வஞ்சிக்கப்பட்டதுடன் விதியை மீறியவளாகவும் ஆனாள். இருப்பினும், அவள் பணிவானவளாக, விசுவாசத்திலும் அன்பிலும் புனிதத்திலும் உறுதியாக நிற்கிறபோது தாய்மையினூடே பாது காக்கப்படுவாள். *(1. திமோத்தி 2: 9–15)*

அவர்தான் மிகவும் உன்னத ஆன்மிகத்தின் அப்போஸ்தலர் என்று நான் ஏற்றுக்கொண்டிருந்தாலும் அவரது பெண் விரோத மனோபாவம் வேதனைக்குரியது. இன்றும் பெண்களைத் துச்ச மாகக் கருதுகிற மரபு சபைக்குள் தொடர்ந்துகொண்டிருக்கிறது. பெண்மையைப் போற்றுவதற்கான முயற்சிகள் குறிப்பேடுகளில் நிகழ்ந்து கொண்டிருந்தாலும் மிக அபூர்வமாகவே அது நம்முடைய உணர்வு மண்டலங்களிலும் செயல்பாடுகளிலும் தெரியவரு கிறது. ஆன்மிக நம்பிக்கையாளர்கள் கேட்பதுண்டு: ஏன் அருட் சகோதரிகளை விடவும் அருட்தந்தைகளுக்கு அதிகமான சுதந்திரம் அளிக்கப்பட்டு வருகிறதென்று. உள்ளூர் ஆலயங்களில் இன்றும் ஆண் – பெண் வேறுபாடுகள் இருக்கின்றன என்பதுதான் இதற்கான எளிமையான பதில். அருட்தந்தைகளுக்கு ஆன்மிக வேஷத்தில் பயணம் செய்யலாம். திரைப்படம் பார்க்கப் போகலாம். திருமணம் எனும் வாழ்வியல் சடங்குகளை நிறை வேற்றலாம். கொண்டாட்டங்களில் பங்கெடுக்கலாம். மதுகூட அருந்தலாம். அவர்களுடைய பொருளாதார நிலைமை மிகவும் பாதுகாப்பானது. ஆனால், கன்யாஸ்திரிகளால் இவற்றைக் கனவுகூட காண இயலாது. சபையில் இயேசுவின் மற்றும் விதிகளின் அடிப்படையில்தான் துறவு வாழ்வுக்கான அடிக் கட்டுமானம் இடப்பட்டுள்ளது. துறவியர்களுக்கு பட்டமளிப்ப தென்பது சபையின் சடங்குகளிலொன்று. ஆனால், பெண்களின் துறவுப் பிரவேசம், ஒரு நிகழ்வாகக் கணக்கில்கொள்ளப் படுவதில்லை. புனிதத் திருப்பலியை அர்ப்பணம் செய்யவோ பாவமன்னிப்புக்குச் செவிமடுக்கவோ எங்களுக்கு அனுமதி யில்லை. இறந்தவர்களுக்கான ஓதுதலை பாதிரியார்கள் சொல்வது போல் சமீப காலம்வரைக்கும் கன்யாஸ்திரிகளும் சொல்ல லாம். ஆனால், இன்று சாதாரணமானவர்களும் கன்யாஸ்திரி களும் சொல்வதற்காகத் தனி ஓதுதல் தயார் செய்யப்பட்டுள்ளது.

ஒரு தடவை பாவமன்னிப்புக் கேட்கும்போது ஒரு அருட் தந்தை கேட்டார்:

“சிஸ்டர், நீங்கள் மாணவிகளுடனோ தோழிகளுடனோ சினிமாவுக்குப் போகும்போது கன்யாஸ்திரி ஆடைகளை அணிவீர்களா?”

“ஆமாம் ஃபாதர்.”

“சிஸ்டர்கள் சினிமாவுக்குப் போகக்கூடாதென்று உங்களுடைய பிரமாணக் குறிப்பில் எழுதப் பட்டுள்ளதா?”

“இல்லை ஃபாதர்.”

“சிஎம்ஐ ஃபாதர்கள் மதுவருந்தக்கூடாதென்று அவர்களுடைய பிரமாணக் குறிப்பில் எழுதப்பட்டுள்ளதா தெரியுமா?”

“தெரியாது ஃபாதர்.”

“எழுதப்பட்டுள்ளது. அவர்கள் அதை மீறுகிறார்களென்றால் பாவமன்னிப்புக் கேட்க வேண்டும். சிஸ்டர்கள் சினிமாவுக்குப் போனால் பாவமன்னிப்புக் கேட்க வேண்டியதில்லை.”

கன்யாஸ்திரி உடையுடன் நானும், சாதாரணமான உடையில் அருட்தந்தையும் சினிமாவைப் பற்றிய விவாதங்களில் பங்கெடுப்பதையும் பேசுவதையும் பார்க்கும்போது மற்றவர்கள் ஆச்சரியப்படுவதுண்டு. ஒருவர் அணிகிற ஆடை சார்ந்த விஷயமல்ல ஆன்மிகம். இதுபோன்ற சந்தர்ப்பங்களில் நான் கன்யாஸ்திரி உடையுடனிருப்பது சபை அதிகாரிகளின் நல்லெண்ணத்திலிருந்து வெளியேறுவதை துரிதப்படுத்தியிருக்கக்கூடும். ஆண்கள் மற்றும் அருட்தந்தையர்போல் பெண்களுக்கும் கன்யாஸ்திரிகளுக்கும் சுதந்திரம் அளிக்கப்பட வேண்டுமென்கிற என்னுடைய சாட்சியமும் அதுதான். திரைப்படங்கள் ஒருபோதுமே ஆன்மிகத்திற்கு எதிரானதல்ல. மாறாக, அதன் வளர்ச்சிக்கு திரைப்படம் உதவியாக இருக்கிறது என்பதுதான் என்னுடைய வாதம்.

11

செயின்ட் மரியா கல்லூரி முதல்வர் ஓய்வு பெற விருக்கிறார். ஒரு புரொவின்ஷியல் கவுன்சிலர் கேட்டார்:

"ஜெஸ்மி, ஒரு சிறு கல்லூரியில் முதல்வராக ஆவதென்றால் மறுப்பீர்களா?"

"சிஸ்டர், நீங்கள் சிறு என்பதை எப்படி அர்த்தப்படுத்துகிறீர்கள்? செயின்ட் மரியா கல்லூரியை நீங்கள் எப்படி சிறியதென்று சொல்கிறீர்கள்? செயின்ட் மரியா கல்லூரி, அமலா கல்லூரியின் தாய் மட்டுமல்ல, வேறு சில கல்லூரிகளுக்குமே அதுதான் தாய். ஒரு அம்மா தன்னுடைய விலை மதிப்புமிக்க பணம், இடம், புத்தகங்கள், ஃபர்னிச்சர் அனைத்திற்கும் மேலாக நல்ல ஆசிரியர்கள் போன்றவற்றை விட்டுக் கொடுத்து மூத்த மகளைத் திருமணம் செய்து அனுப்பியிருக்கிறாள். மகள் வசதியுள்ள வளாக மாறினாலும் அம்மா அம்மாதானே?"

ஒருவேளை, நான் என்ன நினைக்கிறேன் என்று தெரிந்துகொள்வதற்காகவும் அவர் கேட்டிருக்கலாம். என்னை புரொவின்ஷியலுக்கு அழைத்தார்கள். செயலாள ராகவுமிருந்த மதர் புரொவின்ஷியல், செயின்ட் மரியா கல்லூரியின் பிரின்சிபால் பொறுப்புக்கான நியமன உத்தரவை என்னிடம் தந்தார். உடனடியாகவே நான் செயின்ட் மரியா கான்வென்ட்டிற்கு இடமாற்றம் செய்யப்பட்டேன்.

பிரின்சிபால் அறைக்கு வந்து சேர்ந்ததும் நான் முதலில் செய்த வேலை இதுதான்: இயேசுநாதரின் படத்தை என்னெதிரிலும், உட்கார்ந்திருப்பவர்களின் பார்வையில் படும்படி மற்றொரு படத்தை என் பின்புறச் சுவரிலும் வைத்தேன். இதை நான் என்னுடைய சக்ராரி என்று

ஆமென்

தான் சொல்வேன். இயேசுவிடம், என்னுடைய மகிழ்ச்சி, துக்கம், பதற்றம், கோபம் போன்ற அனைத்தையுமே இதில் அமர்ந்து பகிர்ந்துகொள்வதை வழக்கமாக்கினேன். எவ்வளவு நேரம் நான் பிரின்சிபால் அறைக்குள் அமர்ந்திருக்கிறேனோ அத்தனை நேரமும் இயேசுவுடன்தானிருப்பேன். என்னை வந்தடைகிற ஒவ்வொரு பிரச்சினைகளிலும் அவர் எனக்குத் தைரியமூட்டுவ துடன் என்னை அமைதிப்படுத்தவும் செய்வார். என்னுடைய ஒவ்வொரு கேள்வியும் அவரிடம் போய்ச் சேர்ந்த அடுத்த நிமிடம் அதற்கான பரிகாரமும் கிடைக்கும்.

செயின்ட் மரியா கன்யாஸ்திரிகள் என்னிடமிருந்து பழிவாங்குகிற போக்கை எதிர்பார்த்துக் கொண்டிருந்தார்கள். அதிகாரத்திற்கு வந்த பிறகு சிஸ்டர் ஜிம்ஸாவிடம் நான் எப்படி நடந்துகொள்ளப்போகிறேன் என்று அவர்களுக்குப் பார்க்க வேண்டும். கடந்த இரண்டு வருடங்களாக ஜிம்ஸா சிஸ்டரை பழைய பிரின்சிபால் பரிவான முறையில் நடத்த வில்லை. ஆகவே, அதிகமான அன்பையும் அதிகாரத்தையும் அளித்து நல்ல பண்பாடுகளால் பழிதீர்க்க வேண்டுமென்று நினைத்துக்கொண்டேன். நான் பொறுப்பேற்ற அன்றைய தினம் சிஸ்டர்கள் மீட்டிங்கில் சொன்னேன்:

“கல்லூரியை நல்ல முறையில் நடத்திக்கொண்டுபோக எனக்கு இரண்டு வைஸ் பிரின்சிபால்கள் தேவைப்படுகிறார் கள். இதற்காக, எனக்கு சிஸ்டர் மெஸ்லினும் சிஸ்டர் ஜிம்ஸாவும் தேவைப்படுகிறார்கள்.”

சிஸ்டர்கள் அதிர்ச்சியடைந்துபோய் நின்றார்கள். அவர் களிலொருத்தி பிறகு என்னிடம் இரகசியமாகக் கேட்டாள்:

“உன்னால் எப்படி இந்த அளவுக்கு மேன்மையாகச் செயல்பட முடிகிறது? நாங்கள் இதற்கு நேர் விபரீதமாக அல்லவா எதிர்பார்த்திருந்தோம்?”

“அவளைப்போலவே நானும் நடந்துகொள்வதென்றால் அவளுக்கும் எனக்கும் என்ன வித்தியாசமிருக்க முடியும்?”

என்னுடைய முடிவு சரியாகவே இருந்தது.

அவசர நிலைமைகளிலோ சாதாரணமாகவோ ஒரு சிறு முடிவெடுப்பதற்குக்கூட இயலாத ஒரு ஆள்தான் சிஸ்டர் மெஸ்லின். சிஸ்டர் ஜிம்ஸா குற்றம் கண்டுபிடிப்பதில் அதிக பட்ச திறமைசாலியென்றால் சிஸ்டர் மெஸ்லின் இதற்கு நேர் எதிரிடையானவள். இப்படியான இரண்டுபேர்களினிடையில் மிகச் சரியான முடிவுகளுக்கு என்னால் வர இயன்றது.

என்னுடைய முதல் சந்திப்பின்போது மாணவிகளிடம் சொன்னேன்:

"நீங்கள் பொறுப்புடையவர்களாக நடந்துகொள்வதாக இருந்தால் நீங்கள் எதிர்பார்க்கிற அதிகபட்ச சுதந்திரத்தை அளிக்கவும் நான் தயாராக இருக்கிறேன். 'பொறுப்புணர்வுடன் கூடிய சுதந்திரம்' தான் என்னுடைய அணுகுமுறை. ஆகவே, நான் இந்தக் கல்லூரியின் வாசல் கதவுகளை அகலத் திறந்து வைக்கிறேன். வளாகத்திலும் கலையரங்கத்திலும் ஆண்களும் பெண்களுமாக நீங்கள் கலந்து பழகலாம். இந்த இரண்டு பிரிவினர்கள் கொண்ட சமூகத்தில்தான் நாம் வாழ்ந்துகொண் டிருக்கிறோம். எதிர்பாலினரிடம் எப்படி நடந்துகொள்ள வேண்டு மென்பதை நீங்கள் இங்கிருந்தே பயிற்சியெடுங்கள். நீங்கள் எடுத்துக்கொள்ளும் சுதந்திரத்தில் பொறுப்பின்மை தென்படு மானால் நீங்கள் கட்டுப்படுத்தப்படுவீர்கள். ஆகவே, உங்களுக் கான சுதந்திரத்தைத் தயவுசெய்து நீங்கள் தவறாகப் பயன் படுத்தக் கூடாது."

பெயர் குறிப்பிடாமல் எதை வேண்டுமானாலும் எழுதிப் போடுவதற்கான ஒரு பகிர்வுப் பெட்டியையும் கல்லூரியில் வைத்தேன். ஒவ்வொரு வாரமும் அதை வாசித்து அவர்களது வகுப்பு பிரதிநிதிகளையோ அல்லது சங்க உறுப்பினர்களையோ வைத்து அதற்கான பதிலைச் சொன்னேன். அவர்கள் எழுதி அல்லது வரைந்து வைக்கிற அபிப்பிராயங்களிலிருக்கும் விமர் சனங்களையும் வேடிக்கைகளையும் அவர்களது புத்திசாலித் தனத்தையும் களங்கமின்மையையும் நான் ரசித்தேன். அவர் களது நேர்மையான கோரிக்கைகளை உடனடியாக நிறைவேற்றி னேன். மழைக்காலங்களில் நனைந்த வராந்தாக்களில் வழுக்கி மாணவிகள் கீழே விழுகிறார்கள் என்பதை இந்தக் குறிப்புகள் வழியாக அறிந்தும் எல்லா வராந்தாக்களிலும் தரை விரிப்புகள் பாவினேன். நாக் கமிட்டியின் வருகையின்போது கல்லூரிக்கு குறைவான அந்தஸ்து கிடைத்த, மிகுந்த அவமானமான கால கட்டமாக இருந்தது அது. கடந்த இரண்டு வருடங்களாக நிர்வாகம் அதாவது நிர்வாகமின்மையால் கல்லூரி முடங்கிக் கிடந்தபோது இல்லாத கிளப்புகளை இருப்பதாகக் காண்பித்த போலி தகவல்கள், ஆசிரியர் – அலுவலக ஊழியர்கள் – மாணவி களின் கூட்டுச் செயல்பாடுகளுக்கான ஊக்குவிப்பின்மை என எல்லாம் சேர்ந்து கல்லூரியை மிகவும் கீழ் நிலைக்குக்கொண்டு சென்றிருந்தன. நாக் கமிட்டியின் ஆய்வு நடந்ததற்கான எந்த விதமான அடையாளங்களுமே நான் இங்கே வரும்போது இல்லை. இதுவரையிலும், யுஜிசியின் ஒரு ஆய்வுக்குக்கூட கல்லூரி விண்ணப்பித்திருக்கவில்லை. முதுகலைக் கல்வித் துறை

ஆசிரியர்களில் பிஎச்டி முடித்தவர்களோ ஆய்வாளர்களோ யாருமே கிடையாது. பெயர்பெற்ற கல்லூரிகளின் தகுதிகளுக் கேற்ப இந்தக் கல்லூரியையும் கொண்டு வருகிற மிகப் பெரிய சவாலை நான் ஏற்றெடுத்தேன். நிர்வாகம் இதில் எதையுமே விரும்பவில்லை. பல வருடங்களாகவே அமலா கல்லூரிக்குக் கீழேயுள்ள ஒரு இடம்தான் இந்தக் கல்லூரிக்குக் கிடைத்து வந்தது. அப்போதிருந்த எல்லா நிர்வாக அதிகாரிகளும் அமலா கல்லூரியின் ஓய்வுபெற்ற பிரின்சிபால்களாக இருந்ததால் அவர்களுக்கு இந்தக் கல்லூரி அமலா கல்லூரியைவிடவும் வளர்ச்சியடைவதில் எந்தவிதமான ஆர்வமும் இல்லாமலிருந்தது. இது, அமலா கல்லூரிக்கும் செயின்ட் மரியா கல்லூரிக்குமிடை யிலானதும் அவர்களது வாரிசுகள் பங்குபோடுவதுமான பழைய வழக்கத்தின் தற்போதைய பிரதிபலன்தான். தங்களுக்கு ஒரே யொரு கல்லூரிதான் எதிரியாக இருக்கிறது; அது அமலா கல்லூரி என்று ஒரு தொலைக்காட்சி கேள்விக்கு மாணவர்கள் பதில் சொன்னார்கள்.

சிஸ்டர்கள் இப்போது, இரவுவரைக்கும் கல்லூரியிலிருந்து வேலை செய்துவிட்டு, நள்ளிரவில் சாலையைக் கடந்து மடத் திற்குச் செல்கிறார்கள். இது மட்டும்தான் நாக் கமிட்டியின் வருகைக்குப் பிறகு நிகழ்ந்த ஏக மாற்றம். பிரின்சிபால் அலுவல கத்தில் ஆரம்ப நாட்களில் எனக்குப் போதுமான வேலைகள் எதுவுமில்லை. ஆனால், வைஸ் பிரின்சிபால் உட்பட கன்யாஸ்திரி கள் இரவு வரைக்கும் வேலையில் ஈடுபட்டிருக்கும்போது மடத்தில் என்னுடைய அறையில் போய் தூங்குவதில் எனக்கு விருப்பமில்லை. எனவே, அவர்களுடைய வேலை முடிவதுவரைக் கும், சில வேளைகளில் தலையை மேஜையில் சாய்த்துத் தூங்கிய படியே நானும் அவர்களுடனிருப்பேன்.

சிஸ்டர் ஜிம்ஸாவிற்கு பிஎச்டி பதிவு செய்வதற்கான திட்ட முன்வடிவத்தை சமர்ப்பிக்க வேண்டியதிருந்தது. அதை, நாள் முழுவதும் உட்கார்ந்து டைப்பிஸ்டின் உதவியுடன் டைப் செய்துவிட்டு பார்க்கும்போது முழுவதுமே தவறாக இருந்தது. இரவில்தான் இதைக் கவனித்திருக்கிறார்கள். மறுநாள் காலை யில் இதைக் கோட்டயத்தில் சமர்ப்பிக்கவும் வேண்டும். அவ ருடைய இந்த இக்கட்டான சூழ்நிலையில் நான் மெதுவாகவே டைப் செய்தாலும் தவறெதுவுமில்லாமல் முழுவதுமாக அதை டைப் செய்து கொடுத்தேன். இதை நாங்கள் செய்து முடிக்கும் போது பொழுது விடிந்திருந்தது. தன்னுடைய ஆய்வு முன் வரைவை, கல்லூரி முதல்வர் டைப் செய்து தந்தார் என்று எந்த ஒரு கன்யாஸ்திரியும் உரிமை கொண்டாட இயலுமென்று எனக்குத் தோன்றவில்லை.

நான் முதல்வராகப் பொறுப்பேற்ற அன்று, தொடர்ந்து ஒரு வருட காலம் நடைபெறுகிற கல்லூரியின் வைர விழாவைத் துவங்க வேண்டுமென்று துணை முதல்வரும் பெற்றோர் ஆசிரியர் கழக பொறுப்பாளரும் எனக்கு நினைவுபடுத்தினார்கள். வந்ததுமே இவ்வளவு பெரிய பொறுப்பை ஏற்க வேண்டியதிருக்குமென்று நான் எதிர்பார்க்கவில்லை. ஆகவே, பிரமித்துப்போய் நின்றேன். ஆனால், அது என்னுடைய பொறுப்பென்பதால் உடனடியாக அது சம்பந்தமான விவாதங்களைத் துவங்கியதுடன் ஜூலை முதல் தேதியன்று துவக்க விழாவுக்கான ஏற்பாடுகளையும் செய்தோம். மழைக்காலத்தில் சிறு ஆடிட்டோரியத்தில் துவக்க விழாவை ஏற்பாடு செய்வதிலிருக்கிற சிரமம்; அதே நாளில் என்னுடைய முதல் அனுபவமான மாணவர் சேர்க்கை நடக்கவிருப்பது. எல்லாமுமாக, நான் ஒரு கட்டம் வரைக்கும் பதற்றத்துடனிருந்தேன். நிகழ்ச்சியின் மிக முக்கிய ஆன்மிக அம்சம், குருபூஜை. கல்லூரியின் ஒவ்வொரு பிரிவிலுமுள்ள முதிர்ந்தவர்களாகிய முதல்வர்கள், செயலர்கள், கப்ளோன் பாதிரியார்கள், மடத்தின் தலைவிகள், கண்காணிப்பாளர்கள், பிடிஏ பிரசிடெண்ட்கள், ஊழியர்கள், மாணவிகள் போன்ற எல்லாத் தரப்பினரையும் போற்றுகிற ஒரு சடங்கு அது. விழாவைத் துவக்கி வைப்பதாக, ஒரு தொலைபேசி அழைப்பிலேயே ஒப்புக் கொண்டார் சுகதகுமாரி டீச்சர். எங்கள் பாதுகாவலரான புனித அம்மாவின் காப்பாவின் (மேலங்கி) சின்னமாக, கம்பளிப் போர்வைகளை ஒவ்வொருவருக்கும் வழங்கினோம். அன்றுதான் கல்லூரியில் சேர்க்கை நாளுமென்பதால் இதற்காக வேறு இடம் ஏற்பாடு செய்ய வேண்டியதாயிற்று. லைப்ரரியின் மேல் மாடி, மிகுந்த சிரமங்களுடன் அட்மிஷன் ஹாலாக மாற்றப்பட்டது. ஆனால், துவக்க விழா நிகழ்ச்சிக்கு வெறும் வெற்று நியாயத்தைச் சொல்லிவிட்டு மானேஜர் வராமலிருந்தது தான் மிகவும் வருத்தத்திற்குரிய விஷயம். அமலா கல்லூரியின் முன்னாள் முதல்வரும் இப்போது உயர்படிப்புக்கான புரொவின்ஷியல் கவுன்சிலராகவும் இருக்கும் ஒரு சகோதரி, வைர விழா கொண்டாடுவதை நான் எங்குமே கேள்விப்பட்டதுகூட இல்லையென்று சொல்லி என்னை மிகவும் விமர்சித்தார். இது தேவையில்லாமல் பணத்தையும் உழைப்பையும் விரயமாக்குகிற வேலையென்பதுதான் சிஸ்டரின் வாதம். இதைக் கேட்டதும் மற்ற சிஸ்டர்கள் அவரிடம் கோபப்பட்டார்கள். ஒரு சிஸ்டர், எங்கள் கல்லூரியின் பக்கத்திலுள்ள மற்றொரு கல்லூரி வெளியிட்டிருந்த பழைய காலண்டரைக் காட்டினார். அதில், டயமண்ட் ஜூபிலி விழாவிற்காக இந்திய ஜனாதிபதி வருகை தந்திருந்தாகவும் தெரியவந்தது. இந்த ஒரு ஆதாரத்தை வைத்து கவுன்சிலர் சிஸ்டர் கொஞ்ச நாட்கள் வாயை மூடிக்கொண்டார்.

வருடம் முழுவதும் தொடர்ந்து நடக்கிற திட்டங்களுக்கான மாஸ்டர் பிளான் தயார் செய்து மானேஜரிடமும் அவருடைய கவுன்சிலிலும் சமர்ப்பித்து அனுமதி வாங்கினோம். தகுதியான அறுபது பெண்களுக்குத் திருமண உதவித்தொகை வழங்குவது; அறுபது மாணவிகளை இரத்த தானம் செய்ய தயார்ப்படுத்துவது; மாணவிகளுக்கும் சுற்றுப்புறங்களிலிருக்கும் தகுதியான பெண்களுக்கும் கைவினைப் பொருட்கள் தயாரிக்கப் பயிற்சியளிப்பது; தகுதியான ஒரு பணிப்பெண்ணுக்கு வீடு வைத்துக் கொடுப்பது; ஒவ்வொரு நாளும் முக்கியமான ஒரு விஷயத்தை அடிப்படையாக வைத்து ஒரு சொற்பொழிவு வகுப்பு ஏற்பாடு செய்வது போன்ற விஷயங்களும் இந்த தொடர் நிகழ்ச்சிகளில் உட்படும்.

கம்ப்யூட்டர் சயின்ஸ் முடித்திருந்த மாணவிகள் என்னுடைய பிரின்சிபால் பதவியின் ஆரம்பக் கட்டத்தில் ஒரு தர்ணா செய்வதாக முடிவு செய்திருந்தார்கள்.

முன்வைப்புத்தொகை முழுப்பணத்தையும் எங்களுக்குத் திருப்பித்தர வேண்டுமென்பதுதான் அவர்களுடைய கோரிக்கை. அலுவலகத்தில் விசாரித்தபோது முன்னாள் முதல்வரின் உத்தரவின்படி ஒரு பெரிய தொகை இந்தப் பாதுகாப்பு நிதியிலிருந்து எனக்குத் தெரியாமல் பிடிக்கப்படுவதாக அறிந்தேன். இது மாணவிகளிடம் ஒப்புதல் கேட்காமலேயே நடந்திருக்கிறது. மாணவிகளின் கோரிக்கையில் நியாயமிருந்தது. ஏனென்றால், அவர்களுக்கு ஏற்கனவே தரப்பட்ட மாற்றுச்சான்றிதழில் கல்லூரிக்கு இனி எந்தவிதமான பொறுப்புகளுமில்லை என்று

நடிகர் பிருத்விராஜ் மற்றும் சிலருடன்

குறிப்பிடப்பட்டிருந்தது. ஆனால், ஒரு மாணவியின் பாதுகாவலரும் கல்லூரியிலுள்ள ஒரு ஊழியரும் இதே கோரிக்கையுடன் என்னை அணுகியபோது, உடனே நான் முன்னாள் முதல்வரைத் தொலைபேசியில் தொடர்புகொண்டு தொகை ஈடாக்குவதை நிறுத்தி வைக்க அனுமதி கேட்டேன். முன்னாள் பிரின்சிபால் கூட்டிய தொகையை மட்டும் குறைக்க அவர் சம்மதித்தார். முழுத் தொகையையும் திருப்பித் தராத பட்சத்தில் உடன்பாட்டுக் கான சாத்தியமில்லையென்பதில் மாணவிகளும் பெற்றோர்களும் உறுதியாக நின்றார்கள். பிரச்சினை, பல்கலைக்கழகம் வரைக்கும் சென்றது. அவர்கள் என்னிடம் விசாரணை செய்தார்கள். பிறகு பிரச்சினையின் மிகச் சிக்கலான சூழ்நிலையைப் பற்றி துணை இயக்குநர் எனக்கு அறிவித்தார். முழுத் தொகையையும் திருப்பிக்கொடுப்பதற்கான அனுமதியைக் கேட்டு நான் மானேஜ ரிடம் வற்புறுத்திக் கொண்டிருந்தேன். பணம் எடுப்பதற்கான உரிமை நிர்வாகத்திற்குத்தான் உண்டு? என்றும் நீங்கள் இதில் தலையிடத் தேவையில்லையென்றும் கல்வி புரொவின்ஷியல் கவுன்சிலர் சிஸ்டர் சொன்னார். நிர்வாகத்தின் பதிலை துணை இயக்குநர் அறிந்துகொண்டார். என்னிடமிருந்து மானேஜரின் தொலைபேசி எண்ணை வாங்கி அவரைத் தொடர்பு கொண் டார். மாணவிகளுக்கு முழுத்தொகையையும் திருப்பிக் கொடுப்ப தாக கவுன்சிலர் சிஸ்டர் ஒப்புக்கொண்டார்.

ஒருநாள் சாயங்காலம், என்னைச் சந்திப்பதற்காக துணை இயக்குநர் கல்லூரிக்கு வந்தார்.

“சிஸ்டர், அமலா கல்லூரியிலுள்ள ஒரு பேராசிரியர் உங்களைப் பற்றிச் சொன்னார். ஆகவே, உங்களைத் தனிப் பட்ட முறையில் சந்திப்பதற்காக வந்திருக்கிறேன்.”

அவரை மிகுந்த மரியாதையுடன் வரவேற்றேன்:

“சிஸ்டர், நான் மானேஜருடன் பேசியபோது எல்லா விஷயங்களையும் பிரின்சிபால்தான் முடிவு செய்கிறார். எங்களுக் கெல்லாம் அதில் எந்தப் பங்கும் கிடையாதென்று சொன்னார். பழி இப்படியாக உங்கள்மீது விழுந்திருக்கிறது.”

“சார், பிறகு எதற்காக என்னிடம் இதில் நீங்கள் தலையிடத் தேவையில்லை என்று சொன்னார்? இதற்கான முடிவெடுத்தவரே முன்னாள் பிரின்சிபால்தான். அந்த சிஸ்டரை அவர் நியாயப் படுத்தவும் செய்தார்.”

“சிஸ்டர், மானேஜரிடம் கவனமாக இருங்கள். நீங்கள் ஒரு நீதிமன்ற நடவடிக்கைக்குட்பட்டால்கூட அவர்கள் உங்களுக்கு உதவியாக இருக்கப்போவதில்லை.”

"கீழ்ப்படிவதைத் தவிர எனக்கு வேறு மார்க்கமெதுவுமில் லையே, சார்?"

நிர்வாக ஒதுக்கீட்டின்கீழ் விண்ணப்பதாரர்களிடமிருந்து 32,000 ரூபாய் அதிகமாக வாங்குவதாக நான் அறிந்தேன். இப்படியாக மைக்ரோபயோலஜியிலும் பயோடெக்னாலஜி யிலும் பன்னிரண்டு இடங்கள் நிரப்பப்படும். மற்ற கல்லூரி களை விடவும் நாங்கள் மிகக்குறைவாக வாங்குகிறோம் என்பதும் உண்மைதான். ஆனால், இந்த அணுகுமுறைக்கு முற்றிலும் நான் எதிராகவே இருந்தேன். அமலா கல்லூரியில் சுயநிதி பாடப்பிரிவுகளுக்கு அதிகமான கட்டணம் வசூலிக்க முடிவு செய்தபோது நிர்வாக ஒதுக்கீடுகளுக்கு நன்கொடை வாங்கலாமென்று பெரும்பாலான சிஸ்டர்களும் பரிந்துரை செய்தார்கள். வைஸ் பிரின்சிபாலின் அதிகாரத்தை உபயோகித்து நான் இதைக் கடுமையாக எதிர்த்தேன்.

இப்படியான சீட்டுகளுக்கு ஒரு ரூபாய் வாங்குவதாக இருந்தால்கூட அது கட்டாய நன்கொடைதான் என்று நான் வாதித்தேன். அமலாவில் இதை எதிர்த்த நான், இங்கே, பிரின்சிபா லாக ஆனதும் அதை அமுல்படுத்துகிறேன் என்பது எனக்கு மிகுந்த குற்றவுணர்ச்சியாக இருந்தது. நான் இந்தப் பிரச்சினையை வைஸ் பிரின்சிபாலிடமும் சீனியர் சிஸ்டர்களிடமும் விவாதித் தேன். அப்போதைய மானேஜரின் வற்புறுத்தலுக்குக் கீழ்ப்படிந்து தான் அவர்கள் இப்படி வாங்கியதாகத் தெரிவித்தார்கள். என் னுடைய மனக்குறையை ஒரு பாதிரியாரிடம் நான் சொன்னேன். அவர், இதற்காக 'மெரிட் கம் மீன்ஸ்' என்னும் பெயரில் புதிதாக ஒரு கணக்கைத் துவங்கி ஏற்றுக்கொள்ளும்படி பரிந்துரை செய்தார். அமலா கல்லூரி இப்போதும் அதிகமான தொகையைப் பெற்றுக் கொள்வதில்லை என்பதை உறுதி செய்துகொள்வதற்காக நான் அந்த முதல்வரைத் தொலைபேசியில் தொடர்புகொண்டேன். அவர் சொன்னார்:

"நாம் வேண்டாமென்று முடிவு செய்ததை நீங்கள் மறந்து போய் விட்டீர்களா?"

"சிஸ்டர் நீங்கள் அதை இன்னும் அப்படியே கடைப்பிடிக் கிறீர்களா?"

"ஆமாம் ஜெஸ்மி."

அமலா கல்லூரியை நினைத்து நான் பெருமைப்பட்டேன். ஆனால், பிறகுதான் தெரிய வந்தது, சிஸ்டர் லிதியா பிரின்சிபா லானதும் அட்மிஷனுக்காக, மாணவிகளின் பெற்றோர்களிட மிருந்து மிகப் பெரிய தொகையை வாங்க ஆரம்பித்திருக்கிறார் என்று.

ஒருநாள் கோபி என்னைத் தொலைபேசியில் தொடர்பு கொண்டு, நளினி ஜமீலா என்னும் பாலியல் தொழிலாளியின் சுயசரிதை நூலை வெளியிடச்சொல்லி என்னிடம் கேட்டுக் கொண்டார். நீண்ட நேர விவாதத்திற்குப் பிறகு, நீங்கள் இதை ஒரு சவாலாக எடுத்துக்கொள்ளுங்களேன் என்றார். நான் ஒப்புக்கொண்டேன். சில மாதங்களுக்கு முன்பு, 'கார்கி' பொறுப் பாளர்களுடன் சாகித்ய அகாதமியில் நளினி ஜமீலாவுடன் மேடையைப் பகிர்ந்துகொண்டேன். கன்யாஸ்திரிகள் இதற் கெதிராக இருப்பார்கள் என்னும் பயத்தை நான் தீதியுடன் பகிர்ந்துகொண்டபோது அவள்: குஞ்ஞாலிக்குட்டி தலைமை தாங்குகிற ஒரு நிகழ்ச்சியில் நீங்கள் மேடையில் அமர்ந்திருக்க சிஸ்டர்கள் ஒப்புக்கொள்ளுவார்களா என்று கேட்டாள். சிஸ்டர் களின் கேள்விகளை எதிர்கொள்வதற்கான தைரியம் இந்த வார்த்தைகளிலிருந்து எனக்குக் கிடைத்தது. புத்தக வெளி யீட்டைப் பற்றி அறிந்ததும் ஃபாதர் பென்னி கேட்டார்:

"ஜெஸ்மி, இதைத் தெரிந்துதான் செய்கிறீர்களா? அல்லது யாராவது உங்களைத் தூண்டிவிட்டதால் இப்படிச் செய்ய முன்வந்தீர்களா?"

"சரியான புரிதலுடன்தான் நான் இதற்கு ஒப்புக்கொண் டிருக்கிறேன், ஃபாதர்."

"பேசுவதற்கான கருத்தைத் தீர்மானித்து விட்டீர்களா?"

"ஆமாம் ஃபாதர், இயேசு எனக்கு தினமும் கருத்துகளையும் தைரியத்தையும் தந்துதவுகிறார்."

வேசியர்களுடனும் சுங்கக்காரர்களுடனும் அமர்ந்து உண வுண்ட இயேசுவை நானறிவேன்.

"நான் நீதிமான்களை அல்ல, பாவிகளை ரட்சிக்கவே வந்துள்ளேன்" என்று சொன்ன இயேசு. (மாற்கு 2: 176) தொண்ணூற் றொன்பது ஆடுகளை விட்டுவிட்டு காணாமல்போன ஒரு ஆட்டுக்குட்டியைத் தேடி பாலைவனத்திற்குச் சென்ற ரெட்ச கரை நானறிவேன். (மத்தாயி 18:12). மேரி மக்தலேனாவின் முன் உயிர்த்தெழுந்த இயேசு, முதலில் தென்பட்டதும் கேட்டார்:

"பெண்ணே, நீ அழுகிறாயா?" (யகோ 20:15)

பாவத்தை வெறுக்கிற அதே நேரத்தில் பாவியின்மீது அன்பு செலுத்தச் சொல்லி நமக்குக் கற்றுத் தந்த குருவை நானறிவேன். நளினிஜமீலாவின் நிலைபாட்டையோ கருத்தையோ நான் ஏற்கவில்லை. ஆனால், எல்லாத் துயரங்களினூடேயும் கடந்து போய்க்கொண்டிருக்கும் ஒரு பெண்ணெனும் நிலையில் அவள்

மீது நான் அன்பு காட்டுகிறேன். இந்த மேடையை நான், இயேசுவின் அற்புதமான அன்பைப் பற்றி பேசுவதற்குக் கிடைத்த வாய்ப்பாகவே கருதுகிறேன். கருணை, பொறுமை, விவேகம் ஆகியவற்றைப் பற்றி இயேசுவானவர் சொல்கிறார்:

"உங்களில் பாவம் செய்யாதவர் எவரோ அவர் முதல் கல்லை எறியட்டும்." *(யோவான் 8:7)*

விபச்சாரத்தில் பிடிபட்ட பெண்ணின்மீது கல்லெறிய வந்தவர்களை நோக்கி கோபத்துடன் சொன்ன இயேசுவைப் பற்றி பெருமைகொள்ளும் என்னால் அந்தப் புத்தகத்தை வெளியிட இயலும். ஆங்கில இலக்கிய ஆசிரியை என்னும் நிலையில் எவ்வித வெட்கமுமில்லாமல் பெர்னாட்ஷாவின் 'மிஸஸ் வாரன்ஸ் புரொஃபஷன்' எனும் நூலை என்னால் கற்பிக்க முடிந்தது. இலக்கிய நூலென்பது சமூகத்திலுள்ள ஒரு மனிதனின் நன்கொடையென்பதால் அது போற்றப்பட வேண்டும். ஆனால், நானொரு கேள்வி கேட்க விரும்பினேன்:

"ஒரு பெண் பாலியல் தொழிலாளியாக இருக்க வேண்டுமென்று விரும்புபவர்கள் யார்?"

இது ஆணாதிக்க சமூகத்தின் இச்சைதானே? நூல் வெளியீட்டின் முதல் நாளன்று புத்தகத்தை கான்யாஸ்திரி ஜெஸ்மி வெளியிட இருக்கிறாரென்று ஒரு தொலைக்காட்சியில் செய்தி வெளியானது. இதை அறிந்ததும் மதர் புரொவின்ஷியல் அலறினார்:

"இந்தப் புத்தகத்தைப் பொதுமக்களுக்குக் கொண்டு செல்ல நீங்கள் யார்? உங்களுடைய நோக்கம் என்ன சிஸ்டர்? உங்களை அறியாமல் சிக்கிவிட்டீர்களா?"

"இல்லையம்மா, எல்லாவற்றையுமே அறிந்துகொண்டுதான் நான் இதைச் செய்ய முன் வந்தேன். இயேசுவின் கருணையையும் அன்பையும் பற்றி பேசுவதற்குக் கிடைத்த நல்லதொரு வாய்ப்பாகவே நானிதைக் கருதுகிறேன்."

"புத்தக வெளியீட்டிற்கு ஜெஸ்மி போகக்கூடாது. இது புரொவின்ஷியல் கவுன்சிலின் முடிவு."

அனுசரணை விரதத்தின்படியான இந்த உத்தரவு என்னைக் கீழ்ப்படிய வைத்தது. அவரும் நானும் வாசிக்கிற ஒரே பைபிளைப் பற்றி நினைத்தபோது எனக்கு ஆச்சரியமாக இருந்தது.

12

திரைப்பட விழா அமைப்பாளர்கள் ஆரம்பக்கட்ட ஏற்பாடுகளுக்கான அலுவலகம் அமைப்பதற்காக இடம் தேடி அலைந்தார்கள். கல்லூரியிலுள்ள ஒரு ஆசிரியையைப் பார்த்து இடம் கேட்பதற்காக அவர்கள் வந்திருந்தார்கள். எல்லா வாசல்களும் மூடப்பட்டுவிட்ட நிலையில் கடைசியில் என்னைச் சந்தித்தார்கள். அவர்களுக்கு வசதியான ஒரு அறையைக் காண்பித்தேன். இரண்டு வாசல்களும் வராந்தாவும் கொண்ட தனியாக இருக்கும் ஒரு அறை அது. அப்போதுதான் எனக்குத் தெரியவந்தது, அதைத் துவங்கிவைப்பதற்காக மறுநாள் மேயர் வருகிறார் என்னும் விஷயம். என்னுடைய வாக்குறுதியின் தீவிரத்தைப் புரிந்துகொண்டு இந்தத் தகவலை உடனடியாக வைஸ் பிரின்சிபாலுக்கும் மற்ற கன்யாஸ்திரிகளுக்கும் தெரிவித்தேன். அவர்கள் மறுத்துப் பேசவில்லையென்றாலும் அவர்களது விருப்பமின்மையை என்னால் உணர்ந்து கொள்ள முடிந்தது. நான் இயேசுவிடம் விண்ணப்பித்தேன்:

"இயேசுவே, இங்கே அலுவலகம் நடத்துவதால் எந்த அசம்பாவிதமும் நிகழ்ந்துவிடாமல் காப்பீராக."

இயேசு என்னுடைய கோரிக்கைக்கு செவிமடுத்தார். அவர்கள் கல்லூரி வளாகத்தினுள்ளிருப்பதை கன்யாஸ்திரிகளும் விரும்பினார்கள். கல்லூரியில் தனியாக உட்கார்ந்து வேலை செய்த ஒரு கன்யாஸ்திரி சொன்னார்:

"இப்போது நள்ளிரவுவரை இங்கிருந்து வேலை செய்வதற்கு எனக்குப் பயமில்லை. அலுவலகத்தில் சகோதரர்களுடைய அருகாமையிருப்பது என்னுடைய பயத்தைப் போக்கிவிட்டது."

எல்லாமே மிகவும் அமைதியாகவும் மகிழ்ச்சியான முறையிலும் நடந்தேறின. இலவசமாக திரைப்படம் பார்க்கிற வாய்ப்பு திரைப்பட விழா மூலமாக எங்கள் மாணவிகளுக்குக் கிடைத்தது. காலையிலோ சாயங்காலமோ ஓய்வு கிடைத்த மாணவிகள் சேர்ந்து போய் திரைப்படம் பார்ப்பதற்கு அனுமதியளித்தோம்.

"குழந்தைகளே, உங்களைத் திரைப்பட விழாவுக்கு மட்டும் தான் நாங்கள் அனுப்பிவைக்கிறோம். இதை மீறி நீங்கள் கடைக்கோ ஃபோன் பண்ணவோ வேறு இடங்களுக்கோ போவதாக இருந்தால் உங்களுக்குக் கிடைத்த இந்தச் சுதந்திரத்தை நீங்கள் தவறாகப் பயன்படுத்துபவராக ஆகிவிடுகிறீர்கள். இயல்பாகவே, கிடைத்ததை இழந்துவிடக் காரணமாக அமைந்துவிடும். உங்களால் மற்ற மாணவிகளும் தங்களது சுதந்திரத்தை இழந்துவிடுவார்கள்."

எங்கள் மாணவிகளை நினைத்து நான் உண்மையிலேயே பெருமைப்படுகிறேன். எவ்வளவு நம்பிக்கைக்குரியவர்களாகவும் திறமையானவர்களுமாக இருக்கிறார்கள்? பல்கலைக் கழகம் ஏற்பாடு செய்த 'ஃபோர்த் எஸ்டேட் கான்ஃபிரன்'சில் கலந்துகொள்வதற்காக வந்திருந்த நிபுணர்கள், எங்களுடைய மாணவிகளின் கேள்விகளையும் நுண்ணோக்குப் பார்வைகளையும் கண்டு ஆச்சரியப்பட்டார்கள்.

"சிஸ்டர், மிகத் தீவிரக் கருத்துகள்கொண்ட திரைப்படங்களான 'பேஜ் த்ரீ', 'பை சைக்கிள் தீவ்ஸ்' பற்றிகூட உங்கள் மாணவிகள் கேள்வி கேட்டார்கள். மிகத் திறமையான மாணவிகள்."

'வனிதா' மாத இதழ் நிருபரிடமிருந்து எனக்கொரு தொலைபேசி அழைப்பு வந்தது.

"உங்கள் கல்லூரியிலுள்ள ஃபிலிம் கிளப் உறுப்பினர்களை நாங்கள் பேட்டிகாண விரும்புகிறோம். அதற்காக உங்கள் அனுமதி வேண்டும்."

"தாராளமாகச் செய்யுங்கள்." எனக்கு மிகுந்த உற்சாகமாக இருந்தது. திறமையான மாணவிகள் இதைச் சரியாகவே செய்வார்களென்று எனக்குத் தெரியும். நான் அலுவலக வேலைகளில் ஈடுபட்டிருந்தபோது பத்திரிகைக்காரர்கள் வந்து மாணவிகளுடன் பேசினார்கள். பிறகு, அவர்களுடன் சேர்ந்து புகைப்படம் எடுப்பதற்காக என்னையும் ஹாலுக்கு அழைத்தார்கள். வேடிக்கையாகப் பேசிக் கொண்டிருப்பதனிடையே எங்களுக்குத் தெரியாமல் அவர்கள் புகைப்படம் எடுத்தார்கள். போவதற்கு முன்பு அவர்கள் என்னுடைய அறைக்கும் வந்திருந்தார்கள்.

மிகவும் இயல்பாகவே அவர்களுடன் நான் பேசிக்கொண் டிருந்தேன். மாணவிகளைப் பற்றி கட்டுரையெழுத வந்தவர்கள் என்பதால் நான் சொல்கிற எதையும் எழுதவேண்டாமென்றும் கேட்டுக்கொண்டேன். ஆனால், பத்திரிகை வெளிவந்தபோது அது என்னைப் பற்றிய ஒரு விசேஷச் செய்தியாக மாறியிருந்தது. அப்போது குவைத்திலிருந்த என்னுடைய ஒரு மாணவி, முதல் நாளிரவு இ – மெயிலில் எனக்கு வாழ்த்துத் தெரிவித்தபோது நான் பயந்துபோய்விட்டேன். மறுநாள் அந்த மாதப்பத்திரிகை நூலகத்துக்கு வருவதை எதிர்பார்த்து அன்றிரவு முழுவதும் நான் தூங்கவில்லை. பத்திரிகை வந்ததும் வேறு யாரிடமும் காட்டாமல் என்னிடம் தந்துவிடும்படி நூலகரிடம் சொல்லி யிருந்தேன். கட்டுரையை முழுவதுமாக வாசிக்காமல் மதர் புரொவின்ஷியலை அழைத்து மன்னிப்புக் கேட்டுவிட்டு ஒரு பிரதியை அவரிடம் கொடுத்தேன். அடுத்ததாக சுப்பீரியரைப் பார்த்து அவரிடமும் பத்திரிகையைக் காட்டினேன். கட்டுரை யைப் படித்து விட்டு என்னைப் பெற்ற தாய் பாராட்டிய போதுதான் எனக்கு ஆறுதல் கிடைத்தது. மிகச் சீக்கிரமாகவே, கட்டுரையிலிருந்த ஒவ்வொரு வரியையும் முன்வைத்து என்னிடம் விசாரணை நடத்துவதற்காக மதர் புரொவின்ஷியல் அதிகாரபூர்வமான சந்திப்பை நிகழ்த்தினார்:

“ஜெஸ்மி, நீ சொல்வதை என்னால் புரிந்துகொள்ள முடிகிறது. ஆனால், என்னிடம் கேட்கிற மற்ற சிஸ்டர்களுக்கு நான் பதில் சொல்லியே ஆக வேண்டும்.”

நாங்கள் ஜெனரலேட்டிலிருக்கும்போது இந்தக் கட்டுரை யைப்பற்றி சபைத்தலைவி என்னுடைய பேட்சிலுள்ள ஒரு கன்யாஸ்திரியிடம் கேட்டிருக்கிறாள். அவள் என்னை நியாயப் படுத்திப் பேசியிருக்கிறாள். அவள் சொன்ன பதிலால் நான் தப்பித்தேன். சிஎம்சி கவனத்தில் கொள்ளவேண்டிய, ‘புதிய விடிவெள்ளி’யைப்பற்றி மதர் புரொவின்ஷியல் ஒரு தனிப்பட்ட நேர்காணலில் என்னிடம் கேட்டபோது ஊடகங்கள், குறிப்பாக திரைப்படங்கள் என்னும் தளத்தைப் பரிந்துரை செய்த நான் அதை எழுதிக்கொடுக்கவும் செய்தேன். அவரும் இதை ஒப்புக் கொண்டு இது சவால்கள் நிறைந்த துறையாக இருப்பதால் உன்னைப்போல் எதிர்கொள்கிற திறனுள்ளவர்களால் மட்டுமே அங்கே பணியாற்ற இயலுமென்றும் கருத்துத் தெரிவித்தார்.

சிஎம்ஐ கான்கிரேஷனில், ‘ஃபிலிம் சேதனா’ உட்பட இப்போது நான்கு சேதனாக்கள் துவக்கப்பட்டிருப்பதை நான் பாராட்டுகிறேன். சிஎம்ஐ மற்றும் சிஎம்சியின் ஸ்தாபகராகிய ஆசீர்வதிக்கப்பட்ட சாவரை ஃபாதர் உயிரோடிருந்தால் சாதாரண மான எல்லாப் பள்ளிக்கூடங்களையும் கல்லூரிகளையும்

இழுத்து மூடச்சொல்லியிருப்பார். இதுபோன்ற துறைகளில் இப்போது ஏராளமான ஏஜென்சிகள் வேலை செய்கிறார்கள். எங்களுடைய மிக முக்கிய கவனம், மீடியா சென்டர்களை நோக்கித் திரும்பியிருக்க வேண்டும்.

நமக்குக் கிடைத்த ஊடகத்தை எப்படி விமர்சனம் செய்வ தென்றும் மதிப்பிடுவதென்றும் இளைஞர்களுக்குப் பயிற்சி யளிக்க வேண்டும். இத்துடன், ஊடகத்தைப் பயன்படுத்தி புதிய, நல்ல படைப்புகளை உருவாக்குவது, நல்ல கருத்தியல் களைப் பிரச்சாரப்படுத்துவது, அதை மக்களின் மனங்களைச் சென்றடைய வைப்பதென்றெல்லாம் அவர்களுக்குப் பயிற்சி யளிக்க வேண்டும். நாங்கள் இதைச் செய்தாலும் இல்லையென் றாலும் இளைஞர்கள் இன்று மீடியாக்களின் பின்னால்தான். இவர்களைக் குறை சொல்லவோ இவர்கள் அழிவைத் தேடிப் போவதாகப் பதறவோ செய்வதற்குப் பதிலாக நாமும் ஏன் இந்தத் துறையில் இறங்கி இளைஞர்களைப் பாதுகாக்கும் பொருட்டு உடனடியாக எதையேனும் செய்யக்கூடாது? இந்த அடிப்படையில் பார்த்தால், ஆசீர்வதிக்கப்பட்ட சாவரை ஃபாதர் சிஎம்சியை நினைத்தல்ல, சிஎம்ஐயை நினைத்துதான் பெருமைப்படுவார்.

மிகச் சீக்கிரமாகவே, நான், ‘சினி – நண்’ என்று எல்லோ ராலும் அறியப்பட்டதுடன் இதற்காகப் பெருமைப்படவும் செய்தேன். இளைஞர்களை வார்த்தெடுப்பதில் திரைப்படம் முக்கியமான பங்கினையாற்றுகிறது என்பது என்னுடைய கருத்து. ‘அச்சன் உறங்காத வீடு’ என்னும் திரைப்படத்தைச் சிறப்பான முறையில் தயாரித்து இந்த சமூகத்திற்குத் தந்ததற் காக நான் லால்ஜோசை வாழ்த்துகிறேன். டி.வி. சந்திரனின் ‘கதாவசேஷன்’ என்னும் திரைப்படம் சமூக மனம் போற்றுகிற சமரசங்களைப் பற்றி பேசுகிறது. பெரிய பெரிய உண்மை களைச் சொல்லுகிற இந்தத் திரைப்படம் என்னைப் பொறுத்த வரைக்கும் மிகச் சிறந்த திரைப்படங்களிலொன்று. விழுமியங் களைப் பற்றி, கவனிக்கத் தகுந்த வடிவத்தில் இளைஞர்களிடம் எடுத்துச் சொல்கிற சாக்லேட், நிறம் போன்ற திரைப்படங் களும் தீவிரமான திரைச் சித்திரங்களில் சேர்க்கப்பட வேண்டி யவை என்பது என்னுடைய கருத்து. எங்களது பெரும்பாலான பிரார்த்தனைகளிலும் திரைப்படங்களிலிருந்து சில கருத்து களை நான் மேற்கோளாகச் சொல்வதுண்டு. விரத காலத்தில் நடத்திய பிரார்த்தனையில் ‘பாஷன் ஆஃப் கிரைஸ்ட்’ என்னும் திரைப்படத்தைப் பற்றி குறிப்பிடுகிறபோது சொன்னேன்:

“இயேசு சிலுவையிலறையப்படுவதற்கான காரணம் யூதர் களென்று திரைப்படங்களில் சொல்லப்படுவதால் அவர்கள்

திரைப்படத்தை எதிர்க்கிறார்கள். தங்களை வில்லன்களாகச் சித்திரிப்பதால் ரோமானியர்கள் எதிர்க்கிறார்கள்."

இயக்குநரான மெல் கிப்ஸன் சொல்கிறார்: "அவரைச் சிலுவையில் அறையும்போது என்னுடைய கை ஆணியைப் பிடிப்பதாக அதிலொரு விசேஷக் காட்சி வரும். ஆகவே, நானே அவரைச் சிலுவையில் அறைவதாக அர்த்தப்படுத்திக் கொள்கிறேன்."

"உண்மைதான்! அவரைச் சிலுவையில் அறைந்த பொறுப்பை நாம் ஒவ்வொருவரும் ஏற்றுக்கொண்டே ஆக வேண்டும். அதுபோலவே, நம்முடைய தினப்படி வாழ்க்கையில் நாம் சிலுவையிலேற்றும் நிறைய ஜீஸஸ்களுக்கான பொறுப்பையும்." திருப்பலியின்போது காரோஸூஸா பிரார்த்தனைகளின்போது நான் ஒரு தடவை இப்படி உரத்தக் குரலில் பிரார்த்தனை செய்தேன்:

"இயேசுவே, ஒரு மலர் கேட்டு பிரார்த்தனை செய்த போது நீரெனக்கு வசந்தகாலத்தை அளித்தீர். ஒரு மண்பரல் கேட்டபோது நீர் கடற்கரையைத் தானமாகத் தந்தீர். உம்முடைய மாமனதைப் புரிந்துகொள்கிற ஆற்றலையும் உம்முடனே வளருகிற பேராற்றலையும் எனக்கருளுவீராக."

காற்றும் சூறாவளியும் நானுட்பட்ட சீடர்களைப் பய முறுத்தும்போது ஓடத்தில் தூங்கிக்கொண்டிருந்த இயேசுவை நினைத்து இப்படிப் பாடுவதுண்டு:

மாருதமே, வீசாதே; மாமழையே, பொழியாதே

அழகான தோணியில் இப்போது என் அன்பானவர் உறங்குகிறார்.

சிலுவையிலறையப்பட்ட இயேசுவைப் பார்த்துப் பாடப் படுகிற மற்றொரு திரைப்படப்பாடல்:

சின்னஞ்சிறு கனவில் சிறகு விரித்து நான், உம்மருகே வருவேன்;

ஒருமுறை காணவும், ஒரு சொல் பேசவும், சேர்ந்து நாம் துயரத்தில் இணையவும்.

கமல் என்னும் இளம் இயக்குநரின் 'கொலைமுயற்சி' என்கிற குறும்படத்தின் கருத்து பின்பொரு முறை நான் நடத்திய பிரார்த்தனையில் இடம்பெற்றது. கதாநாயகனான இளைஞனுக்கு தன்னுடைய காதலியுடனான எதிர்கால வாழ்க்கைக்கு சகோதரி தடையாக இருப்பாளென்று தோன்றியது. கடற்கரை பார்க்கவேண்டுமென்ற தங்கையின் ஆசையை நிறைவேற்றுவதாகச் சொல்லி முதலில் ரயில் பார்த்துவிட்டுப் பிறகு கடற்

கரைக்கு அழைத்துச் செல்வதாகச் சொல்கிறான். ரயில்வே பகுதிக்கு அழைத்துச்சென்று அவளை தண்டவாளத்தில் நிற்க வைத்தவன், ரயில் வரும்போது அடுத்த தண்டவாளத்தில் விலகிநின்று, தங்கை ரயில் மோதி சிதறுகிற காட்சியைப் பார்க்கிறான். அவளது உடலின் எஞ்சிய பகுதிகளைக் கொண்டுபோய் கடலில் எறிகிறான். பிறகு, காதலியுடன் அவன் கடற்கரையில் அமர்ந்திருக்கும்போது தங்கையின் எஞ்சிய உடைகளை கடல் அலை கரைக்குக் கொண்டுவருகிறது. காதலனின் குரூரத்தை அறியாத காதலி சொல்கிறாள்: "கடலோரத்தில் கல்லறைபோல் துர்நாற்றம் வீசுகிறது." அவன் அமைதியிழந்தவனாக அமர்ந்திருக்கிறான். அவனது வாழ்க்கையின் தடை விலகிவிட்டது. ஆனால், எஞ்சிய காலத்தை அவனால் அனுபவிக்க இயலுமா? சுகபோக வாழ்க்கையில் இதுபோன்ற தடைகளை நம்மால் ஏற்றுக்கொள்ள இயலாதா? பிரார்த்தனைகளின்போது இதுபோன்ற அறிவுகள் தான் தியானத்திற்கும் சிந்தனைகளுக்கும் சொல்லப்படவேண்டியது. இப்படி, திரைப்படங்களிலும் பாடல்களிலும் ஆன்மிக சிந்தனைகளைப் பொருத்திப் பார்த்து மதிப்பீடு செய்வதை கன்யாஸ்திரிகளும் விரும்புகிறார்களென்றுதான் நான் கருதுகிறேன். 21ஆம் நூற்றாண்டின் இளைஞர்களினிடையில் ஒவ்வொரு துறவியரும் ஆற்றவேண்டிய பங்கும் இதுவாகவே இருக்க வேண்டுமென்று நான் நம்புகிறேன்.

ஒருநாள் பெண்ணொருத்தி இந்தக் கல்லூரியில்தான் படித்தேன் என்று சான்றிதழுக்கான விண்ணப்பத்துடன் முதல்வரின் அறைக்கு வந்தாள். எனக்கு அவளை அடையாளம் தெரிந்து விட்டது:

"புகுமுக வகுப்பில் படித்த ஆலீஸ்தானே? 1972–74இல் சயின்ஸ் பேட்ச்?"

"ஆமாம், சிஸ்டருக்கு என்னை எப்படித் தெரியும்?"

"ஆர்ட்ஸ் குரூப்பிலிருந்த மேமி நான்தான்."

எதிர்பாராத ஒரு சந்திப்பு அது. சோதனைகளெல்லாம் வேண்டியதில்லை என்று சொல்லி ஒரு சான்றிதழ் தயார் செய்யும்படி சூப்பரெண்டிடம் சொன்னேன். எந்தத் தாமதமுமில்லாமல் சான்றிதழ் கிடைத்ததில் அவளுக்கு மிகவும் மகிழ்ச்சி. பொதுவாகவே, இதுபோன்ற விஷயங்கள் நடக்கவேண்டுமென்றால் சிலநாட்கள் காலதாமதம் ஏற்படுவதுண்டு. வேறு இடங்களிலுள்ள ஃபைல்களைத் தேடிப் பிடித்துக்கொண்டு வந்து தான் இதைக் கண்டுபிடிக்க வேண்டும். இந்த உதவிக்காக அவள் எனக்கு நன்றி சொன்னதுடன் என்ன உதவி வேண்டுமானாலும் செய்வதாக வாக்குறுதி தந்தாள். வைர விழாவைப்

பற்றியும் தர்மச் செயல்பாடுகளைப் பற்றியும் அவளிடம் தெரிவித்த போது உடனே அன்பளிப்பாக ஒரு லட்ச ரூபாய் தருவதாக ஏற்றாள்.

நிதி சேகரிப்பதற்காக பாடகி ரிமிடோமியின் இன்னிசை நிகழ்ச்சி நடத்தலாம் என்று பிடிஏ பரிந்துரை செய்தது. ஆனால், அவர்களது கட்டணம் மிக அதிகமென்பதால் திருவனந்தபுரத்தி லுள்ள பார்வையற்றோர் இசைக்குழுவை ஏற்பாடு செய்யலா மென்று நாங்கள் முடிவு செய்தோம். இது, மனதைத் தொடுகிற ஒரு துவக்கமாக இருந்தது. விழா நிகழ்ச்சிகளின் துவக்க விழா விற்கு மாநில ஆளுநரை அழைப்பதாக பிடிஐ திட்டமிட்டது. இந்த முடிவு மானேஜருக்குப் பிடிக்கவில்லை. அவர் கேட்டார்:

“கண்டிப்பாக ஆளுநரை அழைத்து வரத்தான் வேண்டுமா?”

பக்கத்திலுள்ள மற்றொரு கல்லூரி, ஜூபிலி நிகழ்ச்சிக்காக ஜனாதிபதியை அழைத்துக்கொண்டு வந்த விஷயத்தை அவர் மறந்துபோனார். எல்லா ஏற்பாடுகளும் நடத்தி முடிக்கப்பட்ட நிலையில் தேர்தல் தேதி அறிவிக்கப்பட்டதால் கவர்னர் தன் னுடைய எல்லாப் பிற நிகழ்ச்சிகளையும் ரத்து செய்தார். தொகுதி எம்எல்ஏவும் பெற்றோர் ஆசிரியர் கழகமும் கவர்னரின் வருகைக்காகத் தேர்தல் முடிவது வரைக்கும் காத்திருக்கச் சொன்னார்கள். கவர்னரும் இதற்கு இசைவு தெரிவித்திருந் தார். ஆனால், மானேஜருக்கு விருப்பமில்லை என்பதால் இந்தப் பரிந்துரை ஏற்கப்படாமல் குறிப்பிட்ட நாளில் துவக்க விழா நடைபெற்றது.

இருபதுக்கும் மேற்பட்ட புத்தக வெளியீட்டாளர்கள் பங்கு வகித்த, ஒரு வார கால தேசிய புத்தகக் கண்காட்சியுடன் புதிய கல்வியாண்டு ஆரம்பமானது. தென் கேரளத்தில் முதல் தடவையாக கல்லூரி அளவில் இப்படியான ஒரு நிகழ்ச்சி நடக்கிறது. அறிவுக்கும் கண்களுக்கும் விருந்தளிக்கிற நிகழ்ச்சி கள்: கவியரங்கம், மாத இதழ் வெளியீடு, பத்திரிகை ஆசிரியர் களுடன் சந்திப்பு, தபலா, வாத்தியம், தற்காலப் பிரச்சினை களைக் குறித்த விவாதங்கள் என பல்வேறு நிகழ்ச்சிகள் நடந்தன. கேரளத்தின் பொன்விழாக் கொண்டாட்டத்தின் போது எல்லாத் துறைகளும் கேரள வரலாற்றின் வேறுபட்ட நிலைகளைப் பற்றிய ஸ்டால்களைத் தயார் செய்திருந்தார்கள். கேரள பொதுசமூகம் குறித்த எங்கள் மாணவிகளின் பங்களிப் பாக இது அமைந்திருந்தது. இச்செயல்பாடு வழியாக பிரி டிகிரி முதலாமாண்டு மாணவிகளுட்பட அனைவருமே நல்ல திறமையுள்ளவர்களாக ஆனார்கள். நடைபாதையில் புத்தக வியாபாரம் செய்யும் ஷம்ஷாத், ஐந்தாம் நாளன்று இறுதி நிகழ்ச்சியைத் துவங்கி வைத்தார். வருடத்தில் 365 நாட்களும்

நடைபாதையில் புத்தக விற்பனை நடத்துகிற ஒருவருக்குத் தான் எங்களுடைய ஜோதியை அளிக்க வேண்டுமென்று நான் முடிவு செய்திருந்தேன்.

என்னுடைய இருபத்தைந்து வருட துறவு வாழ்க்கை முடிந்தது. அப்படியாக, பதினான்கு கன்யாஸ்திரிகளைக்கொண்ட பேட்ச் எங்களுடைய வெள்ளி விழாவைக் கொண்டாடியது. ஆலுவா ஜெனரலேட்டில்தான் பொதுத் தளத்திலான ஆன்மிக தயாரெடுப்புகள் நடந்தன. நான் அங்கிருந்தபோது பணம் இரட்டிப்பாகுமென்று உறுதியளித்த லிஸியின் கல்லூரி *பர்ஸார் நடத்திய வைப்புநிதி காரணமாக பெரும் பதற்றத்திலிருந்தேன். இந்த அளவுக்கு நான் தயக்கம் காட்டியபோதும் அவர்கள் டெபாசிட் செய்வதில் கவனமாகவே இருந்தார்கள். நான் தயக்கத்தை வெளிப்படுத்தியபோது கடவுள்மீதும் லிசி மீதும் கொண்ட நம்பிக்கையில் உறுதியாக இருந்தார்கள். மடத்திலுள்ள ஒரு சிஸ்டரின் இறுதிச் சடங்கில் கலந்துகொள்வதற்காக நான் திருச்சூருக்குப் போயிருந்தபோது கடந்த சில தினங்களி லுள்ள எல்லாப் பத்திரிகைகளும் எனக்குக் கிடைத்தன. லிசியை யும் அதன் வைப்புத்தொகையையும் குறித்து ஏமாற்றத்துக்குரிய ஒரு செய்தியையும் அதில் நான் வாசித்தேன். பொருளாளரிடம் இந்தப் பிரச்சினையைப் பற்றி நான் சொன்னபோது அவர் மிக அமைதியாக இருந்தார். மேற்கல்வியின் கவுன்சிலர் சிஸ்டர் லிசிதான் பணத்தை வைப்பு நிதியாக சேமித்திருந்தாராம். உயர்நிலையிலிருக்கும் சிஸ்டர்களுடைய அறியாமையையும் லௌகிக ஆர்வத்தையும் பார்த்து நான் ஆச்சரியமடைந்தேன். இது சூதாட்டத்தில் கலந்துகொள்வதைப் போன்றது. பிறகு, கன்யாஸ்திரிகளுக்கும் சாதாரண மனிதர்களுக்குமிடையில் என்ன வேறுபாடிருக்கிறது என்று நான் சந்தேகித்தேன்.

ஒவ்வொரு நிமிடமும் கல்லூரி சம்பந்தமான மிக முக்கிய மான முடிவுகளை எனக்கு எடுக்க வேண்டியதிருந்தது. என் னுடைய பொறுப்பைப் பகிர்ந்துகொள்ள யாருமே இல்லை. சிஸ்டர் ஜிம்ஸா அமலா கல்லூரிக்கு இடமாறுதல் செய்யப்பட் டாள். வைஸ் பிரின்சிபாலாகிய சிஸ்டர் மெஸ்லின் கல்வி கவுன்சிலர் பொறுப்புக்குத் தேர்ந்தெடுக்கப்பட்டார்.

கல்லூரியில் சரியான முறையில் முடிவுகளை மேற்கொள்ள யாருமில்லாத நிலையில் இங்கிருந்து தொலைதூரப் பயணம் மேற்கொள்வதென்பது மிகச் சிரமமான விஷயமாக இருந்தது. சிறு விஷயங்களில்கூட கவனமின்மையும் முட்டாள்தனங் களும் நடந்துகொண்டிருந்தன.

---

* பொருளாளர்

எட் – ஆன் கோர்சுகளைப் பற்றி விவாதிப்பதற்காக கல்லூரி முதல்வர்களை யுஜிசி டெல்லிக்கு அழைத்தபோது என்னுடன் அழைத்துச்செல்ல யாருமே இல்லை. அவசரமாகத் திரும்பி வந்து பொறுப்பேற்க வேண்டியதிருப்பதால் போக வர விமானத்தில் பயணம் செய்வதாக முடிவு செய்தேன். இருந்தாலும் மூன்று நாட்களாகிவிடும். தொலைதூரத்திற்குப் போவது குறித்து எனக்குப் பதற்றமிருந்தது. நான் இல்லாத நேரத்தில் இங்கே என்ன வேண்டுமென்றாலும் நடக்கலாம். டெல்லிக்கு வந்து சேர்ந்தபோது யுஜிசியை சந்திக்கும் ஒரே பெண் பிரின்சிபால் நான் மட்டும்தான். அபிவிருத்தி (Seed money) பணிகளுக்காக பன்னிரெண்டு லட்சம் ரூபாயும் இரண்டு கோர்சுகளுக்கான அனுமதியும் கிடைத்தன.

டெல்லி யாத்திரைக்கு முதல்நாள், மாணவர் பேரவை நிதிக்காக நிதி வசூல் செய்வதற்கு ஒரு திரைப்படம் காண்பிப்பதற்கான அனுமதியைக் கல்லூரி யூனியன் உறுப்பினர்கள் என்னிடம் கேட்டிருந்தார்கள். திரைப்படத்தைப் பற்றி விசாரித்துவிட்டு நான் சொன்னேன்:

"நீங்கள் இந்த சினிமாவைத் திரையிடலாம். இதை மட்டும் தான். பிறகு, நீங்கள் வேறு சினிமாவைத் திரையிடலாமென்று முடிவு செய்ததாக நான் கேள்விப்படக்கூடாது."

கல்லூரியில் மாணவிகள் பார்க்கிற தரத்திலான சினிமாவை மட்டும்தான் திரையிடவேண்டும் என்கிற விஷயத்தில் நான் மிகவும் கண்டிப்புடன் இருந்ததால்தான் இதைச் சொன்னேன். இதில் ஏதாவது பிரச்சினைகள் ஏற்படுமென்றால் என்னைத் தொடர்புகொள்ளச் சொல்லி வேறுபட்ட ஐந்து தொலைபேசி எண்களையும் கொடுத்துவிட்டுத்தான் சென்றிருந்தேன். திரையிடுவதற்கு முதல் நாளன்று வீடியோ கடைக்காரர்கள் கடையடைப்பு நடத்தினார்கள். போலி சிடி தயாரிப்பும் விற்பனையும் காரணமாக அரசு, வீடியோ கடைகளில் நடத்துகிற ரெய்டுக்கெதிராக இந்தக் கடையடைப்பு நடந்தது. ஆகவே, முதலில் சொல்லியிருந்த திரைப்படத்தின் சிடி அவர்களுக்குக் கிடைக்கவில்லை. பிரச்சினையை வைஸ் பிரின்சிபாலுடன் அவர்கள் விவாதித்திருக்கிறார்கள். இதனிடையே அப்போது தியேட்டர்களில் ஓடிக்கொண்டிருந்த 'கிளாஸ்மேட்' என்னும் திரைப்படத்தின் வளைகுடா நாடுகளுக்கான பிரிண்ட் தரலாமென்று சொல்லி அந்தத் திரைப்படத்தைக் காண்பிப்பதற்கான அனுமதியை வைஸ் பிரின்சிபால் கொடுத்திருக்கிறார். கடையடைப்பு நடந்தாலும் சரி, இதுபோன்ற குற்றங்களை அரசு கண்டிப்புடன் தான் கையாளும் என்ற முதலமைச்சரின் அறிவிப்பு அன்றைய பத்திரிகைகளில் வெளிவந்திருந்தது. கேரளம் உட்பட இந்தியா

முழுவதிலும் நிகழ்கிற விஷயங்களை மாணவிகளுக்கு பாட மெடுக்கும் இந்த சிஸ்டருக்கு இங்கே என்ன நடந்துகொண் டிருக்கிறது என்று தெரியவில்லையாம். நான் கல்லூரிக்குத் திரும்பி வந்தபோது ஒரு சிஸ்டர் என்னிடம் விவரங்களைச் சொன்னார். கூடவே, மாணவிகளும் ஆசிரியர்களும் ஊழியர் களும் நடந்த விஷயங்களைப் பற்றி சொன்னார்கள். உடனடியாக நான் ஒரு மீட்டிங் போட்டேன். ஆனால், தாங்கள் செய்த தவறுகளைப் பற்றி அவர்களுக்குத் துளிக்கூட தெரிந்திருக்க வில்லை. என்னைப் பொருத்தவரைக்கும் இதுபோன்ற அறியாமை கள் மன்னிக்கக்கூடியதல்ல. எங்களுடைய வெள்ளிவிழாவின் ஆன்மிக தயாரெடுப்புகளின் ஒரு பகுதியாக நான் இருபத் தைந்து நாட்கள் இங்கே இல்லாதபோது மிகவும் சீரியஸான ஒரு சம்பவம் இங்கே நிகழ்ந்திருந்தது.

சுயநிதிக் கல்விப் பிரிவுகளில் நிர்வாக ஒதுக்கீட்டுக்கான இடங்களுக்கு விண்ணப்பதாரர்களிடமிருந்து பத்தாயிரம் ரூபாய் வீதம் மேலாளர் வசூலிப்பார். நான் பணியில் சேருவதற்கு முன்பிருந்தே அவர்கள் இந்தப் பணத்தை நன்கொடை வசூலில் சேர்த்திருந்தார்கள். விண்ணப்பதாரர்கள் பிறகு சீட் வேண்டா மென்று சொன்னாலும் பணத்தைத் திரும்பக் கொடுக்கமாட்டார் கள். முன்னாள் பிரின்சிபாலும் மேனேஜரும் சேர்ந்து எடுத்த இந்த முடிவை என்னால் ஏற்றுக்கொள்ளவே முடியவில்லை. நிர்வாகம் தீர்மானிக்கும் விஷயங்களுக்கு நான் கீழ்ப்படிந்தாக வேண்டும். அவர்களுடைய ஒப்புதலில்லாமல் நானாக எந்த ஒழுங்குபடுத்துதலையும் மேற்கொள்ளக்கூடாது. இடத்திற்கான விண்ணப்பத்துடன் ஒரு பெண் ஐயாயிரம் ரூபாய் செலுத்தி விட்டு மீதிப் பணத்தைப் பிறகு தருவதாக வாக்குறுதி கொடுத்தாள். மேலாளரும் ஒப்புக்கொண்டார். ஆனால், அந்தப் பெண் பிறகு சீட்டு வேண்டாமென்று சொல்லிக் கொடுத்த பணத்தைத் திரும்பக் கேட்டிருக்கிறாள். நிர்வாக விதிகளின்படி பணத்தைத் திரும்பக் கொடுக்க முடியாது. பிரச்சினையை அந்தப் பெண் அரசியல் பின்னணியுடன் எங்களுக்கெதிராகத் திருப்பினாள். பிரச்சினைகள் கட்டுப்பாட்டை இழந்து போய்க்கொண்டிருப் பதை நான் புரிந்துகொண்டேன். ஏனென்றால், அந்தப் பெண்ணிடமிருந்து நாங்கள் வசூலித்தது, நிர்வாகம் முடிவு செய்ததன்படியான சரியான தொகையை அல்ல. ஆகவே, நான் என்னுடைய நண்பர் சொன்ன அறிவுரையின்படி வாங்கிய தொகையைத் திருப்பிக்கொடுத்து விடுவதுதான் புத்திசாலித் தனம் என்ற முடிவுக்கு வந்தேன். துணை முதல்வரிடம் விவரத்தைச் சொல்லிவிட்டு அந்தப் பெண்ணைத் தொலைபேசியில் தொடர்பு கொண்டேன்:

“பணத்தை நீங்கள் மேலாளரிடம்தானே கொடுத்தீர்கள்? அதற்கான ரசீதுடன் வந்தால் உங்கள் பணத்தை அவர் திருப்பித் தருவார்.”

அவள் கோபத்துடன் சொன்னாள்:

“கல்லூரியின் உங்களுக்கான பொறுப்பை நீங்கள் தவிர்க்க நினைக்கிறீர்கள். சூப்பரண்டைப் பொருத்தவரை அவர் எனக்கு ஒரு உதவி செய்திருக்கிறார், அவ்வளவுதான். அவர்மீது தவறெதுவுமில்லை.”

“எனக்கு அதிகமாக எதுவும் சொல்வதற்கில்லை. நீங்கள் முடிந்தவரைக்கும் சீக்கிரமாக வந்து உங்களுடைய தொகையைப் பெற்றுக்கொள்ளலாம்.”

மறுநாள் கேஎஸ்யூவின் செனட் உறுப்பினர் தலைமையில் சில இளைஞர்கள் கல்லூரிக்கு வந்தார்கள். பணத்தை நான் திரும்பப் பெற்றுக்கொள்ளும்படி அந்தப் பெண்ணிடம் சொல்லியிருந்த விஷயம் அவர்களுக்கும் தெரியுமென்றாலும் பணத்தை உடனடியாக அந்தப் பெண்ணுக்குத் திருப்பிக் கொடுக்கவேண்டுமென்று சொன்னார்கள். இந்தச் சம்பவம் மூலம் அவர்கள் பெயரெடுக்க நினைத்திருக்கலாம். ஓர் இளைஞன் ரசீதைக் கையில் வைத்து அசைத்தபடியே சொன்னான்:

“இந்தத் தொகையைப் பெற்றுக்கொண்டதற்கான முழுப்பொறுப்பும் உங்களுடையதுதான். உங்களுடைய கையொப்பம்தான் இதிலிருக்கிறது.”

ஹைதராபாத் ராமோஜி பிலிம்சிட்டியில்

"இல்லை சகோதரா, நான் இருபத்தைந்து நாட்களாக இங்கே இல்லை. பிறகெப்படி இந்தக் கையெழுத்து என்னுடையதாக இருக்க முடியும்?"

அவன் அதைக் காட்டியபோது நான் திகைத்துப்போய் விட்டேன். பிரின்சிபால் ஒப்பிட வேண்டிய இடத்தில் 'ஃபார்' என்றுகூட குறிப்பிடாமல் மேலாளர் கையொப்பமிட்டிருக்கிறார். இந்தக் கையெழுத்து என்னுடையதல்ல என்பதை நான் நிரூபித்துக் காட்டினேன். ஆனால், அவன் திருப்பியடித்தான்:

"இப்படியான ஒரு ரசீதை மற்றவர்கள் பார்க்கும்போது இது பிரின்சிபாலுடைய கையொப்பமில்லை என்பதை எப்படிப் புரிந்துகொள்ள முடியும்? இயல்பாகவே இது பிரின்சிபாலுடைய கையொப்பமாகவே கருதப்பட முடியும்."

அவனுடைய வாதத்தில் எனக்கும் உடன்பாடுதான். சூப்பரெண்டை இங்கே அழைத்து விசாரிக்க வேண்டுமென்பது அவர்களது அடுத்த கோரிக்கை.

"சகோதரா, எதற்காக வயதான ஒரு பெண்மணியை அழைத்து வைத்து அவமானப்படுத்த வேண்டும்? எதுவாயினும் நீங்கள் அதை என்னிடம் செய்கிறீர்களே, போதாதா?"

வசூல் செய்த தொகையின் வித்தியாசத்தை வைத்து துணை முதல்வரை மட்டும் குற்றம் சொல்ல நான் விரும்பவில்லை. இது நடக்கும்போது அவர் அந்த இடத்தில் பொறுப்பிலிருந்தார், அவ்வளவுதான். மேலாளரை அழைக்க நான் தயங்கியபோது அவர்களுக்குக் கோபம் வந்தது. அதிலொருவர் எழுந்துபோய் வாசல் கதவைத் திறந்து வெளியே சென்றார். சில ஆதரவாளர்களுடன் திரும்ப வந்து கோஷமிட ஆரம்பித்தார்கள். கூடவே, போலீஸ்காரர்களும் சானல்காரர்களும். என்னுடைய செக்யூரிட்டியும் அட்டெண்டர்களும் பியூன்களும் திகைப்புடன் பார்த்தபடியே சிலையாக நின்றிருந்தார்கள். பணத்தைத் திருப்பிக்கொடுப்பதாக எழுதி நான் கையொப்பமிட்டுக் கொடுக்க வேண்டுமென்று கேட்டார்கள். சூப்பரெண்டிடம் ரசீதைக் காட்டி, பணத்தைத் திரும்பப் பெற்றுக்கொள்ளும்படி சம்பந்தப்பட்ட பெண்ணிடம் நான் தெரிவித்துவிட்ட விஷயத்தை நான் திரும்பவும் சொன்னேன். அவர்கள் விரும்பிய வாறே படமெடுத்த பிறகு அதிகமாகத் தொந்தரவு செய்யாமல் உடனடியாகத் திரும்பிப் போய்விட்டார்கள். அவர்களது இந்த கௌரவமான தலையீடு எனக்குப் பிடித்திருந்தது. இவர்கள் மீது புகார் கொடுக்க விரும்புகிறீர்களா என்று போலீசார் திரும்பவும் வந்து கேட்டார்கள். நான் விரும்பவில்லையென்று சொல்லி விட்டேன்.

துணை முதல்வர், நடந்த விஷயத்தைப் பற்றி ஆயருக்குத் தகவல் கொடுத்தார். அவர், தன்னுடைய பெயரை இதில் இழுக்கவோ தன்னை சீனுக்குள் கொண்டு வரவோ கூடாதென்று கேட்டுக் கொண்டார். காங்கிரஸ் தலைவர்களிடம் முறையிடச் சொல்லி எங்களுக்கு அறிவுறுத்தப்பட்டது. இளைஞர்கள் நடந்து கொண்ட முறைகளுக்காக அவர்கள் வருத்தம் தெரிவித்த துடன் என்னிடமும் மற்றவர்களிடமும் ஆறுதல் தெரிவித்தார் கள். கல்லூரியில் வந்து பார்ப்பதாக பிடிஏ உறுப்பினர் ஒருவர் சொன்னார். அப்போது, செயலர், மடத்திற்கு வந்து சேர்ந்துவிட்ட தாக தகவல் கிடைத்தது. இண்டெர்காமில் நான் அவரைத் தொடர்புகொண்டு சொன்னேன்: "பிடிஏ பிரதிநிதியும் கல்லூரி யின் நலன் விரும்பியுமான ஒருவரை நான் எதிர்பார்த்திருக் கிறேன். நீங்களும் இவரை வந்து பார்த்துவிடுவது நல்லது." ஆனால், அவர் சொன்னார்:

"இந்தப் பிரச்சினையில் ஆயர் விலகியிருக்கிறார் அல்லவா, நானும் அதுபோல் முன்வரிசையில் நிற்க விரும்பவில்லை."

இவ்வளவு பிரச்சினைகளுக்கிடையிலும்கூட மேனேஜரும் புரொவின்ஷியலுமான அவருடைய நிலைபாடு இதுவாகவே இருந்தது.

எனக்கு ஆறுதல் சொல்வதற்குப் பதிலாக என் தரப்பில் ஏதாவது தவறுகளிருக்கின்றவா என்று ஆராயவே அவர் முயற்சி செய்தார். பிடிஏ அடுத்த நாள் கூடியதுடன் அடுத்தக் கட்ட நடவடிக்கைகளைப் பற்றி பேசியது. நடந்த சம்பவங்களை நான் அவரிடம் விவரித்துச் சொன்னபோது சூப்பரெண்டைப் பார்க்க வேண்டுமென்றார். ஆனால், நான் அவரைத் திசை திருப்பினேன்.

"நீங்கள் அவரைப் பார்க்காமலிருப்பதுதான் நல்லதென்று நான் நினைக்கிறேன். எல்லோரையுமே நீங்கள் பார்த்துவிட் டால் அவரால் அதைத் தாங்கிக்கொள்ளவே முடியாது. ரொம்ப வும் வருத்தப்படுவார்."

"சிஸ்டர், நாங்கள் யாரும் அவரிடம் ஒரு வார்த்தையும் பேசப்போவதில்லை. பிரசிடெண்ட்டும் ஒரு பெண்ணாக இருப்ப தால் அவரே அமைதியாகப் பேசிக்கொள்ளட்டும்."

அவரை வருத்தத்திற்குள்ளாக்கமாட்டோம் என்ற உறுதிபடச் சொன்னதால் வைஸ் பிரின்சிபாலை அனுப்பி அவரை அழைத்து வரச் சொன்னேன். உடல்நிலை சரியில்லாமலிருக்கிறது என்று சொல்லி வர மறுத்துவிட்டார். அவரை வற்புறுத்த வேண்டா மென்று சொல்லியும் அவர் கேட்கவில்லை.

"உடம்புக்குச் சரியில்லையென்று சொல்லி அவர் வீட்டில் படுத்திருக்கவில்லையே? இங்கே வந்து வேலை பார்க்கிற அளவுக்கு உடல்நிலை ஆரோக்கியமாகத்தானே இருக்கிறது? அப்படியென்றால் ஒரு நான்கு அடியெடுத்து வைத்து இங்கே வரலாமே? கல்லூரி விஷயமாக அல்லவா நாங்கள் இங்கே வந்திருக்கிறோம். அவர் உருவாக்கி வைத்த பிரச்சினைகளின் காரணமாக எங்களுடைய எல்லா வேலைகளையும் விலக்கி வைத்து விட்டல்லவா நாங்கள் வந்திருக்கிறோம்? இது அகம்பாவம்."

எப்படியெல்லாமோ அவர்களை அமைதிப்படுத்தி செய்த உதவிகளுக்கு நன்றி சொல்லி மீட்டிங்கை முடித்தேன். இதைப் பற்றி அறிந்த மானேஜர் என்னைத் தொலைபேசியில் தொடர்பு கொண்டு கோபத்துடன் கேட்டார்:

"அவர்களுடைய மீட்டிங்கில் சூப்ரெண்டை அழைத்து வரச் சொல்ல அவர்கள் யார்?"

இதற்கான உரிமை அவர்களுக்கிருக்கிறது என்பது தெரிந்திருந்தாலும் நான் பதில் சொல்லவில்லை.

சட்ட விரோதமான முற்றுகையைத் தொடர்ந்து நடந்த போலீஸ் விசாரணையைப்பற்றி சொன்னதும் அவர் பதறி விட்டார்.

"ஜெஸ்மி, போலீசார் பிரின்சிபால் அறைக்குள்ளும் வந்து விடுவார்களா? அப்படியென்றால் உடனே அலமாரியிலிருக்கும் எல்லா சிடிகளையும் எடுத்து மாற்றிவிடுங்கள்."

"ஏன் அம்மா? எதற்காக அப்படிச் செய்ய வேண்டும்?"

அதற்கான காரணம் எனக்கு விளங்கவில்லை.

"ஏதாவது போலி சிடிகளை அவர்கள் கண்டு பிடித்து விட்டால் என்ன செய்யமுடியும்? பிரச்சினையாகிவிடுமல்லவா?"

"என் கையில் எந்தவிதமான போலி சிடிகளும் கிடையாதே, அம்மா?"

என்னைப் பற்றி இவர்கள் என்னதான் நினைத்துக்கொண்டிருக்கிறார்கள்? ஏதோ ஒரு வகை வக்கிர மனநிலையல்லவா இது?

செயலர் ஒருநாள் மடத்திற்கு வரும்போது நான், பணியாளுடனும் அவளது அம்மாவுடனும் வாசலில் நின்று பேசிக்கொண்டிருந்தேன்.

"ஜெஸ்மி, உன்னிடம் கொஞ்சம் பேசவேண்டியதிருக்கிறது. இன்று சாயங்காலம் நீ புரொவின்ஷியல் ஹவுசுக்கு வா."

சிஸ்டர் ஜெஸ்மி 171

கிடைக்கவிருக்கும் தண்டனையைப் பற்றிய எந்த நோக்கமுமின்றி களங்கமற்ற மனநிலையுடன் அவரைப் பார்க்கச் சென்றேன். மனிதர்களால் இவ்வளவு குரூரத்துடன் நடந்து கொள்ள முடியுமா? நான் அப்போதுதான் பார்க்கும் ஒரு உள்ளறைக்கு அழைத்துச் செல்லப்பட்டேன். மேஜையின் எதிர்புறம் என்னை உட்காரவைத்து நீதிபதியைப்போல் அவர் அமர்ந்துகொண்டார். என்னுடைய கண்ணில்படாமல் மறைத்து வைத்தபடியே ஒரு காகிதத்தைப் பார்த்து எதையோ சாதித்துவிட்ட மனோபாவத்துடன் வாசிக்க ஆரம்பித்தார். சிறு அளவிலான பரிவோ அன்போ இல்லாமல் நெஞ்சைத் துளைத்தேறுகிற சில வார்த்தைகளை அவர் வாசித்தார். எதிரிலிருக்கும் 'காயப்பட்ட இருதயத்தை' அவர் ஏன் கண்டுகொள்ளவே இல்லை?

"சிஸ்டர் ஜெஸ்மி, செயின்ட் மரியா கல்லூரியின் பிரின்சிபால், வழக்கமாக புளூ ஃபிலிம் பார்ப்பதுடன் பணிப் பெண்களிடம் இதைப் பார்க்கச் சொல்லி வற்புறுத்தவும் செய்கிறார். மட்டுமல்ல, இந்த சிஸ்டர் அவர்களுடன் பாலியல் செயல்களிலும் ஈடுபடுகிறார். இவரை பிரின்சிபால் பொறுப்பிலிருந்து உடனடியாக நீக்கவேண்டும். இல்லையென்றால் இந்த விஷயங்கள் பத்திரிகைகளில் வெளியாகும்." இப்படிக்கு: நலன் விரும்பி.

நான் எப்படி அந்த இடத்தில் அமர்ந்திருந்தேன் என்றே எனக்குத் தெரியவில்லை. இதுபோன்ற வேதனையான சந்தர்ப்பங்களில் ஏதோ ஒரு அற்புத சக்தி என்னுள் செயலாற்றும். நான் புன்னகையுடன் சொன்னேன்:

"ஒரு மொட்டைக் கடிதத்தை நீங்கள் நம்பமாட்டீர்கள் என்பது எனக்குத் தெரியும். தவறான நோக்கத்துடன் நான் ஒரு ஆணையோ பெண்ணையோ இதுவரை என்னுடைய விரல் நுனியால்கூட தொட்டது கிடையாது என்பதை உறுதியாகச் சொல்லமுடியும்."

எல்லாவிதமான அதிகாரத்துடனும் வழக்கு விசாரணை தொடர்ந்து நடந்தது. என்னை முழுவதுமே தோல்வியடையச் செய்து விட்டதைப்போல் அவர் நின்றார். எனக்கெதிராக குற்றச்சாட்டை அவர் மகிழ்ச்சியுடன் அனுபவிப்பதுபோலிருந்தது.

"நீ ஏதாவதொரு மாணவியிடம் மேலாடையைக் கழற்றச் சொல்லி கேட்டதுண்டா?"

நான் குழப்பத்திலாழ்ந்திருந்தேன். எந்த நினைவுமில்லை. அப்படி என்றாவது சொல்லியிருக்கிறோமா? ஏதாவதொரு சூழலில்?

“அப்படியான எந்த ஞாபகமுமில்லையே. எப்போது என்ன நடந்தது என்று அம்மா கொஞ்சம் குறிப்பாக நினைவுபடுத்த இயலுமா?”

“ரொம்ப நாட்களுக்கு முன்பு நான் கேள்விப்பட்ட விஷயம் இது.”

“பிறகேன் இதுவரையிலும் என்னிடம் விசாரிக்கவில்லை?”

“சரியான சந்தர்ப்பம் கிடைப்பதற்காக நான் எதிர்பார்த் திருந்தேன்.”

இந்த விசாரணையை எப்படி முடிவுக்குக் கொண்டுவருவது? அவரிடம் நான் அமைதியாகச் சொன்னேன்:

“தயவுசெய்து நீங்கள் வந்து கல்லூரியிலும் மடத்திலும் என்னைப் பற்றி விசாரியுங்கள். சந்தேகப் படுவதுபோல் ஏதாவ தொருவர் இந்தக் கடிதம் உண்மையாக இருக்கலாமென்று ஒப்புக்கொள்கிற பட்சத்தில் கிடைக்கிற எந்தத் தண்டனையாக இருந்தாலும் நான் அதை ஏற்கத் தயாராக இருக்கிறேன்.”

“இந்தக் கடிதத்தின் ஒரு பிரதி மதர் ஜெனரலுக்கும் கிடைத் திருக்கிறது. ஜெஸ்மியை முதலில் நீங்கள் விசாரணை செய்யுங்கள் என்று என்னிடம் சொல்லியிருக்கிறார்.”

உடைந்துபோன மனத்துடன் நான் திரும்பினேன். அழுது விடாமலிருக்க உதடுகளைக் கடித்துப் பிடித்தேன். கண்ணீரை அடக்கினேன். என்னைப்பற்றி இவ்வளவு மோசமாக அவர்களால் எப்படி நினைக்க முடிந்தது? கடிதமெழுதியவரையாவது மன் னித்துக்கொள்ளலாம். இதை நம்பி என்னிடம் விசாரணையை மேற்கொண்ட மதர் ஜெனரலை என்னால் மன்னிக்கவே இயலவில்லை. ஒரு பொறுப்பிலிருப்பதால் எனக்கும் மொட்டைக் கடுதாசிகள் வருவதுண்டு. ஹாஸ்டலில் தங்கியிருக்கும் ஒரு பெண்ணின் நடத்தையைக் குறித்து மோசமான முறையில் எனக்கும் வார்டனுக்கும் மொட்டைக் கடிதங்கள் வந்தன. இந்த விவரத்தை அவள் தெரிந்துகொள்ள வேண்டாமென்று வார்டனிடம் சொல்லிவிட்டேன். இதுபோன்ற கடிதங்கள் தொடர்ந்து வந்துகொண்டிருந்தபோது ஒருநாள் தன்னுடைய மகளைப் பார்க்க வந்த அந்த அம்மாவை அழைத்து, இந்தக் கடிதத்திலிருக்கும் கையெழுத்து யாருடையது என்று தெரியுமா பாருங்கள் என்று கொடுத்துவிட்டு அவள்மீது விரோதம்கொண் டிருக்கும் நபரைக் கண்காணிக்கும்படியும் கேட்டுக்கொண்டேன்.

“எனக்கு உங்கள் மகள்மீது நம்பிக்கையிருக்கிறது. யாரோ ஒருவனின் இந்த மொட்டைக் கடிதத்தை நாம் கண்டுகொள்ளத் தேவையில்லை. அவள் ஹாஸ்டலிலேயே தங்கியிருக்கலாம்.

ஆனால், அவள் இங்கே வரும்போதும் போகும்போதும் நாம் கவனிக்கவேண்டும். இதுபோன்ற ஆபத்தான நபர்களிடம் எப்போதுமே நாம் எச்சரிக்கையாக இருக்க வேண்டும்."

ஒரு ஆசிரியைமீதும் இதுபோன்ற ஒரு கடிதம் வந்தது. மிகக் கவனமான வார்த்தைகளைப் பயன்படுத்தி அதன் உள்ளடக்கத்தை நான் அவளிடம் சொன்னேன். கூடவே, இதிலுள்ள ஒரு வார்த்தையைக்கூட நான் நம்பவில்லையென்றும் உறுதிபடச் சொன்னேன். பகிர்வுப் பெட்டியிலிருந்து வார்டனுக்கெதிராகவும் பல கடிதங்கள் எனக்குக் கிடைத்ததுண்டு. சிலருக்கு இது போன்ற அபவாதங்களைச் சொல்கிற குணமிருக்கும் என்று சொல்லி அவற்றைக் கொடுத்துவிட்டு கிழித்தெறியச் சொன்னேன். ஆனால், எனக்கே அப்படியான ஒரு நிலை இன்று வந்தபோது என்னிடம் அதிகாரிகள் நடந்துகொண்ட முறை மிகவும் வருத்தத்திற்குரியதாக இருந்தது. நம்பிக்கையும், பக்குவமான மனநிலையுள்ளவளுமான ஒரு பணிப்பெண்ணிடம் நான் இதைப்பற்றி ரகசியமாக விசாரித்தேன்.

"மகளே, நான் எப்போதாவது ஏதாவதொரு மாணவியிடம் மேலாடையைக் கழற்றச் சொல்லிக் கேட்டதாக உனக்கு நினைவிருக்கிறதா?"

"சரிதான், சிஸ்டரும் அதை அறிந்துவிட்டீர்களா?"

"சொல்லு மகளே, என்ன நடந்தது?" அவள் சொன்னாள்:

"சிஸ்டருக்கு ஞாபகமில்லையா? ஒரு அட்டெண்டர் பக்கெட் நிறைய தண்ணீரைத் தூக்கி வாஷ் பேசினில் ஊற்றும் போது வாஷ்பேசின் உடைந்து விழுந்து அவளுடைய முழங்காலில் காயம்பட்டதல்லவா?" நடந்த எல்லா விஷயங்களையும் அவளே சொன்னாள்:

இந்தச் சம்பவம் ஒரு இரவு நேரத்தில் நடந்தது. மறுநாள் அவளுக்கு வீட்டிற்குப் போக வேண்டும். அவளால் மாடிப் படியேறி ரூமுக்குப் போக இயலாத நிலைமை. ஆகவே, கீழே, கவுன்சில் அறையிலிருக்கும் ஒரு பெண்ணுடன் படுத்துத் தூங்கும் படி நீங்கள் சொன்னீர்கள். அலுவலகத்தில் உங்களுடைய வேலைகள் முடிந்து மடத்திற்குத் திரும்பும்போது ஃபைல்களுடன் நானும் உங்கள் பின்னால் வந்துகொண்டிருந்தேன்.

வருகிற வழியில் கவுன்சில் அறைக்குள் போய் அவளுடைய காலில்பட்ட காயம் வீக்கம் போட்டிருக்கிறதா என்று பார்த்தோம். அவள் அப்போது ஒரு இறுக்கமான சுடிதாரும் மேலாடையும் அணிந்திருந்தாள். தனது கால்சட்டையைக் கழற்ற அவள் தயங்கினாள்.

ஆமென்

சரி, மேலாடையாவது கழற்று. உள்ளே பெரிய பெற்றி கோட் போட்டிருக்கிறாய்தானே? என்று நீங்கள் கேட்டபோது அவளும் ஆமாம் என்றாள்.

பிறகேன் இவ்வளவு இறுக்கமான ட்ரெஸ்சுடன் படுத்திருக் கிறாய்? டாப்பைக் கழற்றிவிட்டுத் தூங்கு என்று சொல்லிவிட்டு நாம் வந்துவிட்டோம். மடத்தின் வாசல்வரை நான் ஃபைல்களை சுமந்தபடி உங்களுடன் வந்தேன். மறுநாள் அந்தப் பெண் அவளுடைய கஸினிடம் சிஸ்டர்தான் டாப்பைக் கழற்ற வைத்து விட்டாரென்று குறைப்பட்டுக்கொண்டதை நானும் அறிந்தேன். பிறகு, என்ன நடந்ததென்று அந்த கஸின் என்னிடம் வந்து கேட்டாள். நான் சிஸ்டரின் வார்த்தைகளிலிருந்த களங்க மின்மையைப்பற்றி உறுதிபடச் சொல்லிவிட்டேன். ஆனால், அதற்குள் அவள் இந்த விஷயத்தை அலுவலகத்திலுள்ள தன்னு டைய பிரியமான சிஸ்டரிடம் சொல்லியிருக்கிறாள். உங்களைத் தவிர மற்ற எல்லோருமே இதை அறிந்தும் விட்டார்கள். அன்றிரவு அவளுடன் படுத்திருந்த அந்தப் பெண்ணுக்கும் எனக்கும் நடந்த விஷயங்கள் எல்லாமே தெரியும். அவளுடைய அந்த கஸினுக்கும் நீங்கள் நிரபராதிதான் என்ற நம்பிக்கையிருக் கிறது. மற்ற சகோதரிகள் இதைப்பற்றி என்ன நினைக்கிறார் களென்று எனக்குத் தெரியாது.

அந்தப் பெண்ணின் பிரியத்திற்குரிய சகோதரி யாரென்றும் அவள் எதற்காக இந்தச் சம்பவத்தை எனக்கெதிராகத் திருப்பு கிறாளென்றும் எனக்கு நன்றாகவே தெரியும். மேலும், சில ஆதாரங்கள் மொட்டைக்கடிதத்தின் பின்னாலிருக்கும் குற்றவாளி யைத் தெளிவுபடுத்தியது. ஆனால், கல்லூரிச் செயலரான புரொவின்ஷியல், மடத்திற்கு வந்து ஒவ்வொரு சிஸ்டரையும் அழைத்து என்னுடைய குணத்தையும் மொட்டைக் கடிதத்தின் உள்ளடக்கத்திலிருக்கும் விஷயத்திற்கான வாய்ப்புகளையும் கேட்டறிந்தார். ஒரு பிரின்சிபாலின் எதிர்காலத்தை அவருக்குக் கீழே பணிபுரிபவர்கள் நிச்சயிக்கும் நிலைமையைக் குறித்து யோசித்துப் பார்க்க முடியுமா? இப்படியான ஒரு பிரின்சிபாலை மற்றவர்கள் எந்த அளவுக்கு மதிப்பார்கள்? பிரின்சிபாலுக் கெதிராக யாராவது எதையாவது சொல்லும்போது அதிகாரிகள் அவர்களுக்கு உற்சாகமூட்டுகிறார்கள். தகவல் கேட்பதற்காக, மதர் ஹவுசிலிருந்து தினமும் தொலைபேசி அழைப்புகள் வந்த விஷயத்தையும் நான் இப்போதுதான் அறிந்துகொண் டேன். இந்நிலைமையில் இந்த நாற்காலியில் தொடர்ந்து நான் மூன்று வருடங்கள் இருந்திருக்கிறேன் என்பதுதான் என் வாழ்க்கையில் நிகழ்ந்த மிகப்பெரும் சோகம்.

மொட்டைக்கடிதத்தில் சொல்லப்பட்ட குற்றச்சாட்டுகளின் அடிப்படையில் என்மீது சந்தேகப்பட வாய்ப்பில்லையென்று சிஸ்டர்கள் உறுதியாகத் தெரிவித்ததால் தற்சமயம் என்னை தண்டிக்க வேண்டியதில்லை என்று புரொவின்ஷியல் முடிவு செய்தது. அனைவரையும் தனிப்பட்ட முறையில் சந்தித்துப் பேசியதற்குப் பிறகு என்னை சந்திப்பதற்காக அழைத்த நிலையில் நான் என்னுடைய கட்டுப்பாட்டை இழந்துவிட்டேன். விருப்ப மில்லாமல் என்னை அவர்கள் அறையிலிருந்து வெளியேற்ற வேண்டியதாயிற்று. எல்லா சிஸ்டர்களும் கலந்துகொண்ட இறுதிக் கூட்டத்தில் புரொவின்ஷியலுடன் ஒத்துழைத்த அனை வருக்கும் அவர்கள் நன்றி தெரிவித்தார்கள். அறைக்குள்ளிருந்து எதிர்பாராதமுறையில் என்னை வெளியேற்ற நேர்ந்ததால் எனக்கு 'அனுக்கிரகம்' அருள இயலாமல் போயிற்று என்று சொன்ன புரொவின்ஷியல், என்னை அருகில் அழைத்தார். நான் மறுத்தேன்:

"எனக்கு இப்போது உங்களுடைய 'அனுக்கிரகம்' தேவை யில்லையம்மா, தற்போதைக்கு நான் அதை இயேசுவிடமிருந்து நேரடியாகவே பெற்றுக்கொள்கிறேன்."

என்னை நாற்காலியிலிருந்து மாற்றுவதற்காக நடந்த முயற்சி இப்படியாக, முழுத் தோல்வியடைந்தது. இந்தக் கடிதத்தைப் பற்றி நான் என்னுடைய பேராசிரியைகளிடமும் ஊழியர்களிடமும் சொன்னபோது, என்ன நடந்தாலும் சரி, இந்த சதித்திட்டத்திலிருந்து என்னைக் காப்பாற்றியே ஆக வேண்டுமென்றும் என்பதில் அவர்கள் அனைவரும் உறுதியாக இருந்தார்கள். இந்த மொட்டைக் கடிதத்தின் காரணமாக தண்டிப்பதாக இருந்தால் அந்த நிமிடமே நான் மடத்தைவிட்டு வெளியேறியிருப்பேன். என்னுடைய வாழ்க்கையில் மடத்தை விட்டு வெளியேறுவதைப் பற்றி நான் முதன்முதலாக சிந்தித்ததும் அப்போதுதான். அந்தக் கடிதத்தின் ஒரு பிரதியை எனக்குத் தரவேண்டுமென்று கேட்டு அதிகாரபூர்வமாக மதர் ஜெனரலுக்கு நானொரு கடிதமெழுதியதுடன் அவரை நேரில் பார்த்தும் கேட்டேன். என்னுடைய வேண்டுகோளை அவர் நிராகரித் தார். இயேசுவின் வேதனைகளைப் பற்றியும் பொறுமையைப் பற்றியும் சிந்திக்கச்சொல்லி எல்லாம் நன்மைக்காகவே என்று நினைத்து அமைதி அடையும்படியும் கேட்டுக்கொண்டார். பிறகு, சில ஆறுதல் மொழிகளைப் பகர்ந்தார். இணக்கமான, ஒரு பாவப்பட்ட ஆட்டுக்குட்டியைப்போல் நான் ஜெனரலேட்டி லிருந்து திரும்பி வந்தேன்.

2007 – '08 கல்வியாண்டு துவங்கியபோதே இது என்னு டைய இறுதியாண்டு என்னும் ஒரு சிந்தனை மனத்திற்குள்

உருவாகியிருந்தது. ஆகவே, தினமும் காலையில் நான் கல்லூரி யின் வளாகத்தைச் சுற்றி நடந்து அதன் அழகையும் அமைதியான அந்தச் சூழலையும் அங்குள்ள குரோட்டோவையும் காற்று வாங்கியபடியே பார்த்து ரசிக்க ஆரம்பித்தேன். இந்த ஆண்டின் ஓண நிகழ்ச்சிகள் மிக அதிகமான மகிழ்ச்சியும் சுவாரஸ்யமுமாக இருந்தபோது ஆசிரியைகள் சொன்னார்கள்:

"இதுபோன்ற ஒரு ஓணம் இதுவரை வந்ததே இல்லை சிஸ்டர்."

"இது என்னுடைய கடைசி ஓணம். ஆகவேதான் இதை நன்றாகக் கொண்டாட வேண்டுமென்பதில் இந்த அளவுக்கு நான் ஆர்வம் காட்டினேன்."

ஒவ்வொரு விஷயத்தைப்பற்றிய விவாதங்களில் ஈடுபடுகிற போது, திட்டங்கள் போடுகிறபோதும் சுற்றியிருப்பவர்களிடம் நான் சொல்வதுண்டு:

"என்னுடைய மனம் சொல்கிறது: இதுதான் கடைசி வருடமென்று."

"அமலா கல்லூரிக்குப் போவதாக ஏதாவது தேவ அடை யாளங்கள் சிஸ்டருக்குக் கிடைத்ததா?" நிறைய பேர் கேட்ட துண்டு.

"இல்லை, ஆனால், ஏனோ என் மனம் அப்படிச் சொல்கிறது."

வைஸ் பிரின்சிபாலிடம் பலர் கேட்டனர்:

"சிஸ்டர், நீங்கள் சிஸ்டர் ஜெஸ்மியை இங்கிருந்து அமலா கல்லூரிக்குக் கொண்டுபோகிற திட்டத்திலிருக்கிறீர்களா?"

"இதுவரைக்கும் அப்படியான எந்த யோசனையும் எங்களிட மில்லை."

ஆனால், என்னுடைய ஒவ்வொரு நிமிட அசைவிலும் நான் எச்சரிக்கையுடையவளாக இருந்தேன். நவம்பர் மாத இறுதியில் கிறிஸ்துமஸ் வாழ்த்துகள் அனுப்பும் பொறுப்பி லுள்ள சிஸ்டர் கார்டில் பிரிண்ட் செய்வதற்காக என்னுடைய பெயரும் கையொப்பமும் எழுதித் தரும்படி கேட்டாள். சென்ற ஆண்டைவிடவும் அதிகமாக பிரிண்ட் செய்ய நான் சொன்னதும் அந்த சிஸ்டர் கேட்டாள்:

"சிஸ்டர் அடுத்த வருடம் நீங்கள் இங்கே இருக்கமாட்டீர் கள் அல்லவா? அப்படியென்றால் அடுத்த வருடம் அதைப் பயன்படுத்த முடியாமல் போய்விடுமே?"

சிஸ்டர் ஜெஸ்மி

"நான் அடுத்த வருடம் இங்கே இருக்கமாட்டேன் என்று உங்களிடம் சொன்னது யார்?"

"சாரி, சிஸ்டர். எப்போதும் நீங்கள் இதைச் சொல்வதால் நானும் அப்படியே சொல்லிவிட்டேன்."

அவளை எல்லோரும் கேலி செய்தார்கள். அவளுக்கு வெட்கமாகப் போய்விட்டது.

இந்தக் கல்லூரிக்கு வந்து இதுவரை இங்கே காம்பஸ் சினிமா தயாரிக்கவில்லை. அதற்கான கரு, மாணவிகளிடமிருந்து தான் வரவேண்டுமென்று நான் எதிர்பார்த்திருந்தேன். அமலா கல்லூரியிலிருந்து திறமையான ஒரு ஆசிரியை இடமாறுதல் கிடைத்து இங்கே வந்தபோது இதுவே சரியான சந்தர்ப்பம் என்று கருதினேன். எங்களுடைய மாத இதழில் மாணவிகள் எழுதிய கதைகளைத் தேடிப் பார்த்தோம். அதில் இரண்டு கதைகள் எனக்குப் பிடித்திருந்தன. அதில், ஒன்று பெண்களைப் பற்றியது. இன்று, சர்வ சாதாரணமாக நிகழுகிற விவாகரத்துகள் மற்றும் குடும்பங்களில் நிகழும் கருக்கலைப்பின் கேடுகளைப் பற்றியது அந்தக் கதை. கதையின் முடிவை சற்று மாற்றி, நல்ல முடிவாக வைத்தோம்.

கதாநாயகியைக் கண்டுபிடிப்பதுதான் மிகச் சிரமமான வேலையாக இருந்தது. இன்றைய காலகட்டத்திலும்கூட, தாங்கள் படிக்கிற கல்லூரி சினிமாவில் நடிப்பதற்கு மாணவிகள் தயாராக இல்லை. முதலில் தேர்வு செய்யப்பட்டவள் மறுத்து விட்டாள். மற்றொருத்தி இயலாதென்ற பதிலுடன் திரும்ப வந்தாள். என்ன செய்வதென்று புரியாமல் நான் திகைத்து நிற்கும்போது, ஒரு சிஸ்டர் சொன்னாள்:

"இந்தக் கதையை எழுதிய மாணவி, நீங்கள் பிரின்சிபாலாக இங்கே வருவதற்குமுன் மேடையில் நடித்திருக்கிறாள்."

எனக்கு தலைகால் புரியாத மகிழ்ச்சி. பெற்றோர்களிடம் ஒரு ஆவணப்படத்தில் நடிக்கப்போவதாகப் பொய் சொன்ன பிறகுதான் அவளுக்கு அனுமதி கிடைத்தது. பத்து வயதான சிறுமியின் வேஷத்திற்கும் ஆள் தேவை. அமலா கல்லூரி சினிமாவில் நடித்த சிறுமிக்கு சரியாக இப்போது பத்து வயது. அவளையே இதற்கும் தேர்வு செய்தோம். இந்தத் திரைப் படம் நல்ல வெற்றி பெற்றது. எங்கள் கல்லூரியில் படிக்கும் திறமையான ஒரு மாணவிக்கு சினிமாவில் அசோஷியேட் டாக பணியாற்றிய அனுபவமிருந்தது. இதன் காரணமாக அவளுக்கு நல்ல கவனம் கிடைத்தது. மலையாள மனோரமா பத்திரிகையும் ஏர் இந்தியாவும் அகில இந்திய அளவில் ஏற்பாடு

ஆமென்

செய்த ராங்க் (RANK) அவார்ட் அவளுக்குக் கிடைத்தது. குறும்பட போட்டியில் நல்ல நடிகைக்கான விருது கதாநாயகியாக நடித்தவளுக்குக் கிடைத்தது.

காம்பஸ் சினிமா மற்றும் பள்ளிக்கூட அளவிலான சினிமா திரையிடல்களும் இரண்டு பிரிவிலும் சிறந்த சினிமாக்களுக்கான விருது கொடுப்பதுவும்தான் அடுத்த நிகழ்ச்சி. இதை ஏற்பாடு செய்வதற்கும் நடத்துவதற்குமாக, இரவு பகலாக ஏராளமான மாணவிகளும், திறனும் பொறுப்புணர்வுள்ள பேராசிரியைகளுமடங்கிய ஒரு குழு பணியாற்ற ஆரம்பித்திருந்தது. இதுபோன்ற ஒரு நிகழ்ச்சியினால் மாணவிகளுக்கு எவ்வளவோ நல்ல அனுபவங்கள் கிடைத்தன. பாடத்திட்டத்திற்கு வெளியிலுள்ள செயல்பாடுகளில் முன்பைவிடவும் அதிகமான ராங்கும் ரிசல்ட்டும் கிடைத்தன. இந்நிகழ்ச்சிக்கு மிகப் பெரிய அளவிலான ஊடகக் கவனம் கிடைத்தது. இளைய தலைமுறையின் ஆன்மிகமும் கற்பனை வளமும் நிறைந்த சிந்தனைகளிலிருந்து உருவான சினிமாக்கள் என்பதால் மாணவிகளுக்கு இது சார்ந்த நல்ல புரிதல் கிடைத்தது. ஆனால், அமலா கல்லூரியில் நடந்த திரைப்பட விழாவில் பெரும்பாலும் பாலியல் அம்சங்கள் நிறைந்த படங்களாகவே இருந்தன. எவ்விதமான விவாதங்களோ அதற்கான முன் தயாரிப்புகளோ இல்லாமல்தான் அங்குள்ள 'கன்னிய' ராகிய மாணவிகள் இந்தத் திரைப்படங்களைப் பார்த்தார்கள். மாணவிகளுடைய கருத்தின்படி காம்பசினுள் இது விபரீதமான பலன்களைக் கொடுத்தது. முடிவில், திரைப்பட விழாவை மதிப்பீடு செய்வதற்காக நடந்த கூட்டத்தில் எனக்குக் கிடைத்த வாய்ப்பின்போது இந்தக் கருத்தியலை நான் விமர்சனபூர்வமாக அணுகினேன். இந்நிலையில், எங்கள் கல்லூரியில் தகுதியற்ற திரைப்படங்களைக் காட்டியதாகப் பேசப்பட்டதால் தேவையே இல்லாமல் நான் தீவிரமான விமர்சனத்திற்குள்ளானேன்.

சிஸ்டர் ஜெஸ்மி

13

ஒருநாள் பிற்பகலில் கல்லூரிக்கு வந்த மதர் புரொவின்ஷியல் என்னிடம் சொன்னார்:

"மற்றொரு புரொவின்ஷியலில் கவுன்சிலராக இருக்கும் சிஸ்டர் ஒருவர், தோல் மற்றும் நரம்பியல் டாக்டராகப் பணியாற்றுகிறார். அந்த சிஸ்டரை நீ போய்ப் பார்க்க வேண்டும்."

எனக்கு 'ஹைபோ தைராய்ட்' இருப்பதாலும் என் நெற்றித் தோலில் சில நிற வேறுபாடுகளிருப்பதாலும் என்னை டாக்டரிடம் காட்டவேண்டுமென்று புரொவின் ஷியல் முடிவு செய்திருக்கிறது. அவர்களே என்னை அழைத்துச் செல்வதாகவும் ஏற்றிருக்கிறார்கள். மதர் புரொவின்ஷியலும் மதர் ஜெனரலும் என்னைப்பற்றி ஏற்கனவே டாக்டரிடம் பேசிவிட்டார்கள்.

எந்த உள்நோக்கமுமில்லாமல் நான் சொன்னேன்:

"அம்மா, உங்களுக்கு இதைவிட எவ்வளவோ முக்கிய மான பணிகள் இருக்கும்போது என்னை இவ்வளவு தூரம் அழைத்துக்கொண்டு போவதற்கான நேரம் உங்களுக்கு இருக்கிறதா? நீங்கள் வரவேண்டியதில்லை யம்மா. நான் வேறு சிஸ்டர்களுடன் போகிறேன்."

"இல்லை ஜெஸ்மி, உன்னை அழைத்துக்கொண்டு போவதில் எனக்கும் மகிழ்ச்சிதான்."

மறுநாள், அவரிடமிருந்து எனக்கு வந்த தொலைபேசி அழைப்பின் விஷயம் இதுதான்:

என்னுடைய பேட்சிலுள்ள கவுன்சிலர் சிஸ்டரும், ஆன்மிகத் தோழியான மற்றொரு சிஸ்டருமாக, புரொவின் ஷியல் ஹவுஸ் வாகனத்தில்போய் நான் டாக்டர் சிஸ்ட ரைப் பார்க்க வேண்டும்.

என் அம்மா அல்லது வீட்டிலுள்ள வேறு யாரையாவது கூடவே அழைத்துப்போக நான் விரும்பினேன். அதிர்ஷ்டவசமாக இதை அவர் அனுமதித்தார். என் அம்மாவும் இளைய சகோதரியும் என்னுடன் வந்தார்கள். நீண்டநேர காத்திருப்பிற்குப் பிறகு டாக்டரைச் சந்தித்தேன். என்னுடைய மொத்த வாழ்க்கையுமே அங்கே விவாதிக்கப்பட்டது. கடைசியில், தைராய்ட் நோயைப் பற்றிக் கேட்டார்.

“ஜெஸ்மி, தைராய்டுக்கு நீங்கள் என்ன மருந்து சாப்பிடுகிறீர்கள்?”

“தைரோக்சின். அது கிடைக்கவில்லையென்பதால் இப்போது எல்ட்ரோக்சின்.”

“எந்த மாத்திரையென்று குறிப்பாகச் சொல்லுங்கள். இவை, வேறுபட்ட வியாதிகளுக்கான மாத்திரைகள் அல்லவா?”

“இரண்டையுமே சாப்பிடலாமென்று ஃபார்மசிஸ்ட் சொன்னாரே, சிஸ்டர்?”

“இருக்கவே முடியாது. உங்களுடைய தோலின் நிற மாற்றத்திற்கு ஒருவேளை சொரியாசிஸ் காரணமாக இருக்கலாம்.”

“இயேசுவானவர் விரும்பினால் சொரியாசிஸை ஏற்றுக் கொள்வதைத் தவிர வேறு மார்க்கமில்லை.”

“சிஸ்டர், உங்களுக்கு இதன் குணம் தெரியாது. உடம்பு முழுவதிலுமிருந்து பழுப்புநீர் வெளியாவதுடன் துர்நாற்றம் காரணமாக ஆட்கள் உங்களை விட்டு விலகி நிற்கிற அளவுக்குப் போய் விடும்.”

“தேவன் இதை எனக்கு அருளி அனுக்கிரகிக்கும்போது நான் இதை ஏற்க மாட்டேன் என்று சொல்லமுடியுமா சிஸ்டர்?”

என்னுடைய ரத்தத்தைப் பரிசோதிக்க வேண்டுமென்று அவர் சொன்னபோது, அதை நான் திருச்சூர் பாலிகிளினிக்கில் செய்துகொள்வதாகச் சொன்னேன். ஆனால், அவருடைய ஆஸ்பத்திரியில் அவரே செய்துவிடுவதாக முடிவு செய்தார். இரவு நேரமாக இருந்தும் என்னை ஆஸ்பத்திரிக்குக் கொண்டு போய் ரத்தம் எடுத்தார். பிறகு என்னுடைய ரத்த அழுத்தத்தைப் பரிசோதனை செய்துவிட்டு கொந்தளித்துவிட்டார்:

“ப்ரஷர் எவ்வளவு ஹை லெவலில் இருக்கிறது, பார். எல்லாவற்றிற்குமே உன்னுடைய டென்ஷன்தான் காரணம்.”

நர்சாகவுமிருக்கும் என்னுடைய தோழியிடம் அவள் ப்ரஷர் அளவைக் காட்டினார். டாக்டர் சிஸ்டரின் தேவையற்ற கோபமே

அவர்மீதான நம்பிக்கையை இல்லாமல் செய்துவிட்டது. அவ்வப் போது நான் ப்ரஷர் பார்ப்பதுண்டு. இயல்பான அளவைவிடக் கூடுதலாகவோ குறைவாகவோ இதுவரையிலும் காட்டியதில்லை. எல்லாமாகச் சேர்ந்து அவரது நடவடிக்கையைச் சந்தேகப் படும் படியாகத் தூண்டியது.

புரொவின்ஷியல் வாகனத்தில் மடத்திற்குத் திரும்பி வரும்போது கூடவே இருந்த நர்ஸ் சிஸ்டரிடம் கேட்டேன்:

"ப்ரஷர் லெவல் அவ்வளவு மோசமாகவா இருக்கிறது?"

"சிறு அளவிலான மாற்றம் மட்டும்தான். பொதுவாக, டாக்டர்கள் இதைக் கண்டுகொள்ளவே மாட்டார்கள்."

"எனக்கு அந்த சிஸ்டர்மீதான நம்பிக்கை இல்லாமலாகி விட்டது. ப்ரஷரைப் பார்த்துவிட்டு எதற்காக இவ்வளவு ஆர்ப்பாட்டம் செய்தார்? அந்த நிமிடமே எனக்குத் தோன்றி விட்டது, என்னுடைய விஷயத்தில் இந்த சிஸ்டர், சிறிதளவு கூட உண்மையாக இல்லை."

"ஜெஸ்மி, உனக்கு அவள்மீது நம்பிக்கையில்லையென் றால் நீ பாலி கிளினிக்கில் போய் சரியான முறையில் ஒரு பரிசோதனை செய்து விடு."

என்னுடைய ஆன்மிகத் தோழியின் பரிந்துரை இது. தேவன் இப்போது இவள் வழியாக என்னிடம் பேசுகிறார். இது எனக்கு நல்லதொரு பரிகாரமாக எனக்குத் தோன்றியதால் மனத்திற்கு ஆறுதலாக இருந்தது.

மறுநாள், திருப்பலி முடிந்த பிறகு ஒரு அட்டெண்டரின் துணையுடன் அருகிலிருந்த ஒரு டாக்டரைப் போய்ப் பார்த்தேன். ப்ரஷரைப் பரிசோதித்துவிட்டு அவர் சொன்னார்:

"சிஸ்டர், ஒரு மாத காலம் நீங்கள் ஊறுகாயை ஒதுக்கியே வைத்துவிடுங்கள். உங்களுக்கு மருந்துக்கான தேவையே இல்லை."

தைராய்ட், டயபட்டீஸ், கொலஸ்ட்ரால், இசிஜி ஆகியவற் றைப் பரிசோதனை செய்வதற்காக ஒரு குறிப்பெழுதித் தந்தார். அசிஸ்டெண்ட் மதருடன் பாலி கிளினிக்கில் போய் எல்லாப் பரிசோதனைகளையும் மேற்கொண்டேன். சாயங்காலம் ரிசல் டுடன் சென்று டாக்டரைப் பார்த்தேன். அவர் சொன்னார்:

"சிஸ்டர், நீங்கள் முழு ஆரோக்கியத்துடனிருக்கிறீர்கள். உங்களுடைய இசிஜி, டயபட்டீஸ், கொலஸ்ட்ரால் எல்லாமே நார்மல்தான். நீங்கள் ஏற்கனவே சாப்பிடுகிற அளவிலான எல்ட்ரோக்சினை மட்டும் தொடர்ந்து சாப்பிட்டு வந்தால் ஹைப்போ தைராய்டும் கட்டுக்குள் வந்துவிடும்."

நான் வேகமாகத் திரும்பி மடத்திற்கு வந்து லோக்கல் சுப்பீரியரிடம் சொன்னேன்:

"நான் முழு ஆரோக்கியத்துடன்தானிருக்கிறேன். ஹைப்போ தைராய்டுக்காக நான் சாப்பிடுகிற மாத்திரையைத் தொடர்ந்து சாப்பிட்டால் போதும், அவ்வளவுதான்."

சுப்பீரியரின் பக்கத்தில் நின்றிருந்த சிஸ்டர் சொன்னாள்:

"பிரைஸ்ட் த லார்ட்"

வேகமாக கல்லூரிக்குச் சென்று ஃபைல்களைப் பார்த்துக் கொண்டிருக்கும்போது அந்த டாக்டர் சிஸ்டர் தொலைபேசியில் என்னை அழைத்துச் சொன்னார்:

"சிஸ்டர், உங்களுடைய ரிசல்டுகள் கிடைத்து விட்டன. உங்களுக்கு எச்பி குறைவாக இருக்கிறது."

"சாதாரணமாகவே எனக்கு அவ்வளவுதான் இருக்கும் சிஸ்டர்."

"தைராய்டுக்காக நீங்கள் சாப்பிடுகிற மருந்தின் அளவைக் குறைக்க வேண்டும்."

"என்னுடைய டாக்டர் அதைத் தொடர்ந்து சாப்பிடச் சொல்லியிருக்கிறார்."

"இல்லை ஜெஸ்மி, அவர் உங்களைத் திசை திருப்பி விடுகிறார். மட்டுமல்ல, உங்களுக்கு கொலஸ்ட்ராலும் இருக்கிறது. உடனடியாக சிகிச்சையை ஆரம்பிக்க வேண்டும். நீங்கள் உடனே இங்கு வாருங்கள்."

"சிஸ்டர், எனக்கு கொலஸ்ட்ரால் இல்லை. உண்மையைச் சொல்லிவிடுகிறேனே, நான் இங்கு வந்ததும் மிகவும் நம்பகத் தன்மையுள்ள ஒரு கிளினிக்கில்போய் முழு செக்கப்பும் செய்து விட்டேன்."

"ஆனால், உங்களுக்கு கொலஸ்ட்ரால் இருக்கிறது. உடனே சிகிச்சையை ஆரம்பித்துவிட வேண்டும். டோஸை குறைத்து உங்கள் தைராய்டை பாலன்ஸ் செய்ய வேண்டும்."

சொன்னதையே திரும்பவும் சொல்லிக்கொண்டிருந்தார்.

"இல்லை சிஸ்டர், எனக்கு நோயெதுவுமில்லை."

"சரி, அடுத்ததாக நீங்கள் என்ன செய்யலாமென்று நினைக்கிறீர்கள் ?"

"மூன்றாவதாக ஒரு டாக்டரைப் பார்த்துவிட்டு சரியான ஒரு முடிவுக்கு வரலாமென்று."

உடனடியாக, லோக்கல் சுப்பீரியரின் அனுமதியுடன் கல்லூரி மினி பஸ்சில், டிரைவரும் ஒரு சிஸ்டருமாக எரணா குளத்திலுள்ள தைராய்ட் நிபுணரைப் போய்ப் பார்த்தோம். அவர், ரிசல்ட்டுகளைப் பரிசோதித்துவிட்டு அதே அளவு மருந்தை மூன்று மாதங்கள் தொடர்ந்து சாப்பிடச் சொன்னார்.

"டாக்டர், அதிலொரு சிக்கல் ஏற்பட்டுவிட்டது. தைரோக்சின் மாத்திரையை நான் தொடர்ந்து ஒரு மாதம் தான் சாப்பிட்டேன். மெடிக்கல் ஷாப்பில் பிறகு எல்ட்ரோக் சின்தான் கிடைத்தது. இரண்டு மாத்திரைகளும் ஒரே மருந்துதான் என்று சொல்லி விட்டார்கள்."

"சரிதான், சிஸ்டர்."

"ஆனால், ஒரு டாக்டர் சிஸ்டர், இரண்டு மாத்திரைகளும் வெவ்வேறு நோய்களுக்கானவை என்று சொன்னாரே? இந்த டாக்டரும் ஒரு ஸ்பெஷலிஸ்ட்தான்."

"எல்லோருக்கும் எல்லா விஷயங்களும் தெரியுமென்றால் நாமெல்லாம் கடவுளாகிவிட மாட்டோமா, சிஸ்டர்? ரத்தப் பரிசோதனையில் காணப்படுகிற அளவில் அயோடின் பற்றாக் குறை உங்களுக்கு இருக்கிறது. மூன்று மாதம் போகட்டும், அதன் பிறகு அளவைக் குறைப்பதைப் பற்றி சொல்கிறேன்."

மிகவும் ஆறுதலான மனநிலையுடனும் மகிழ்ச்சியுடனும், நடந்த விஷயங்களை சிஸ்டரிடமும் டிரைவரிடமும் சொன் னேன். அப்போது மதர் புரொவின்ஷியலிடமிருந்து தொலைபேசி அழைப்பு வந்தது.

"ஜெஸ்மி, உனக்கு சிகிச்சையைத் துவங்கவேண்டிய நேரம் வந்துவிட்டதாக டாக்டர் சிஸ்டர் சொல்கிறார். நீ சீக்கிரமாகப் போய்ச் சேரலாமே?"

"மதர், எனக்கு எந்த நோயுமில்லை. ஆகவே, சிகிச்சை தேவையில்லை."

"உனக்கு கொலஸ்ட்ரால் இருப்பதாகச் சொன்னார்."

"இல்லை மதர், பாலிகிளினிக்கில் நடத்திய பரிசோதனை ரிசல்ட் மட்டும் போதும், எனக்கு கொலஸ்ட்ரால் இல்லையென் பதைத் தெரிந்துகொள்ள நான், இப்போது தைராய்ட் ஸ்பெஷலிஸ் டைப் போய்ப் பார்த்துவிட்டு திரும்பி வந்துகொண்டிருக் கிறேன். இப்போதுள்ள மாத்திரையைத் தொடர்ந்து மூன்று மாதம் சாப்பிட்டு வந்தால் போதுமென்று அவர் சொல்லி யிருக்கிறார்."

“உனக்கு கொலஸ்ட்ரால் இல்லாமலிருந்தாலும் மருந்து சாப்பிடுவதில் என்ன பிரச்சினையிருக்கிறது?”

“அம்மா, நீங்கள் என்ன சொல்ல வருகிறீர்கள்? என்னைப் பெற்ற தாயாக இருந்தால் இப்படியெல்லாம் சொல்வீர்களா?”

“ஜெஸ்மி, நீ பஸ்ஸிலிருப்பதாகத் தெரிகிறது. மற்றவர்களுக்குக் கேட்கும். நான் ஃபோனை வைக்கிறேன்.”

என்னுடனிருந்த டிரைவரும் சிஸ்டரும் குழப்பத்திலாழ்ந்தார்கள். என்னுடைய பதிலிலிருந்து அவர்களுக்கு விஷயங்கள் பிடிபட்டன. என்மீது அனுதாபப்பட மட்டுமே அவர்களால் முடிந்தது. நானும் மிகுந்த குழப்பத்திலானேன். என்னுடைய மேலதிகாரிகளின் நோக்கம் என்ன? அவர்களுக்குள் பல்வேறு ரகசியங்களும் தந்திரங்களும் இருக்கின்றன. என்னுடைய பரிசோதனை முடிவில் நான் பொய் சொல்லுவதாக நினைக்கிறார்களா? மடத்திற்கு வந்து சேர்ந்ததும் மதர் புரொவின்ஷியலுக்கும் கவுன்சிலர்களுக்கும் தெளிவுபடுத்துவதற்காக என்னுடைய பரிசோதனை முடிவுகளைப் பிரதி யெடுத்து தனித் தனியாக அனுப்பிவைத்தேன். என்னால் வேறென்ன செய்ய முடியும்?

மடத்தின் தலைவி, ஒப்பீட்டளவில் மிகவும் அன்பானவரும் பிரியம் நிறைந்தவரும்தான். கல்லூரியில் ஏற்படுகிற இக்கட்டான சந்தர்ப்பங்களில் அவர் எனக்கு ஆறுதல் சொல்வதுண்டு. என்மீதான பரிவின் காரணமாக, எனக்கு வசதிப்படுகிற நேரங்களாகப் பார்த்துதான் அவர் லோக்கல் கவுன்சிலைக் கூட்டுவார். மடத்தில் பிரார்த்தனைகள் நடத்த என்னைத் தூண்டவும் தினமும் திருப்பலி நடக்கும் நேரத்தில் என்னுடைய காரோசூஸைகளை அவர் விரும்பவும் செய்வார்.

அந்தக் காலகட்டத்தில்தான் வயதான ஒரு சிஸ்டர், ஹாஸ்டல் வேலைகளிலிருந்து ஓய்வு கொடுக்கப்பட்டு, பதிலுக்கு சிறுவயதிலுள்ள ஒருத்தி அந்தப் பணிக்கு நியமிக்கப்பட்டாள். மடத்தில் எந்நேரமுமிருக்கும் இந்த மூதாட்டியின் அருகாமை, தனக்கு மனத் தடையாக இருப்பதாக சுப்பீரியர் சொன்னார். ஆகவே, அவரைக் கல்லூரி அலுவலகப் பணியில் சேர்த்துக் கொள்ளச் சொல்லி நான் கல்வி கவுன்சிலில் தெரிவித்தேன். சிஸ்டர்கள் யாரும் இதை ஏற்றுக்கொள்ளவில்லை. நான் உறுதிபடச் சொன்னேன்:

“இந்த வயது நம்மையும் தொந்தரவு செய்யும் என்பது மட்டும் உண்மை.”

கடைசியில் அவர்கள், அந்த சிஸ்டருக்கு அலுவலகத்தில் ஒரு சிறு வேலை தருவதாக ஒப்புக் கொண்டார்கள். இந்த

மாற்று ஏற்பாடு சுப்பீரியருக்கு மன ஆறுதலை அளித்ததால் என்மீது அவருக்கு நன்றியிருந்தது. மூன்று வருட காலாவதி முடிந்ததும் சுப்பீரியர் பக்கத்திலுள்ள மடத்திற்கு இடமாற்றம் செய்யப்பட்டார். இடமாறுதல் நடக்கிற அன்று, ஒரு செமினாரில் பங்கு வகிப்பதற்காக எனக்கு பெங்களூரு போக வேண்டிய திருந்தது. அங்கே, என்னை ஒரு பதவிக்குத் தேர்வு செய்யவேண்டு மென்று அதிகாரிகள் திட்டமிட்டிருந்தார்கள். ஆனால், தான் விடைபெறுகிற அன்றைய தினம் நீயும் மடத்திலிருக்க வேண்டு மென்று சுப்பீரியர் ஆர்வத்துடன் கேட்டுக்கொண்டார். நான், மடத்திலுள்ள இரண்டாவது கவுன்சிலர் என்பதால் இது என்னுடைய பொறுப்பாகவுமிருந்தது. இடமாற்ற தேதி தெரியா மல் சில வாரங்களுக்கு முன்பே பெங்களூருக்கான பயணச் சீட்டை நான் முன்பதிவு செய்திருந்தேன். சுப்பீரியர்மீதான அன்பினாலும், என்னுடைய பொறுப்பின் ஒரு பகுதியாகவும் பயணத்தை ரத்து செய்துவிட்டு மடத்திலேயே இருந்து விட்டேன்.

புதிய சுப்பீரியராக பொறுப்பேற்றுக்கொண்டவர் ஏற்கனவே எங்களுடைய சூப்பரின்டெண்டாக இருந்தவர்தான். இவருக்கு என்னை நன்றாகவே தெரியும். இவரை சுப்பீரிய ராகத் தேர்வு செய்ததற்காக புரொவின்ஷியல் கவுன்சிலரும் வைஸ் பிரின்சிபாலுமான சிஸ்டர் மெஸ்லினுக்கு நான் நன்றி சொல்லியிருந்தேன். ஆனால், தென்றல் காற்று, ஒரு கொடும் புயலாக மாறியது. கல்லூரியிலுள்ள எந்த முக்கியமான விஷய மாக இருந்தாலும் சரி, இவர் ஒத்துழைப்பு கொடுக்கமாட்டார். கல்லூரியிலுள்ள எல்லாச் செயல்பாடுகளையும் சுப்பீரியருடன் விவாதித்து அமல்படுத்த வேண்டுமென்று அதிகாரிகள் எங்க ளுக்கு உத்தரவிட்டிருந்தார்கள். கல்லூரிப் பிரச்சினைகள் சம்பந்த மாக நான் சுப்பீரியரிடம் பதற்றத்துடன் சென்று எல்லாவற்றை யும் வெளிப்படையாகப் பேசுவேன். ஆனால், அவர் மிகுந்த அலட்சியத்துடனும் விருப்பமின்மையுடனும்தான் அதற்கு செவிமடுப்பார்.

"என்னுடைய மனத்தில் நான் எந்தவிதமான பதற்றத்தையும் நெருங்கவிடமாட்டேன். பிரச்சினைகளிலிருந்து விலகி நிற்பதால் தான் எப்போதுமே நான் அமைதியாக வாழ்ந்து கொண்டிருக் கிறேன்."

இவரிடமிருந்து ஒத்துழைப்பு எதுவும் கிடைக்காததால் எல்லாப் பிரச்சினைகளுக்கும் நானே தீர்வுகளைக் கண்டு பிடிக்க வேண்டியதாயிற்று. சுப்பீரியரின் இந்த பொறுப்பின்மை மனோபாவம் தொடர்ந்துகொண்டிருந்த அதே நேரத்தில் படிப் படியாக அவர் என்னை வெறுக்கிற நிலைமையும் உருவாகிக் கொண்டிருக்கிறது என்பதையும் புரிந்துகொண்டிருந்தேன்.

ஆமென்

இந்த விஷயத்தை என்னால் மதர் புரொவின்ஷியலிடம் கொண்டு சென்றிருக்க முடியும். ஆனால், இப்படிச் செய்பவர் களில் கடைசி ஆளாகத்தான் நானிருப்பேன். மற்றவர்கள் எனக்கெதிராக அதிகாரிகளிடம் புகார் செய்ததன் காரணமாக மிகவும் அலைக்கழிக்கப்பட்டவள் நான். ஆகவே, இப்போது பெரிய பதவியிலிருப்பதாக நினைத்து மற்றவர்கள்மீது புகார் சொல்வதை ஒருபோதும் நான் விரும்பவில்லை. இது என்னுடைய குற்றமாகக் கருதி விமர்சிக்கப்படும் என்பதையும் நான் அறிவேன். பொதுவாக, முதலில் யார் புகார் செய்கிறார்களோ அவர்களுக்குச் சாதகமாகவே அதிகாரிகள் செயல்படுவார் களென்று என்னுடைய தோழிகள் சொல்வார்கள். இத்தகைய முன்முடிவுகளுடன்தான் அவர்கள் மற்றவர்களுடைய குற்றங் களுக்குச் செவிமடுக்கிறார்கள். ஆகவே, விஷயங்களைத் தயவு செய்து மதர் புரொவின்ஷியலிடம் முதலில் தெரிவித்து விடு என்று அவர்கள் சொல்வதுண்டு. ஆனால், இப்படிச் செய்வதில் எனக்கு விருப்பம் கிடையாது. இங்கே நடக்கும் விஷயங்களைப் பற்றி கடைசியாகப் பேசுகிற ஆளாகவே நான் இருக்க விரும்பு கிறேன்.

மாதங்களையும் தேதிகளையும் நான் அபூர்வமாகவே நினைவில் வைத்திருப்பேன். ஆனால், *2007* டிசம்பர் ஆறாம் தேதியை என்னால் மறக்கவே முடியாது. இது பாபர் மசூதி தகர்க்கப்பட்ட நாள் என்பதால் மட்டுமல்ல, ஒரு கன்யாஸ்திரியும் கல்லூரி முதல்வரும் என்னும் நிலையில் நான் தகர்க்கப்பட்ட தினமும் இதுதான். இரண்டு சந்தர்ப்பங்களில் நான் கோபப் பட்டிருக்கிறேன். மிகக் குறைவான சிஸ்டர்களை வைத்துக் கொண்டு கல்லூரியையும் ஹாஸ்டலையும் நிர்வகிக்க நான் சிரமப்பட்டுக்கொண்டிருக்கிறேன். சேக்ரட் ஹார்ட் ஸ்கூலில் பயிலும் ப்ளஸ் டூ மாணவிகளுட்பட பல்வேறு தரப்பிலான மாணவிகள் ஹாஸ்டலில் தங்கியிருந்தார்கள். புரொவின்ஷியலேட் ஏற்படுத்திய ஒரு கோர்சில் கலந்துகொள்வதாக என்னிடம் தெரிவிக்காமல் ப்ளஸ் டூ ஹாஸ்டல் வார்டன் முடிவு செய்தார். தலைமை வார்டனும் அசிஸ்டெண்ட் வார்டனும் ஹாஸ்டல் சம்பந்தமான மிக முக்கிய அதிகாரபூர்வமான பணிகளில் ஈடுபட்டிருந்தார்கள். அங்கு நடக்கும் சமையல் பணிகளில் 'அக்கா'மார்களுக்கு உதவியாக இருக்கும் வேலையாட்களுக்கு யாருமே சரியாகப் பணம் கொடுப்பதில்லை. இந்த விஷயம் தொழிலாளர் நல அலுவலகத்தின் கவனத்தில்பட்டிருந்தது. இந்நிலையில், ப்ளஸ் டூ ஹாஸ்டலின் வார்டனும் சில நாட்கள் அங்கே இல்லாமலிருந்தால் அந்த இடம் மேய்ப்பரில்லாத ஆட்டு மந்தையாக மாறிவிடும். சிக்கலான இந்தச் சூழ்நிலை யைப் பற்றி நான் வார்டனிடம் விவரமாகச் சொன்னேன்.

பிற வார்டன்களுடனும் விஷயங்களை விவாதித்துவிட்டு கோர்சுக்குப் போகவேண்டாமென்று ப்ளஸ் டூ வார்டனிடம் கேட்டுக்கொண்டேன்.

அவர் இதற்கு ஒப்புக்கொண்டதால் பிரச்சினைகள் தீர்ந்து விட்டதாகவே நான் நினைத்திருந்தேன். ஆனால், மறுநாள் காலையில், பிரின்சிபால் எதிர்த்தாலும் கோர்சில் பங்கு வகிக்க வேண்டுமென்று வார்டனுக்கு புரொவின்ஷியல் கவுன்சில் உத்தரவிட்டுள்ளதாக லோக்கல் சுப்பீரியர் சொன்னார். அதிகாரி களின் அறிவீனம் எனக்குக் கோபத்தை ஏற்படுத்தியது. ஆகவே, ஹாஸ்டலிருக்கும் நிலைமை பற்றி அவர்களிடம் விவரித்துச் சொல்லும்படி நான் தலைமை வார்டனை புரொவின்ஷிய லுக்கு அனுப்பிவைத்தேன். என்னிடம் சொல்லாமலேயே நிகழ்ச்சி யில் பங்கெடுப்பதாக வார்டன் தன்னுடைய பெயரைப் பதிவு செய்திருக்கும் தகவலை அவர்கள் அப்போதுதான் கேள்விப்படு கிறார்கள்.

அடுத்ததாக நடந்த இன்னொரு சம்பவமும் என்னுடைய கோபத்தை மேலும் அதிகரிக்கச் செய்தது. வகுப்புகள் நடக்கும் நேரத்தில் பிரதிகள் எடுக்கும் அறைக்குள் மாணவிகளின் உண்மை யான குறிப்புகள் சிதறிக்கிடந்த குவியல்களுக்கிடையே சில கன்யாஸ்திரிகள் உட்கார்ந்திருப்பதைப் பார்த்தேன். இதைப் பற்றிக் கேட்டபோது, முதுகலை மாணவிகள், பல்கலைக்கழகத் திற்கு அனுப்பப்பட வேண்டிய சான்றிதழ்களின் பிரதியைக் கொண்டுவர மறந்துவிட்டார்களென்று சொன்னார்கள்.

என்னுடைய அனுமதியின்றி அதிகமான தொகையை ஒவ்வொரு மாணவிகளிடமிருந்தும் இவர்கள் வாங்கியிருக்கிறார் கள். மாணவிகள் தங்களுடைய உண்மையான சான்றிதழ்களைக் கொண்டு வரத் தயாராக இருந்தபோதும் சிஸ்டர்கள் அவர்களிட மிருந்து பணம் வசூலித்து ஒவ்வொரு சான்றிதழ்களையும் பிரதியெடுத்திருக்கிறார்கள். உண்மையான சான்றிதழ்கள் அறைக்குள் சிதறிக்கிடக்கும் காட்சி எனக்குக் கோபத்தைத் தூண்டியது. எந்தத் தேவையுமே இல்லாமல் மாணவிகள் மீது அவர்கள் பொய்யாகக் குற்றம் சாட்டுகிறார்கள். கல்லூரி செயல்படுவதே மாணவிகளின் நலனுக்காக என்பதுதான் என்னுடைய எண்ணம். அவர்கள்தான் இந்த நிறுவனத்தின் ஆணிவேர்கள். மாணவிகளிருப்பதால்தான் பிரின்சிபால், வைஸ் பிரின்சிபால், ஆசிரியை, பிற ஊழியரென்று இந்த நிறுவனம் நிலைபெற்றிருக்கிறது என்னும் விஷயத்தை அவ்வப் போது நாம் மறந்து விடுகிறோம். இதை அவர்களிடன் சொல்லும் போது ஏனோ அவர்களால் இதை ஏற்றுக்கொள்ளவே

முடியவில்லை. ஒருநாள், மாணவிகளுக்கும் சிஸ்டர்களுக்கு மிடையே ஒரு பிரச்சினையேற்பட்ட சில நிமிடங்களுக்குப் பிறகு மதர் ஜெனரல், அக்குளில் ஒரு பையையும் இடுக்கிக் கொண்டு மிகுந்த கௌரவத்துடன் கல்லூரிக்கு வந்துகொண் டிருப்பதைப் பார்த்தேன். கல்லூரிக்குள் அவர் நுழைகிற ரகசிய வழியை நான் பார்த்து விட்டதில் அவருக்கு வெட்க மாகப் போய்விட்டது. பிறகு தனிப்பட்ட 'நேர்காண'லுக்காக என்னை அவரது அறைக்கு அழைத்தார். என்னுடனான இந்த நேர்காணலுக்காகவே இவர் வரவழைக்கப்பட்டதையும் என்னுடைய ஒவ்வொரு அசைவு குறித்தும் இவருக்குத் தகவல் கொடுக்கும் லோக்கல் சுப்பீரியர், இவரது பேட்சிலுள்ளவர் தான் என்பதையும் நான் ஏற்கனவே கேள்விப்பட்டிருந்தேன்.

"ஜெஸ்மி, நான் இங்கே வந்திருப்பது உன்னை பிரின்சிபால் நாற்காலியிலிருந்து தூக்குவதற்காகத்தான்."

அதிர்ச்சியுடன் ஆனால், வெளிக்காட்டிக்கொள்ளாமல் நான் கேட்டேன்:

"சிஸ்டர், நீங்கள் என்னை கன்யாஸ்திரி வாழ்க்கையி லிருந்துமா தூக்கிவிடுவீர்கள்?"

"நீ விரும்புகிற பட்சத்தில் அதுவும் நடக்கலாம்."

"எனக்குக் காரணம் தெரியவேண்டும்?"

கல்லூரி முதல்வராக

"உன்னுடைய முன்கோபத்தைப் பற்றி ஆசிரியைகளிடமிருந்து புகார் வந்திருக்கிறது."

"அவர்கள் புகார் செய்ததாக நீங்கள் சொல்வதை நான் நம்பமாட்டேன், மதர். அவர்கள் என்மீது அன்பாக இருப்பவர்கள்."

"அது உன்னுடைய தவறான அனுமானம்" இந்த வார்த்தையை அவர் மிகுந்த எள்ளலுடன் சொன்னார்.

"மதர், நான் என்ன குற்றம் செய்தேன் என்பதைத் தெரிந்து கொள்வதற்கான உரிமை எனக்கிருப்பதாக நினைக்கிறேன்."

"நீ ஆபாசமாகப் பேசுகிறாய். எப்படியென்பதை என்னுடைய வாயால் நான் சொல்ல முடியாது."

"மதர், நீங்கள் என்ன சொல்லவருகிறீர்கள்? தயவுசெய்து தெளிவாக, குறிப்பாகச் சொல்லுங்கள்."

"அதை என்னால் விவரிக்க முடியாது. சரி, எதுவாயினும் உன்னை ஆலுவாவிற்கு அழைத்துக் கொண்டுபோய் சில கட்டுரைகளை மொழிபெயர்க்க வேண்டிய தேவையிருக்கிறது."

நான் என் மனத்தினுள்ளிருக்கும் இயேசுவைத் தரிசித்தேன். அவர் தனது கட்டை விரலையுயர்த்தி வெற்றிக்கான விரல் முத்திரையைக் காட்டினார். அவர் என்ன நினைக்கிறாரென்று அப்போது என்னால் புரிந்துகொள்ள இயலவில்லை. ஆனால், அவரை நம்பினேன். திடீரென்று ஒரு சிஸ்டர் அறைக்குள் பாய்ந்து வந்து சொன்னார்:

"நம்முடைய பெரிய ஜெனரேட்டர் வெடித்துத் தீப்பிடித்து விட்டது. எல்லோரும் தீயை அணைக்கப் போராடுகிறார்கள்."

இயேசுவே, என்னுள் படர்ந்த அக்னி மின் இயந்திரத்தில் பற்றிக்கொண்டதா? அல்லது, மதர் ஜெனரலினுள்ளிருந்த குரோதத்தின் தீயா? ஒருவேளை இவருக்கு அடையாளம் காட்டுவதாக இருக்குமோ?

"நீ போக வேண்டுமா ஜெஸ்மி?"

"வேண்டாம், அம்மா. அதை என்னுடைய ஆட்கள் பார்த்துக் கொள்வார்கள். நீங்கள் விசாரணையைத் தொடரலாம்."

"ஜெஸ்மி, பத்து கன்யாஸ்திரிகளில் ஒருவர், மனநிலைப் பாதிக்கப்பட்டவராக இருக்கிறார் என்றும் அவர்களுக்கான சிகிச்சைகள் அளிக்கப்படவேண்டுமென்றும் புதிய போப் சொல்லியிருக்கிறார். உன்னை டாக்டரிடம் காட்டி சிகிச்சையளிக்க வேண்டுமென்பதுதான் என்னுடைய நோக்கம்."

“எந்த மருந்தின் தேவையும் எனக்கில்லை, மதர். பத்து வருடங்களுக்கு முன் மதர் க்ளவ்டியா எனக்கு செய்ய முயற்சித்த அதே சிகிச்சையை இப்போது நீங்கள் செய்ய நினைக்கிறீர்களா?”

“அப்போது என்ன நடந்ததென்று அறிய வேண்டிய தேவை எனக்கில்லை. அப்போதிருந்த மதர் ஜெனரல் நானில்லை.”

“நீங்கள் பாலாயிலுள்ள டாக்டர் சிஸ்டரிடம் என்னைப் பற்றி பேசியதாக மதர் புராவின்ஷியல் சொன்னார். என்னை மனநோய்ச் சிகிச்சைக்குட்படுத்த நினைப்பதன் ஒரு பகுதி யாகத்தான் அன்று அங்கே சிகிச்சை செய்வதற்கான முயற்சி நடந்ததா?”

“நான் ஜெஸ்மியைப் பற்றி அவரிடம் பேசியதே கிடையாது. இது புரொவின்ஷியலுக்கு நிகழ்ந்த முட்டாள்தனம்.”

சிகிச்சைக்கு ஒப்புக்கொள்ளாமல் நான் வெளியே வந்தேன். என்னைப் பற்றிய தகவல்கள் சேகரிப்பதற்காக அவர் ஒவ்வொரு சிஸ்டர்களையும் நேரடியாக சந்தித்தார். இதனிடையே எனக்கு மனநோய் சிகிச்சையளிக்க மதர் ஜெனரல் ஆசைப்படுவதை பற்றித் தொலைபேசியில் என்னுடைய அம்மாவிடம் சொன் னேன். மதர் ஜெனரலை வீட்டிற்கு அழைத்துவரச் சொன்னாள் அம்மா. மற்ற சிஸ்டர்களிடம் மதர் ஜெனரல் விசாரணை செய்துகொண்டிருக்கும்போது நான் கல்லூரிக்குப்போய் எரிந்த மின்இயந்திரத்தைப் பார்த்தேன்.

புரொவின்ஷியல் கவுன்சிலரான வைஸ் பிரின்சிபாலிடம் கேட்டேன்:

“மதர் ஜெனரலின் அதிகாரபூர்வமான இந்த வருகையும் தனிப்பட்ட நேர்காணலும் காரணமாக பிரின்சிபாலாக இருக்கும் என்னை மற்றவர்கள் எந்த அளவுக்கு மதிப்பார்கள்? என்னை அவர்கள் ஒரு *‘ஊச்சாளி’யாகக் கருதமாட்டார்களா? அதாவது எதற்குமே லாயக்கில்லாதவளாக?”

“சிஸ்டர், இப்போது உபயோகித்த இந்த வார்த்தை தவறு. இதைத்தான் மதர் ஜெனரல், நீங்கள் ஆபாசமாகப் பேசுகிறீர் கள் என்று சொன்னார்.”

“இது சாதாரண மக்கள் பேசுகிற மொழிதான் மெஸ்லின். இது எப்படி ஆபாசமாகும்?”

அவள் பதில் சொல்லவில்லை. ஹாஸ்டல் வார்டன் சொன்னாள்:

---

* சண்டியர்

"ஆண் நிர்வாகியையும் பெண் கெஸ்ட் லெக்சரரையும் தொடர்புபடுத்தி சிஸ்டர் பேசினீர்கள் அல்லவா? அதைத் தான் மதர் ஜெனரல் ஆபாசம் என்று சொல்லியிருப்பார்."

"நான் சொன்னதையும் கேட்காமல் இரண்டு தடவை அந்த கெஸ்ட் லெக்சரர் வசூலித்த பணத்தை அவரிடம் கொடுத் தாளே? அவளை நான் விசாரணை செய்யக்கூடாதா?"

இதற்கு மேலாக அவர்கள் எதையும் பேசவில்லை. சாயங் காலத்திற்குள் நேர்காணல்கள் எல்லாம் முடிந்த பிறகு மதர் ஜெனரல் என்னை அருகில் அழைத்து, டாக்டரிடம் காண்பிப்ப தற்கான ஏற்பாடுகள் அனைத்தையும் செய்து முடித்திருப்பதாக வும் லோக்கல் சுப்பீரியர் அழைத்துக்கொண்டு போவாரென்றும் சொன்னார். இப்படியெல்லாம் எதையும் செய்துவிடாதீர்கள், மதர் என்று நான் கேட்டுக்கொண்டபோது அவர் வேறொரு கன்யாஸ்திரியின் அனுபவத்தை விவரித்தார். அந்த சிஸ்டரும் உன்னைப்போல்தான், சிகிச்சையெடுத்துக்கொள்ளவே மாட்டேனென்று முதலில் மறுத்துவிட்டார். கடைசியில் ஒப்புக் கொண்டு இப்போது மகிழ்ச்சியாக வாழ்ந்துகொண்டிருக்கிறாள். இப்போது அவள் இந்த மருந்து எவ்வளவு மகிழ்ச்சியை, ஆறுதலை, குணத்தைத் தந்திருக்கிறது என்று அனைவரிடமும் சொல்லிக்கொண்டிருக்கிறாள். மதர் ஜெனரல் சொன்ன கதை இது.

ஜெனரலம்மா தொடர்ந்தார்:

"ஜெஸ்மி, சிகிச்சையை ஆரம்பிக்கும்போது நீண்ட நாட்கள் விடுமுறை எடுத்துவிட வேண்டும்."

"மருந்து சாப்பிட்டால் குணம் கிடைக்குமே? பிறகு எதற் காக மதர், லீவெடுக்க வேண்டும்?"

"ஆரம்பத்தில் அது மிகுந்த பதற்ற உணர்வையும் மன வருத்தத்தையும் உருவாக்கும். குறிப்பிட்ட நாட்களுக்குப் பிறகு தான் நல்ல பலனைத் தரும்."

"மதர், நான் இதைப் பற்றி என்னுடைய அம்மாவிடம் பேசினேன். அவர் நம் இரண்டுபேரையும் பார்க்க விரும்புகிறார்."

"அப்படியென்றால் இன்னொரு சிஸ்டரையும் கூடவே அழைத்துக்கொண்டு போவோம். அம்மாவைப் பார்த்த பிறகு நீங்கள் திரும்பி வர வேண்டுமல்லவா?"

"நான் இன்றிரவு அம்மாவுடன் தங்கியிருக்க இயலாதா?"

"இந்த வருடம் ஜெஸ்மி ஒருநாள்கூட அம்மாவுடனிருக்க வில்லையா?"

"இல்லை, நான் அம்மாவுடன் இருக்கவில்லை."

"அப்படியென்றால் நான் இதை சுப்பீரியரிடம் தெரிவிக்கிறேன்."

வருடத்தில் இரவும் பகலுமாக ஒருநாள், சிஸ்டர்கள் தங்கள் வீட்டில் தங்கலாமென்ற புதிய சட்டத்தை சிஎம்சி அதிகாரிகள் இயற்றியிருக்கிறார்கள். அன்றிரவு நாங்கள் வீட்டிற்குச் சென்றோம். மதர் ஜெனரல், என்னுடைய அம்மாவுடன் ஏதோ ரகசியம் பேசினார். அம்மாவே என்னை டாக்டரிடம் காட்டுவதாகவும் அதற்கு ஒரு மாத காலஅவகாசம் தரும்படியும் அம்மா கேட்டுக்கொண்டாள். தவிர்க்கவியலாத கோரிக்கையாக இருந்ததால் மதர் ஜெனரலுக்கு அனுமதிக்க வேண்டியதாயிற்று. நான் வீட்டை விட்டு வந்த நீண்ட காலத்திற்குப் பிறகு அன்றிரவு அம்மாவின் அருகில் தூங்கினேன்.

மாதத்தின் முதல் வெள்ளிக்கிழமை அது. இயேசுவின் திருஇருதயத்தில் சமர்ப்பித்த ஒரு ஆலயத்தில் நடக்கிற பிரார்த்தனையும் திருப்பலியும் முக்கியமானது. இந்தப் பிரார்த்தனையில் கலந்துகொள்ளும்படி அம்மா எப்போதும் சொல்வாள். ஆனால், நான் இதுவரையிலும் அங்கே போனதில்லை. அன்றைய தினம் இயேசு என்னை அங்கே வரச்செய்ததில் அம்மாவுக்கு மிகுந்த மகிழ்ச்சி. பகல் முழுவதும் நாங்கள் அந்த ஆலயத்தில் பிரார்த்தனை செய்தோம். எனக்கு மனநோய் சிகிச்சையளிப்பதற்கான முயற்சியில் அவர்கள் ஈடுபட்டிருப்பதை அறிந்த பிறகு என்னை மடத்திற்குத் திருப்பியனுப்புவதில் அம்மாவுக்கு விருப்பமில்லை. வெள்ளிக்கிழமைகள்தோறும் பிரார்த்தனை செய்தால் அற்புதங்கள் நிகழுவதாகச் சொல்லப்படுகிற, கோழிக்கோட்டிலுள்ள சிலுவை சர்ச்சிக்குப் போகவேண்டுமென்று நான் விரும்பினேன். வெள்ளிக்கிழமையன்று அங்கே போய்ச் சேருவதற்காக கேஎஸ்ஆர்டிசி பேருந்து நிலையத்திலிருந்து பஸ் ஏறினேன். தொலைபேசியில் லோக்கல் சுப்பீரியரைத் தொடர்புகொண்டு, மன அமைதிக்காக நான் கோழிக்கோட்டிற்குப் போவதாகவும் சில நாட்கள் கழிந்த பிறகுதான் திரும்பி வருவேனென்றும் சொன்னேன். இதற்கு முன்பும், எனக்குப் பிரச்சினைகள் ஏற்படும்போதெல்லாம் நான் அங்கே போகிற விஷயம் சிஸ்டர்கள் அனைவருக்கும் தெரியும். ஆனால், இந்த லோக்கல் சுப்பீரியர் மற்றவர்களைப்போல் அல்ல, எப்போதுமே என்னுடைய தவறுகளையும் வீழ்ச்சிகளையும் கண்டுபிடிப்பதற்காக முயற்சி செய்துகொண்டிருப்பவர்.

கல்லூரியில் சில ஆசிரியைகள், மனப்பூர்வமாகவே எனக்கு உதவி செய்கிற துணிச்சலுடன் இருந்தார்கள். சிஸ்டர் ஒருவரும்

எனக்கு துணை நிற்பதில் மிகுந்த அக்கறைகொண்டிருந்தார். கல்லூரியிலும் மடத்திலுமுள்ள பலரிடம் அவர் எனக்காகப் பரிந்து பேசியதுடன் மதர் ஜெனரலிடம் சென்று எனக்கெதிராக எடுக்க நினைக்கும் இந்த முடிவை மறுபரிசீலனை செய்ய வேண்டுமென்று கேட்டுக்கொண்டார். இந்த சிஸ்டர் மதர் ஜெனரலுக்கு ஒரு கடிதமெழுதி அதை அனுப்புவதற்கு முன் என்னிடம் வாசித்துக் காட்டினார். இதை அனுப்ப வேண்டாமென்று நான் கேட்டுக்கொண்டேன். இன்லாண்டில் எழுதியிருந்ததால் அதைக் கிழித்தெறிய இயலவில்லை. வைஸ் பிரின்சிபால், என்மீது நட்புடனில்லாத ஒரு பகுதிநேர ஆசிரியையை செயலரிடம் அனுப்பி வைத்ததாகவும், எனக்கெதிராக, வலுக்கட்டாயமாக அவரிடமிருந்து புகார் எழுதி வாங்கியதாகவும் வயதான ஒரு பேராசிரியை என்னிடம் சொன்னார். இப்படியெல்லாம்தான் அதிகாரிகள் எனக்கெதிரான ஆதாரங்களைத் திரட்டினார்கள். முன்பு, மூத்த பேராசிரியைகள், ஊடகவியலாளர்கள் முன்னிலையில் வைத்து அந்த கெஸ்ட் லெக்சரர் என்னை அவமானப்படுத்தினார். ஆனால், பிறகு நாங்கள் நல்ல தோழிகளானோம். தன்னை மிரட்டி எனக்கெதிராக புகார் கொடுக்க நேர்ந்ததற்காக அப்போது அவர் வருத்தப்பட்டார்.

மனநோய்க்கு மருந்து சாப்பிட வேண்டுமென்ற நிர்ப்பந்தம் அப்போதும் இருந்து வந்ததால் சிற்றுண்டி சாலைக்கு வரும்போதெல்லாம் நான் பயந்துபோயிருப்பேன். சாப்பிடுவதற்காக என் முன் விசேஷமாக ஏதாவது வைக்கப்பட்டிருந்தால் அதில் மருந்து கலந்திருப்பார்களோ என்ற பயத்தில் சாப்பிட மாட்டேன். அதை அப்படியே வைத்துவிட்டு பொதுவாக வைக்கப்பட்டிருக்கும் உணவிலிருந்துதான் எனக்கானதை நான் எடுத்துக்கொள்வேன். பெரும்பாலும் மரியாக்குட்டி அக்காவும் செலீனா அக்காவும் சமையல் செய்கிற ஹாஸ்டல் சமையலறையிலிருந்துதான் நான் திருப்தியாக எதையாவது சாப்பிடுவேன். என்னுடைய கடைசி நிமிடம்வரைக்கும் இந்த இரண்டு பேரும் தான் மடத்தில் மிகவும் நெருக்கமான என்னுடைய தோழிகளாக இருந்தார்கள். இவர்கள் என்மீது எந்த அளவுக்கு பாசம் வைத்திருந்தார்கள்; கவனித்தார்கள், எனக்காக எதையெல்லாம் சகித்துக்கொண்டார்கள்; பிரார்த்தனை செய்தார்கள் என்பதை என்னால் விவரித்துச் சொல்ல இயலாது. வாழ்க்கை முழுவதும் கர்த்தருக்கு சேவையாற்றுவதை நோக்கமாகக் கொண்ட சில பெண்மணிகள் மடத்திலிருந்தார்கள். இவர்கள் தங்களுடைய சிறுவயதிலேயே மடத்தில் சேர்ந்து விடுவார்கள். மடத்தில் வாழ்கிற, உடலுழைப்பு செய்கிற இவர்கள்தான் அக்காமார்கள். அதாவது, கிளாஸ் ‘ஏ’ பணியாளர்கள். குறைந்த அளவிலான

கல்வித் தகுதியும் பொருளாதார நிலையில் சமூகத்தின் அடிமட்ட நிலையிலுள்ளவர்களுமாக இருப்பதால் இப்படி கீழ் நிலை யிலிருந்தார்கள். இவர்களில் பெரும்பாலானவர்களும் அதிருப்தி யுடன்தான் வாழ்ந்துகொண்டிருந்தார்கள். மடத்திலும் சரி, குடும்பத்திலும் சரி, ஒட்டாதவர்களாக இருப்பதால் தங்களுடைய தலையெழுத்தைப் பற்றி சதா காலமும் புலம்பிக்கொண்டே இருப்பார்கள். கன்னியர்கள் மட்டுமே இங்கே இருக்க முடியும். இவர்கள் இறந்துபோனால் மதரீதியான இறுதிப் பிரார்த்தனைகள் செய்யப்படுவதுடன் சிஸ்டர்கள் அடக்கம் செய்யப்படுகிற இடத்தில் இவர்களும் அடக்கம் செய்யப்படுவார்கள். கன்யாஸ்திரிக்கு செய்யப்படுகிற, மரணத்திற்குப் பிந்தைய பிரார்த்தனைகள், இந்தப் பிரிவினருக்கும் செய்யப்படும். ஹாஸ்டல் சமையலறையில் இந்த இரண்டு பேர்களும் 'ஏ' குரூப் அக்காமார்களினிடையே மிகவும் நல்லவர்கள். இவர்கள் இருவரும் ஒருவேளை கன்யாஸ்திரிகளுக்கு முன்பே சொர்க்கத்தை அடையக்கூடும். இவர்களது சிபாரிசின்பேரில்தான் கன்யாஸ்திரி களுக்கு சொர்க்கத்தின் வாசல் திறந்துகிடைக்குமென்று நான் நம்புகிறேன்.

எழுபதுகளில் நான் மடத்தில் சேரும்போது சிஸ்டர்களி னிடையிலும் சில பிரிவுகளிருந்தன. குறைந்த அளவிலான கல்வியும் அந்த அளவிலான உரிமைகளுமுள்ள கன்யாஸ்திரிகள் தாழ்ந்த பிரிவினர். இவர்களுக்கு தனி கண்காணிப்பாளரின் கீழ் வேறுவகையான பயிற்சியளிக்கப்படும். ஏழ்மை, பிரம்மச்சரியம், அனுசரணை எனும் மூன்று விரதங்கள் மற்றும் சிஸ்டர்களுக்கான வேறு சில பயிற்சிகளும்தான் இந்த சிஸ்டர்களையும் அக்கா மார்களையும் வேறுபடுத்திக் காட்டுகிற அம்சங்கள். பிற சிஸ்டர் களுடன் இந்த சிஸ்டர்கள் நாற்காலியில் அமர்ந்திருக்கக்கூடாது. தங்களுடைய டிரங்க் பெட்டிகளின்மீது இவர்கள் அமர்ந்து கொள்ளலாம். இவர்களுக்குச் சமையலறையிலும் பார்லரிலும் தோட்டத்திலும்தான் வேலையிருக்கும். ஆனால், நான் சேருகிற காலத்தில் இந்த பிரிவுகள் சட்டபூர்வமாக ரத்து செய்யப்பட் டிருந்தன என்பது ஆறுதலான விஷயம். எங்களுடைய புரொவின்ஷியல் சிஸ்டர்களுக்குள் இந்தப் பிரிவினை எண்ணங் கள் இன்றும் இருந்துவருகின்றன. எங்களுடைய மாநிலப் பிரிவில் ஒரு வெள்ளை எத்தலம்மாவும் கறுத்த எத்தலம்மாவும் இருந்தார்கள். வெளுத்தவள் உயர்வாகவும் கறுத்தவள் தாழ்ந்தவ ளாகவுமே கருதப்பட்டார்கள். இது தோலின் நிறம் சம்பந்தப் பட்ட விஷயம் மட்டுமல்ல, கல்வித் தகுதியும் பொருள் வசதியும் தான் இதற்கு மிக முக்கியமான காரணங்கள். மடத்தினுள் வர்க்க முரண்பாடுகள் சட்டரீதியாகக் களையப்பட்டிருந்தாலும் ஒவ்வொருவர் மனங்களிலும் இந்த முரண்பாடுகள் நிலைபெற்று

விட்டன. மடத்திலிருந்த கறுத்த எத்தலம்மாவுக்கு நான் உதவிகள் செய்தாலும் மற்றவர்கள் பழைய அந்த வேறுபாடுகளின் காரண மாக இப்போதும் இவர்களைப் போன்றவர்களை ஒதுக்கியே வருகிறார்கள். ஆகவே, எல்லா வகையிலும் நான் இவர்களுக்கு உதவியாக இருப்பதில் கவனம்கொண்டிருந்தேன்.

எனக்குச் சிகிச்சையளிப்பது தொடர்பாக மதர் ஜெனரல் தொடர்ந்து என் அம்மாவைத் தொலைபேசி வழியாக தொந் தரவு செய்துகொண்டிருந்தார். ஒரு மாத காலஅவகாசம் கொடுக்கப்பட்டிருந்தாலும் இந்தத் தொலைபேசி அழைப்புகள் எழுபத்திரண்டு வயது விதவையான என் அம்மாவுக்கு மிகுந்த மனவருத்தத்தை ஏற்படுத்தியது. அம்மா என்னை ஒருநாள் டாக்டரிடம் அழைத்துக்கொண்டுபோய் என்னுடைய தைராய்ட் பிரச்சினையைப் பற்றி பேசினாள். அவர் சொந்தமாக மருந்து தயாரித்து இரண்டு நாட்களில் தருவதாகச் சொன்னார். ஆனால், எனக்கு இதுபோன்ற மருந்துகள் தேவையில்லையென்பதால் பிறகு நான் அங்கே போகவில்லை. ஏற்கனவே, நான் எல்ட்ரோக் சின் சாப்பிடுகிறேனே. மடத்தில் சாப்பலில் காலையில் நடக்கிற திருப்பலியில் நான் கலந்துகொள்வதில்லை என்பதுதான் என்னைப் பற்றிய மிக முக்கியமான புகார். ஹைப்போ தைராய்ட் காரணமாக அதிகாலையில் என்னால் எழுந்திருக்க இயலாது. ஆகவே, நான் பக்கத்திலுள்ள சர்ச்சில் சாயங்காலம் நடக்கிற திருப்பலியில் கலந்துகொள்வேன். நான் திருப்பலியில் கலந்து கொள்வதே கிடையாது என்று சிஸ்டர்கள், அதிகாரிகளிடம் சொன்னது அப்பட்டமான பொய்.

ஒருமுறை, போட்டா ஆஸ்ரமத்தின் ஃபாதர் பனைக்க லிடம் பிரச்சினையைப் பற்றி பேசுவதற்காக என்னுடைய சகோதரன் ஏற்பாடு செய்திருந்தான். நான் அம்மாவுடனும் அண்ணியுடனும் அங்கே போயிருந்தேன். என்னுடைய சிக்கலான நிலைமையைப் பற்றி அவரிடம் விவரித்தபோது சொன்னார்:

“சிஸ்டர், நீங்கள் பிரின்சிபால் பதவியைக் காலிசெய்துவிட வேண்டுமென்று இயேசு விரும்பவில்லை. தேவ நிச்சயம்தான் உங்களை அதில் உட்கார வைத்திருக்கிறது. சிஸ்டர் அதை விட்டு விலகிவிட வேண்டாம். மட்டுமல்ல, யாராலும் உங்களை அதிலிருந்து நீக்கிவிடவும் முடியாது.”

சுயநிதி கோர்சுகள், ஊழல் தொடர்பான பிரச்சினைகளைப் பற்றி அவரிடம் விளக்கிவிட்டு சபையின் இதுபோன்ற தீர்மானங் களுக்கெதிரான என்னுடைய நிலைபாட்டையும் தெளிவுபடுத்தி னேன். இருந்தாலும், திருச்சபையின் விருப்பங்களுக்கெதிராக நான் ஒருபோதுமே செயல்பட்டதில்லையென்றும் சொன்னேன்.

“சிஸ்டர், திருடன் வீட்டிற்குள் நுழையும்போது வீட்டுக் காரர்கள் செய்த தவறைத் திருத்திக் கொண்டிருக்கக்கூடாது. முதலில் நாம் ஒன்றிணைந்து எதிரிகளுடன் போராட வேண்டும். அதன்பிறகு தான் நாம் சுயவிமர்சனம் செய்யவோ தன்னைத் திருத்திக்கொள்ளவோ வேண்டும்.”

ஃபாதரிடமிருந்து நான் மேலும் அபிப்பிராயங்களை வேண்டி னேன். அவர் சொன்னார்:

“நீங்கள் போய் பிஷப்பைப் பார்த்து விஷயங்களை அவரிடம் விரிவாகப் பேசுங்கள். ஒருவேளை, உங்களைக் கண்டதுமே அவர் கோபப்படலாம். இருந்தாலும் எல்லாவற்றையும் சொல்லி விடுங்கள். நீங்கள் சபையுடன் இணக்கமாக இருப்பதை முதலில் அவரிடம் உறுதிப்படுத்திவிடுங்கள். விடுமுறை நாட்களில் நீங்கள் இங்கே வந்து பிரார்த்தனையில் ஈடுபடுவது நல்லது.”

எனக்கு மிகுந்த ஆறுதல் கிடைத்ததுடன் மனம் அமைதி யடைந்தது. அம்மாவிடம் ஃபாதர் சொன்ன எல்லா விஷயங் களையும் வெளிப்படையாகப் பேசி நான் என்னுடைய சகோ தரனை அழைத்து மகிழ்ச்சியைத் தெரிவித்துக்கொண்டேன். மடத்திற்குச் சென்றதையும் ஃபாதர் பனைக்கலைச் சந்தித்த தையும் பற்றி சிஸ்டர்கள் கேட்டார்கள். நடந்த அனைத்தையும் விவரமாகச் சொன்னேன். பிஷப்பைத் தொலைபேசியில் தொடர்புகொண்டு ஒரு அப்பாய்ன்மெண்ட் வாங்க முயற்சித்த போது அவர், இரண்டு நாட்கள் கழிந்து தொடர்புகொள்ளும்படி சொன்னார். பிறகு தொடர்புகொண்டபோது கேட்டார்:

“பிரின்சிபாலுக்கு என்ன ஆயிற்று? இயேசு உங்களுட னில்லையா?”

“இயேசு என்னுடன்தானிருக்கிறார். ஆனால், சில விஷயங் களை எனக்கு மனிதர்களாகிய அதிகாரிகளுடன் பகிர்ந்து கொள்ளவும் சொல்லி அழவும் வேண்டும்.”

“இங்கே ஒரு மீட்டிங்கிலிருந்து அடுத்த மீட்டிங் என்று நான் பறந்துகொண்டிருக்கிறேன். ஜெஸ்மிக்கு ஏதாவது சொல்ல வேண்டியதிருந்தால் ஃபாதரிடம் சொல்லலாம்.”

இதையெல்லாம், பிஷப்பைத் தவிர வேறு யாரிடமும் சொல்லி எந்தப் பலனும் ஏற்படப் போவதில்லை என்பது எனக்கு நன்றாகத் தெரியும்.

ஃபாதர் பனைக்கலின் அறிவுரைப்படி நான் ஒரு ஞாயிற்றுக் கிழமை டிவைன் தியான மையத்திற்குச் சென்று எழுந்தருளச் செய்த கர்த்தரின் முன் ஒருநாள் முழுவதையும் செலவு செய்தேன். மிகுந்த மன அமைதியுடன்தான் அன்று மடத்திற்குத் திரும்பி னேன். கிறிஸ்துமசுக்கு மறுநாளன்று நான் ஹாஸ்டல் வார்டன்

களுடனும் சமையல் பணியாளர்களுடனும் வேளாங்கண்ணிக்கு சுற்றுலா போக வேண்டியதிருந்தது. கனத்த இதயத்துடன் புறப்பட இருக்கும்போது இரண்டு புரொவின்ஷியல் கவுன்சிலர்கள் வந்து என்மீதான விசாரணைகள் அனைத்தும் முடிவடைந்து விட்டதாகவும் எனக்கெதிரான கோப்பு மூடப்பட்டுவிட்டதாக வும் நான் முதல்வராக தொடரலாமென்றும் ஒரு தகவலைச் சொன்னார்கள். மிகுந்த மகிழ்ச்சியுடன் நான் சுற்றுலாவுக்கு வருகிறவர்களிடம் விஷயத்தைப் பகிர்ந்துகொண்டதுடன் தொலைபேசியில் அம்மாவை அழைத்துச் சொல்லிவிட்டு, எனக்காக எல்லோரும் இயேசுவுக்கு நன்றி சொல்லும்படி கேட்டுக்கொண்டேன்.

வேளாங்கண்ணியில் இயேசுவுக்கு நன்றி சொன்னதுடன் எழுந்தருளச் செய்த புனிதத் திருப்பலியின்முன் நீண்ட நேரம் அமர்ந்திருந்தேன். என்னுடைய பொறுமை கடைசி எல்லை வரைக்கும் போய்ச் சேர்ந்துவிட்டது. இனியொரு அணுகூட என்னால் பொறுமையைக் கடைப்பிடிக்க இயலாதென்று இயேசு விடம் நான் உறுதிபடச் சொல்லிவிட்டேன்.

திரும்பி வரும்போது, எல்லா விஷயங்களையும் சிஸ்டர் களுடன் பகிர்ந்துகொள்ளவா வேண்டாமா என்று இயேசு விடம் ஆலோசனை கேட்டேன். அவரது ஒப்புதல் கிடைத்தது. சுற்றுலா நேரத்தை பொதுவாக எனக்கு சிஸ்டர்களுடன் பகிர்ந்து கொள்ள வேண்டுமென்று மடத்துத் தலைவியிடம் சொன்னேன்.

சுப்பீரியரின் அனுமதி கிடைத்ததும் நான் ஏன் இந்நாட் களில் மௌனமாகவும் அமைதியாகவும் இருந்தேன் என்பதை எல்லோரிடமும் பகிர்ந்துகொண்டேன். கவுன்சிலர் சிஸ்டர்கள், கோப்பு மூடப்பட்டுவிட்டதாகவும் நான் தொடர்ந்து பிரின்சிபா லாக இருக்கலாமென்று சொன்னதையும் அவர்களிடம் தெரிவித்தேன்.

"கடந்த நாட்களில் நான் உங்களிடம் எப்படி நடந்துகொண் டிருந்தாலும் அதற்காக மன்னிப்பு கேட்கிறேன். நீங்கள் என்னிடம் நடந்துகொண்டதையும் நான் மன்னித்துதானே ஆக வேண்டும்." சுற்றுலா சென்றுவந்த சோர்விருந்ததால் நான் அன்று சீக்கிர மாகவே தூங்கப் போய்விட்டேன். லேசாக கண்ணயர்ந்தபோது ஜெனரலம்மாவிடமிருந்து தொலைபேசி அழைப்பு வந்திருப்ப தாக அறிந்தேன். நான் மிகவும் சோர்ந்துபோயிருப்பதாகவும் காலையில் எழுந்ததும் உடனே அவரைத் தொடர்பு கொள்வ தாகவும் தெரிவித்துவிடச் சொன்னேன். மறுநாள் காலையில் சபைத்தலைவியைத் தொடர்பு கொள்வதற்குள் அவரே என்னை அழைத்துச் சொன்னார்:

ஆமென்

"ஜெஸ்மி, நாளைக்கே நீ டிவைன் தியான மையத்திற்குப் போய் ஜெபம் செய்ய வேண்டும். போவதற்கு முன்பு, 'நீண்ட விடுப்பு' போட்டு விட வேண்டும். கல்வியாண்டின் அடுத்த கட்டம் ஆரம்பிக்கும்போது நீங்கள் பிரின்சிபால் நாற்காலியில் இருக்கக்கூடாது. டாக்டரைப் பார்த்து மருந்து சாப்பிடுவதற்கான ஏற்பாடுகளை நான் செய்திருக்கிறேன். நாங்கள், ஃபாதர் பனைக்கலைப் பார்த்தோம். ஜெஸ்மி சொன்னதெல்லாம் பொய்யென்று அவர் எங்களிடம் சொன்னார். உங்களைப் பொறுப்பிலிருந்து நீக்க அவர் எங்களுக்கு அனுமதியளித்திருக் கிறார். உங்களுடைய அம்மாவும் சகோதரனும் உங்களை டாக்டரிடம் கொண்டுபோய்க் காட்டுவதற்கு சம்மதித்துவிட் டார்கள். இனி வீட்டிலுள்ளவர்கள் உதவுவார்கள் என்று நீங்கள் நம்பவேண்டாம். ஜெஸ்மியை இப்போதிருக்கும் சிக்கலான மனநிலையிலிருந்து காப்பாற்றுவதற்காக என்ன வேண்டுமானா லும் செய்துகொள்ளும்படி உங்கள் சகோதரன் சொல்லிவிட்டார். இன்னும் ஒரு மணி நேரத்திற்குள் நான் மங்கலாபுரத்திற்குப் புறப்படுகிறேன். ஜனவரி ஒன்றாம் தேதிதான் திரும்பி வருவேன். என்னிடமிருந்து அதிகமான அறிவுரைகள் வேண்டுமென்றால் நான் திரும்பி வந்ததுமே என்னைத் தொடர்புகொள்ள வேண்டும்."

சம்பவங்கள் எல்லாம் ஏன் இப்படித் தலைகீழாகத் திரும்பி விட்டன என்று எனக்கு ஆச்சரியமாக இருந்தது. முதல் நாள் நான் படுத்துவிட்டேன் என்று சொன்ன பிறகு அவர் யாருக் கெல்லாமோ ஃபோன் போட்டுப் பேசியதாக அறிந்தேன். எல்லாமே முடிந்துபோய்விட்டதை நான் உணர்ந்துகொண்டேன். கண்ணீருடன் நான் என்னுடைய அம்மாவை அழைத்தபோது அம்மா சொன்னாள்:

"மகளே, ஜெனரலம்மா சொன்னது அத்தனையும் பொய். மாமாவின் மரணச்சடங்கில் கலந்து கொள்வதற்காக வந்த நானிப்போது மட்டத்திலிருக்கிறேன். மதர் என்னை அழைத்து, உங்களுடைய பிள்ளைகள் அனைவரும் ஜெஸ்மிக்கு சிகிச்சை யளிக்க அனுமதி தெரிவித்திருக்கிறார்கள் என்று சொன்னார். இனி, நீங்கள் மட்டும்தான் அனுமதி தரவேண்டும் என்றும் சொன்னார். என்னுடைய பிள்ளைகள் நிச்சயமாக அப்படிச் சொல்லியிருக்கவேமாட்டார்கள் என்று நான் சொல்லிவிட்டு அவர்களிடம் கேட்டேன். நாங்கள் அப்படிச் சொல்லவே இல்லையென்று உறுதியாகச் சொல்லிவிட்டார்கள். ஜெனரலம்மா வின் பொய்யைக் கேட்டு ஜோஷின் மனைவி ரொம்ப கோபத்துட னிருக்கிறாள்."

தப்பிப்பிதற்கு இனி சில மணி நேரம்தானிருக்கிறது என் பதைப் புரிந்துகொண்டேன். நாளை எனக்குத் தியானத்திற்குப் போகவேண்டியதிருக்கும். டிவைன் மையத்தில் எந்த மருந்தைத் தருவார்களென்றே சொல்லமுடியாது. எனக்குத் தெரியும், என் அக்கா பல வருடங்களுக்கு முன் அங்கே எதையெல்லாம் தாங்கிக்கொண்டாள் என்று. அங்குள்ள அதிகாரிகளின் நிர்ப்பந்தங் களிலிருந்து நான் தப்பிக்கவே முடியாது. அப்போதுதான் எனக்கு ஒரு நண்பனின் நினைவு வந்தது. அவனிடம் ஏற்கனவே, என்னை பிரின்சிபால் பதவியிலிருந்து நீக்கப்போவதையும் எனக்கு மன நோய்க்கான மருந்து தரவிருப்பதையும் விளையாட்டாகச் சொல்லி யிருந்தேன். அவனை அழைத்து தற்போதைய நிலைமைகளைச் சொன்னேன். அவன், தன்னுடைய ஒரு நண்பனிடம் அறிவுரை கேட்கலாமென்று சொன்னான். அந்த நண்பர் என்னை அழைத்து தற்காத்துக் கொள்வதற்கான சில வழிமுறைகளைச் சொன்னார். திருமதி. சாராஜோஸஃப் என்னைத் தொலைபேசியில் தொடர்பு கொண்டு தன்னுடைய ஆதரவைத் தெரிவித்துக்கொண்டார். என்னுடைய சகோதரனின் தொலைபேசி எண்ணை அவரிடம் கொடுத்து அவனைத் தொடர்புகொள்ளும்படி சொன்னேன். சிறிது நேரத்தில் என் சகோதரன் வந்தான். விஷயங்களைக் கவனமாகக் கேட்டுவிட்டுச் சொன்னான்: “வீட்டிற்கு வருவதாக இருந்தால் பிற்பகல் மூன்று மணிக்கெல்லாம் தயாராக இரு.” நானும் சரியென்றேன். என்னுடைய சான்றிதழ்களின் ஒரிஜின லுடன் இயேசுவின் குரோட்டாவின் உள்ளிருக்கும் பரிசுத்த மாதாவிடமும் விடைபெற்று இயேசுவின் கரங்களைப் பற்றிக் கொண்டு கல்லூரிப் படிகளில் இறங்கினேன். சிஸ்டர்கள் வருடாந்திர ஜெபத்தில் பங்கெடுப்பதற்கான விடுமுறையிலிருந் தார்கள். தியான மையத்தில் ஐந்து நாள் ஜெபத்தில் நான் கலந்துகொள்ள வேண்டியதிருந்ததால் இதில் கலந்துகொள்ளாம லிருக்க முடியும். இண்டர்காமில், ஒரு அத்தியாவசிய காரண மாக நான் என்னுடைய சகோதரனுடன் வீட்டிற்குப் போவதாக மடத்துத் தலைவியிடம் சொன்னேன். அவரிடமிருந்து பதிலை எதிர்பார்க்காமல் வீட்டிற்குக் கிளம்பிவிட்டேன். இதுதான் அந்தத் தகர்க்க முடியாத கோட்டைக்குள்ளிருந்து வெளியேற நான் எடுத்துக் கொண்ட முதல் முயற்சி.

14

நான் வீட்டிற்கு வந்து சேருவதற்குள் அம்மாவை மட்டத்திலுள்ள அவளது சகோதரனின் வீட்டிலிருந்து திரும்பவும் திருச்சூருக்கு அழைத்துக்கொண்டு வந்திருந்தார்கள். நடக்கவிருக்கும் சம்பவங்களின் மிக மோசமான அம்சங்களைப் பற்றி யோசித்தபடியே மனச் சஞ்சலத்துடன் வீட்டிற்கு வந்து சேர்ந்தேன். என்னுடைய அம்மாவும் சகோதரர்களும் அவர்களுடைய மனைவிமார்களும் என்னை வரவேற்ற விதம் மனதுக்கு மிகவும் ஆறுதலாக இருந்தது. என்னிடம் உடுத்தியிருந்த ஆடைகளைத் தவிர வேறெதுவுமில்லை. ஆனால், என்னுடைய சகோதரன் நான் எப்போதுமே புனித உடையைத்தான் அணிந்திருக்க வேண்டுமென்றும் அம்மாவின் பக்கத்தில்தான் இருக்க வேண்டுமென்றும் சொன்னான். ஆகவே, ஒவ்வொரு நாளிரவும் அந்த உடைகளைத் துவைத்து மின் விசிறியின் கீழ் உலரப்போட வேண்டியதிருந்தது. அப்போது நான் குடும்ப உறுப்பினர்களைத் தவிர வேறு யாரையும் பார்ப்பதில்லை. இந்நாட்களில் என்னுடைய மிகப்பெரிய சோகம் என்னவென்றால் எனது சகோதரியின் எனக்கெதிரான மனோபாவம்தான். அவள் என்னுடைய கல்லூரியில்தான் வேலை பார்த்து வந்தாள். அங்குள்ள சிஸ்டர்கள் குறிப்பாக, மதர் சுப்பீரியர் அவளிடம் 'பிரத்தியேக நட்பு' வைத்து அவளை எனக்கெதிராகத் திருப்பியிருந்தார். சுப்பீரியரும் அவரது உதவியாளரும் வீட்டிற்கு வந்த போதும் நான் என்னுடைய அறையிலிருந்து வெளியே வரவில்லை. ஆனால், என்னுடைய சகோதரன் என்னை அவர்கள் பார்க்க வேண்டுமென்றும் இல்லையென்றால் நான் இங்கே கிடையாதென்று நினைத்துவிடப் போகிறார்கள் என்றும் சொன்னான். மேற்படி மதர் ஜெனரல், மங்கலா புரத்திலிருந்தார். இந்நிலையில், என்னுடைய விஷயத்தில்

ஏதாவதொரு முடிவெடுக்க வேண்டுமென்றால் அவர் திரும்பி வந்த பிறகுதான் முடியும்.

ஜனவரி, ஒன்றாம் தேதி இயேசுவின் திருநாம திருநாளன்று தான் என்னுடைய திருவிருந்து. மாணவிகளும் பேராசிரியைகளும் பெற்றோர் ஆசிரியர் சங்கத் தலைவரும் மற்ற சிஸ்டர்களும் பொதுவாக கல்லூரியில் வைத்துதான் திருவிருந்தினைக் கொண்டாடுவார்கள். ஆனால், இந்தத் தடவை நான் வீட்டில் ஒளிந்திருந்ததால் திருப்பலிக்குக்கூட போக முடியவில்லை. ஜனவரி மூன்றாம்தேதி, சிஎம்சியின் ஸ்தாபகர் ஆசீர்வதிக்கப் பட்ட சாவரை குரியாக்கோஸ் ஏலியாஸ் ஃபாதரின் திருவிருந்து. ஒவ்வொரு வருடமும் ஒல்லூர் ஆலயத்தில் வைத்துதான் என்னுடைய சகோதரி இந்த விருந்தினைக் கொண்டாடுவாள். அம்மாவுடன் நான் ஒல்லூர் ஆலயத்தில் திருப்பலிக்குச் சென்றேன். என்னுடைய பேட்சைச் சேர்ந்தவள் என் பின்னால் நின்றுகொண்டிருந்தாள். இவளது கண்களில் நான் படாமலிருப்பதில் அம்மா கவனமாக இருந்தாள். அன்று நான் அப்பாவின் கல்லறைக்கும் ஏழாவது மாதத்தில் இறந்துபோன என்னுடைய சகோதரனின் மகள் அனுமோளின் கல்லறைக்கும் போய் சிஎம்சியை விட்டு வருவதற்கு அவர்களுடைய அனுக்கிரகத்தையும் உதவியையும் கேட்டுப் பிரார்த்தனை செய்தேன். பிறகு, இறந்துபோன அக்காவிடம் என்னுடைய நோக்கத்திற்காகப் பிரார்த்தனை செய்ததுடன் நான் மிகவும் அன்பு காட்டவும் ஆதரிக்கவும் செய்கிற சாவரை ஃபாதரிடம் விடைபெற்றேன். பைபிளின் அறிவிப்புகளும் சிஎம்சியை விட்டு வெளியேறுவதற்கான அறிகுறிகளை எனக்குத் தந்து கொண்டிருந்தன. இப்படியான ஒரு ‘நரக'த்திற்கு என்னை இனி அனுப்பி வைக்கப் போவதில்லையென்று அம்மாவும் உறுதியாகச் சொல்லிவிட்டாள்.

இதனிடையே என்னுடைய சகோதரன், மத்யஸ்தம் பேசுவதற்காக ஒரு புரோகிதரை அழைத்துக்கொண்டு வந்தான். அவர், ஒரு வருட காலம் நான் குருசு மலையில் போய்ப் பிரார்த்தனை செய்வதுதான் நல்லதென்று சொன்னார். நான் உடனே அதற்குச் சம்மதம் தெரிவித்துவிட்டேன். துங்குழி ஃபாதரைப் போய்ப் பார்த்து ஒரு வருட பிரார்த்தனைக்குச் செல்வதற்கான அனுக்கிரகம் வாங்க வேண்டுமென்று சகோதரன் சொன்னான். அப்பாய்ன்மெண்ட் வாங்கிவிட்டு நானும் அம்மாவும் அவரைப் போய்ச் சந்தித்தோம். அண்மைக்காலங்களில் கிடைத்த கசப்பான அனுபவங்களையெல்லாம் அவரிடம் விவரிக்கும்போது அழுதுவிட்டேன். கடைசியில் குருசுமலைக்குப் போவதற்கான அனுமதியைக் கேட்டேன்.

"ஜெஸ்மி, உனக்கு மனநிலை சரியாக இருக்கிறதா இல்லையா என்பதை உன்னால் புரிந்துகொள்ள இயலாது. இதை மற்ற சிஸ்டர்களால்தான் புரிந்துகொள்ள முடியும். ஆகவே, நீ பிரார்த் தனைக்குப் போகவேண்டிய நேரம் இதுவல்ல. முடிந்தவரைக் கும் சீக்கிரமாக நீ ஒரு டாக்டரைப் பார்த்து சிகிச்சையைத் தொடங்க வேண்டும்."

அவருடைய பதில் இதுதான். அம்மா சொல்வதற்கு இவர் காது கொடுக்கவில்லையென்பது மட்டுமல்ல, அம்மாவை ஏறிட்டுப் பார்க்கவும்கூட இல்லை. சிறு அளவிலாவது கவன மெடுப்பதுடன் பிரச்சினையைப் பரிவுடன் அணுகுவாரென்று எதிர்பார்த்து வந்திருந்த அம்மா இந்தச் சந்திப்பு முடிந்த பிறகு மிகுந்த வருத்தத்திலாழ்ந்தாள்.

ஆனால், மதர் ஜெனரல், புரொவின்ஷியல் ஹவுசுக்கு வந்ததும் என்னுடைய அண்ணனைப் பேச்சு வார்த்தைக்கு அழைத்தார்கள். எக்காரணம்கொண்டும் எனக்கு எந்தவிதமான மருந்தையும் கொடுப்பதில்லை என்ற வாக்குறுதியை அவர்களிட மிருந்து அண்ணனால் பெறமுடிந்தது. ஜெஸ்மியை எந்த நிபந்தனைகளுமின்றி திரும்பச் சேர்த்துக்கொள்வதாக அவர்கள் உறுதியளித்தார்கள். இதையறிந்ததும் என்னை மடத்திற்குத் திரும்பவும் அனுப்பி விடாதீர்களென்று அம்மாவிடம் கெஞ்சி னேன். அம்மாவும் சம்மதித்தாள். அப்படியே, திரும்பவும் என்னை அனுப்பிவைப்பதாக இருந்தால் ஜெனரலேட்டிற்கு அழைத்துச் செல்கிற வழியில் நான் எங்காவது தப்பி ஓடி விடுவேன் என்றும் சொன்னேன். இதற்கு ஒருவேளை, இயலாமல் போனால் என்னுடைய வாழ்க்கையையே முடித்துக்கொள் வேன் என்றேன். அப்போது, என்னுடைய குடும்பத்திலுள்ள ஒரு உறுப்பினர் சொன்னார்:

"மேமியக்கா யாருடனாவது ஓடிப்போகவோ யாரையாவது கல்யாணம் செய்யவோ செய்வது இதை விட நல்லது. அப்படி யென்றால் எங்களுக்கொரு சுமையாவது குறைந்திருக்கும். வீட்டிற்கு வருவதை விட தற்கொலை செய்வது நல்லது. கொஞ்ச நாட்கள் வருத்தமிருக்கும். பிறகு மறந்து போய்விடுமல்லவா?"

இதை எல்லாவற்றையுமே அம்மா எதிர்த்துப் பேசினாலும் குடும்பத்தினுடைய ஒரு பொது மனோபாவத்தை என்னால் புரிந்துகொள்ள முடிந்தது. மறுநாள், அம்மா, அண்ணன், அண்ணி, சித்தப் பாவின் மகன் ஆகியோருடன் நான் புரொவின்ஷியல் ஹவுசிற்கு அழைத்துச் செல்லப்பட்டேன். என்னுடைய தோழி கள், ஆஷாவும் ஸ்மிதாவும் சமூகத்தின் பிரதிநிதிகளாக புரொவின் ஷியல் ஹவுசுக்கு வருதாகவும் எனக்குத் துணையாக மட்டுமே

அவர்கள் இருப்பார்களென்றும் சொல்லப்பட்டது. நூறு சதவிகிதம் சம்மதமிருந்தால்தான் என்னைத் திரும்ப கான்வென்ட்டிற்கு அனுப்புவார்களென்றும் உறுதிபடத் தெரிவிக்கப்பட்டது.

என்னைப் பார்த்ததுமே மதர் ஜெனரல் கட்டித் தழுவிய துடன் தொலைபேசியில் பேசியதையெல்லாம் மறுத்தார். எதற்காக இப்படிச் செய்தார் என்று எனக்கு விளங்கவில்லை. அதன்பிறகு என்னை புரொவின்ஷியல் அறைக்கு அழைத்துச் சென்றார்கள். அவரும் ஆரத் தழுவிக்கொண்டு திரும்பவும் என்னை மடத்திற்கு வரச்சொல்லி அழைத்தார். நானுட்பட அனைவரும் அழுதோம். இது, மனதை நெகிழச் செய்கிற ஒரு காட்சியாக இருந்தது. என் அம்மாவும் குடும்பத்தினரும் திரும்பச் சென்றார்கள். மீண்டும், நான் கல்லூரியில் சேர்த்துக்கொள்ளப் பட்டேன். இரண்டு சிஸ்டர்கள் என்னை அழைத்துக்கொண்டு போய் முதல்வரின் நாற்காலியில் உட்கார வைத்தார்கள். தனிப்பட்ட முறையிலான பிரார்த்தனைக்கென்று நான் ஒரு மாத விடுமுறைக்கு விண்ணப்பித்து அது அங்கீகரிக்கப்பட்டது. எனக்கெதிராக இருந்த, புதிதாக நியமிக்கப்பட்ட ஒரு ஆசிரியை தவிர என்னுடைய சிஸ்டர்கள், ஆசிரியைகள், மாணவிகள் எல்லோருமே என்னை மனப்பூர்வமான அன்புடன் வரவேற் றார்கள். மொட்டைக் கடிதத்தின் பின்னால் இயங்கியதாக நான் சந்தேகித்த சிஸ்டரிடமும் பெரிய அளவிலான மாற்றம் தென்பட்டது. இவரும் என்னிடம் மிகவும் அன்பாகவும் நெருக்க மாகவும் நடந்துகொண்டார். ஹாஸ்டலில் சமையல் வேலை செய்கிற, என்னுடைய தாய்க்குச் சமமாக நான் கருதுகிற மரியாக்குட்டி அக்காவும் செலீனா அக்காவும் என்னை அளவு கடந்த அன்புடன் வரவேற்றார்கள். லோக்கல் சுப்பீரியருக்கு நான் திரும்பி வந்தது பிடிக்கவில்லையென்றாலும் அவர் நடந்துகொண்ட முறை, அவரைச் சிறந்த நடிகைக்கான விருதுக்குத் தகுதியுள்ளவராகக் காட்டியது.

பிரார்த்தனைக்காக நான் தேர்வு செய்த எல்லா இடங்களும் ஒன்றன்பின் ஒன்றாக நிராகரிக்கப்பட்டன. குருசு மலையும் சமீக்ஷயும் நல்ல குளிரான பகுதிகள். ஆகவே, அங்குச் செல்ல அனுமதி கிடைக்கவில்லை. ஒருவழியாக சமீக்ஷா ஏற்றுக்கொள்ளப்பட்டது. ஆனால், ஒரு வாரம் மட்டுமே தங்கியிருக்க அனுமதித்தார்கள். ஆகவே, இந்த நாட்களுக்கான விடுமுறை எடுத்தால் போதுமென்றுதான் நினைத்திருந்தேன். ஆனால், ஒருமாத விடுமுறை போடும்படி புரொவின்ஷியல் கட்டாயப்படுத்தியது. அப்படியென்றால் நான் இல்லாத தருணத் தில் கல்லூரி ஆண்டு விழா கொண்டாட்டங்கள் நடக்கும். பிரின்சிபால் இல்லாமலேயே நடக்கிற காலேஜ் டே பற்றி

ஆமென்

நான் இன்றுவரை கேள்விப்பட்டதில்லை. ஒரு மாத விடுமுறை எடுக்க வேண்டுமென்கிற அவர்களுடைய கட்டாயத்தின் பின்னாலிருக்கும் உண்மையான நோக்கம் தெளிவானது. அவர்களுடைய இந்தத் தந்திரம் என்னுடைய அண்ணனுக்கு நன்றாகவே தெரியும். இருந்தாலும் என்னிடம் அதற்குப் பணிந்துபோகும்படி சொன்னான். நான் அவனிடம் கேட்டேன்: “புலியிடமிருந்து காப்பாற்றி நீ என்னை புலிவனத்தில் கொண்டுவந்து சேர்த்து விட்டாயல்லவா?”

ஒருமாத விடுமுறையில் நான் சமீக்ஷாவுக்குப் போனேன். சேசு சபைப் பாதிரிமார்கள் நடத்துகிற, அமைதியான, பிரார்த்தனைக்குப் பொருத்தமான ஆஸ்ரமம் சமீக்ஷா. இங்கே எனக்கு உபதேசம் செய்வதற்காக சிஎம்சி அதிகாரிகள் ஒரு சிஸ்டரின் சகோதரனாகிய பாதிரியாரை ஏற்பாடு செய்திருந்தார்கள். ஆனால், நான் என் அனுபவங்களைப் பகிர்ந்துகொண்டதும் அவர் எனக்கு அரசியல் தொடர்புகளிருப்பதாக நினைத்து, உபதேசம் செய்வதற்குப் பயந்து மறுத்துவிட்டார். இப்படியாக, எங்கள் மதர் புரொவின்ஷியல் தேர்வு செய்த ஃபாதரை வைத்து உபதேசம் செய்ய நினைத்த இந்தத் தந்திரத்திலிருந்து நான் தப்பிவிட்டேன். சமீட்சாவில் இருக்கும்போது நான் மனநோய் மருத்துவ மனையில் இருக்கிறேனா என்பதை அறிந்துகொள்ளும் நோக்கத்துடன் ஒரு கல்லூரி ஆசிரியை என்னைத் தொடர்பு கொண்டார். அவருடைய பிரின்சிபால்தான் இப்படிச் சொன்னாராம். நான் மனநோய் சிகிச்சையிலிருப்பதாக தன்னுடைய நண்பன் சொன்னான் என்று இன்னொருவரும் என்னிடம் விசாரித்தார். இதன் பின்னணியிலிருப்பவர்கள் யார்? நிச்சயமாக என்னுடைய குடும்பத்தினரோ நண்பர்களோ கிடையாது. ஆகவே, இப்படியான வதந்தியைக் கிளப்புவதன்மூலம் லாபம் அடைகிற யாரோதான் இதைச் செய்கிறார்கள்.

ஜெபக்கூடத்திற்கு வந்த நான் தொடர்ந்து மூன்று நாட்களை ஆலயத்தில் செலவழித்தேன். அங்கே கண்ணாடிக் கதவினூடே தெரிவதுபோல் நற்கருணை சொரூபம் வைக்கப்பட்டிருந்தது. நான் அவரிடம் எதையுமே பிரார்த்திக்கவில்லை. மாறாக, அவரையே பார்த்துக்கொண்டிருந்தபடியே ஒன்று மட்டும் கேட்டேன்: “ஒரு வார்த்தைகூட நான் உம்மிடம் பிரார்த்திக்கப் போவதில்லை. நீர் நேரடியாக என்னிடம் பேசியே ஆகவேண்டும். உம்முடைய வாக்குகளை மட்டுமே நான் நம்புவேன்.”

மூன்று நாட்கள் எதுவுமே நிகழவில்லை. மூன்றாவது நாள் சாயங்காலம் அவர் கண்களைத் திறந்தார். உதடுகளை அசைத்தார். என்னிடம் அருளிச் செய்தார்:

“ஏன் நீ 26 ஆண்டுகளாக மடத்தில் இருந்ததாகச் சொல்கிறாய்? சிஎம்சிக்காக நீ வீட்டைவிட்டு வந்து எத்தனை வருடங்களாகின்றன என்பதை எண்ணிப்பார்.”

நான் கணக்குப்போட்டுப் பார்த்தபோது 33 என்ற இலக்கம் வந்தது. அதிர்ந்துபோனேன். இயேசு, மனித புத்திரனாக இந்த பூமியில் வாழ்ந்த காலம் 33 ஆண்டுகள்தான்.

“ஜெஸ்மி, உன்னுடைய சிஎம்சி வாழ்க்கை முழுமையடைந்துவிட்டது. இதுவரை நீ மிக மோசமான அனுபவங்களினூடே வாழ்ந்திருக்கிறாய். இப்போது நீ என்னுடைய அதே வயதின் மரண அனுபவத்தினூடே கடந்து போய்க்கொண்டிருக்கிறாய். சிஎம்சியைப் பொருத்தவரைக்கும் நீ மரணித்துக் கொண்டிருக்கிறாய். யாரையுமே குறை சொல்லத் தேவையில்லை. இதையெல்லாம் அவர்களினூடே செய்பவன் நான்தான்.”

“இயேசுவே, இனி நான் என்ன செய்யவேண்டும்?”

“34ஆம் வருடம் தொடங்குவதற்கு முன் நீ சிஎம்சியை விட்டு விலகிவிட வேண்டும். அதன் பிறகு உன்னுடைய வாழ்க்கை உன்னத சேவகத்தில்.”

“இயேசுவே, எங்கே, எப்போது, எப்படி?”

“ஜெஸ்மி, நீ ஆதரவற்றவர்களைப் பாதுகாக்க வேண்டியவள்.”

“நாதா, நீர் சொல்வது முரண்பாடாக இருக்கிறதே?”

“ஜெஸ்மி, உன்னுடைய உதவி தேவைப்படுபவர்கள் நிறைய பேரிருக்கிறார்கள்.”

நான் பலமணி நேரம் அவரது எதிரிலேயே அமர்ந்திருந்தேன். அதன் பிறகு அவரிடமிருந்து எனக்கு ஆறுதலும் மனத்திடமும் கிடைத்தன. நான் செய்ய வேண்டியவை குறித்த விவரங்கள் எனக்குத் தெரியவில்லை. “இயேசுவே, உம்முடைய மார்க்கத்தை எனக்குக் காட்டுவீராக! இயேசுவின் திரு இருதயமே, உம்மிடமே நான் பாதுகாப்பைக் கோருகிறேன்.” இதுவே என்னுடைய அடுத்த பிரார்த்தனையாக இருந்தது.

அவர் பேசியது எனக்கு மனஆறுதலைத் தந்தது. என்னைப் பைத்தியம் என்று சொல்பவர்கள் இதையும் அதனுடைய கூறாகவே கருதிக்கொள்ளுவார்கள். ஆனால், இயேசு சரியான நேரத்தில் அவருடைய வார்த்தைகளை அருளினார். சமீக்ஷாவிலிருந்த பத்து நாட்களுக்குப் பிறகு எனக்கு எங்குமே போக வேண்டியதிருக்கவில்லை. நான் தங்கியிருக்கும் இடத்தின் அருகிலுள்ள ஆற்றின் மறுகரையில் ஒரு தியானம் நடப்பதாக என்னுடைய தோழியாகிய ஒரு சிஸ்டர் சொன்னாள். பிரார்த்

தனைக்கிடையில் ஹைதராபாதிலிருந்து டெல்லிக்கு இடமாற்றம் கிடைத்த என்னுடைய உறவினரான பாதிரியார் ஜோஸஃப், எனது நினைவுக்கு வந்தார். இவரால் எனக்கு உதவ முடியும் என்று என் மனம் சொன்னது. அம்மாவிடம் பேசியபோது அவளும் இதற்கு உடன்பட்டாள். ஆனால், அவருடைய தொலை பேசி எண்ணை எப்படிக் கண்டுபிடிப்பது என்பதுதான் அடுத்த பிரச்சினை. ஒருமுறை, ஹைதராபாதிற்கு போகும்போது மொபைலில் பதிவு செய்து வைத்திருந்த அவரது எண்ணைக் கண்டுபிடித்தேன். அதில் 'நானிப்போது மிகவும் பிரச்சினைக் குள்ளாகி இருக்கிறேன்' என்று ஒரு தகவலை அனுப்பி வைத்தேன். ஒரு மணிநேர காத்திருப்பிற்குப் பிறகு அவர் தொடர்பு கொண்டார். அவரிடம் என்னுடைய இக்கட்டான நிலைமை யைப் பகிர்ந்துவிட்டு எதிர்காலத்தைக் குறித்து விவாதிக்க வேண்டுமென்ற ஆர்வத்தையும் தெரிவித்தேன்.

"ஜனவரி கடைசி வாரத்தில் மட்டுதான் எனக்கு ஓய்வு கிடைக்கும் ஜெஸ்மி."

"அப்படியென்றால் நான் அப்போது அங்கே வருகிறேன். இரண்டு அதிகாரிகளிடமிருந்து எப்படி அனுமதி வாங்க முடியும் என்பதுதான் பிரச்சினை ஃபாதர்."

நான் இயேசுவின் உதவியை நாடினேன்.

"இயேசுவே, நான் அங்கே போகவேண்டும் என்று நீர் விரும்புவதாக இருந்தால் எனக்கு உதவி செய்வீராக."

எரணாகுளத்திலிருந்து டெல்லிக்கு ஒரு டிக்கெட் முன்பதிவு செய்யும்படி என்னுடைய நண்பர் லினக்சிடம் சொன்னேன். அனுமதி கிடைக்கவில்லையென்றால் அதை ரத்து செய்து விடலாம் அல்லவா? தைரியத்தைத் திரட்டிக்கொண்டு மதர் ஜெனரலைக் கூப்பிட்டுப் பேசினேன். புரொவின்ஷியல் அனு மதிக்கிற பட்சத்தில் தனக்கு எதிர்ப்பில்லையென்று அவர் சொல்லிவிட்டார். மாநிலப் பிரிவைத் தொடர்புகொண்டேன். பிறகு, ஃபாதரை அழைத்து மதர் ஜெனரலிடமும் மதர் புரொவின் ஷியலிடமும் பேசமுடியுமா என்று கேட்டேன். ஏராளமான தொலைபேசி அழைப்புகளுக்கும் விவரணைகளுக்கும் முடிவில் எனக்கு அனுமதி கிடைத்தது. மதர் புரொவின்ஷியல் அவருடைய காரையும் இரண்டு சிஸ்டர்களையும் எனக்கு உதவியாக ரயில்வே ஸ்டேஷன்வரைக்கும் அனுப்பி வைத்தார். டெல்லியின் கடுங்குளிரில் நான் 11 நாட்களைக் கழித்தேன். முதல் நாளன்றே மனநிலைக் கோளாறுக்கான சிகிச்சையி லிருப்பதாக ஊரில் பிரச்சாரம் செய்துகொண்டிருந்த என்னுடைய அண்டைவீட்டுக்காரியான முதல்வரை நான் சந்திக்க நேர்ந்தது.

அவளுடைய முதல்வர் நாற்காலிக்கு ஆபத்து வந்தபோது நான் மிகுந்த ஆதரவுடன்தான் அவளிடம் நடந்துகொண்டேன்.

இந்நாட்களில் நடந்த எல்லாவற்றையும், இயேசு என்னிடம் தெரிவித்தது உட்பட, சாமியாரிடம் வெளிப்படையாகச் சொன்னேன். அவர் இதை நம்பவில்லை என்றாலும் என்னிடம் எந்தவிதமான உடனடி முடிவுகளையும் மேற்கொள்ள வேண்டா மென்றும் யூத் மினிஸ்ட்ரியில் தன்னுடனிணைந்து சேவை செய்வதற்காக இரண்டு வருட விடுமுறை வாங்குவதுதான் நல்லதென்றும் உபதேசித்தார். மதர் ஜெனரலும் மதர் புரொவின் ஷியலும் விரும்பியதும் இதுதானே? ஆகவே, இதற்குச் சம்மதித்தார்கள்.

கல்லூரிக்குத் திரும்பிவந்த நான் மதர் புரொவின்ஷிய லிடம் விண்ணப்பத்தை சமர்ப்பித்தேன். அதை அவர் கவுன்சில் அனுமதியுடன் மதர் ஜெனரலின் அங்கீகாரத்திற்காக அனுப்பி வைத்தார். அதிகாரபூர்வமான அனுமதி கிடைத்ததும், நீண்ட விடுமுறைக்காக விண்ணப்பிக்கத் தயாரானேன். உபவாச காலம் நெருங்கிக்கொண்டிருந்ததால் இயல்பாகவே, மார்ச் மாத இறுதியில் விடுமுறை பெறலாம் என்று கருதியிருந்தேன். அதாவது ஈஸ்டருக்குப் பிறகு. ஆனால், புரொவின்ஷியல் என்னைக் கூப்பிட்டு முடிந்தவரைக்கும் சீக்கிரமாக விடுமுறை எடுக்கும்படி கேட்டுக்கொண்டது. உண்மையில் நான் அழுதே விட்டேன். வீட்டிற்குப்போய் விஷயத்தை அம்மாவிடம் சொன்னேன். அப்போது அங்கே வந்த என்னுடைய அண்ணன் மகன் என்னை ஆறுதல்படுத்திவிட்டுச் சொன்னான்:

“மாமி, அவர்களுக்கு வேண்டாமென்றால் எதற்காக நீங்கள் கடித்துத் தொங்கிக்கொண்டிருக்க வேண்டும்? ஆன்ட்டி, நன் கொடையையும் கட்டாய வசூலையும் இல்லாமல் செய்து விட்டீர்கள் அல்லவா? ஆகவே, இப்படியான ஒரு முதல்வர் அவர்களுக்குத் தேவையில்லாமல் இருக்கலாம். நிச்சயமாகவே பணத்திற்கும் அதிகாரத்திற்கும் பின்னால்தான் திருச்சபை நிற்கிறது. சீக்கிரமாகவே அவர்கள் இதையெல்லாம் திரும்பக் கொண்டுவந்துவிட நினைத்திருக்கலாம். இதற்கு நீங்கள் அங்கே இருக்கக்கூடாது. சூழ்நிலையைப் புரிந்துகொண்டு சீக்கிரமாக இடத்தைக் காலி செய்துவிடுங்கள்.”

எனக்குத் தேவையான மனவுறுதி கிடைத்தது. டெல்லியில் அருட்தந்தையை அழைத்து விவரங்களைத் தெரிவித்ததும் அவர் சொன்னார்:

“இனிமேலும் அங்கே இருக்க வேண்டாம். ஜெஸ்மி, தங்குவதற் கான ஒரு இடத்தை நான் சீக்கிரமாகவே ஏற்பாடு செய்கிறேன்.”

மதர் புரொவின்ஷியலை தனிப்பட்ட முறையில் சந்திப்பதற்காக நான் புரொவின்ஷியலேட்டிற்குச் சென்றிருந்தேன். ஆனால், அவர் என்னை கவுன்சிலர்களுடன் சேர்ந்து மட்டுமே பார்க்கத் தயாராக இருந்தார். ஒரு வாரத்திற்குள் நான் டெல்லிக்குப் போகவிருப்பதைப் பற்றி அவரிடம் சொன்னேன்.

“ஜெஸ்மி, நீ கேட்டதால்தான் நான் உனக்கு அனுமதி தந்திருக்கிறேன்.” எவ்வளவு முரண்பாடான வார்த்தைகள்? நான் உடனே திருப்பியடித்தேன்:

“மதர் உடனடியாகப் போவதற்கு நான் விரும்பவில்லையே? ஆனால், உடனடியாகப் போக வேண்டுமென்பது உங்களுடைய விருப்பமல்லவா?”

இயேசு கத்ஸமேனியில் சொன்னதுபோல் இப்படிச் சொல்வதற்கான மனவுறுதி கிடைப்பதற்காகத்தான் நான் பிரார்த்தனை செய்துகொண்டிருந்தேன்.

“இந்தக் கோப்பையை என்னிடமிருந்து விலக்குங்கள். இருந்தாலும் என்னுடைய விருப்பமல்ல, தங்களுடைய விருப்பம் நிறைவேறட்டும்.”

“ஜெஸ்மி நீ உடனே விடுமுறை எடுக்க வேண்டுமென்றுதான் நான் சொன்னேன். ஈஸ்டருக்கு முன் நீ டெல்லிக்குப் போய்விட வேண்டுமென்று நான் சொல்லவே இல்லை.”

“லீவெடுத்து விட்டு ஈஸ்டர் வரைக்கும் நான் இந்த மடத்தில் ஒரு மூலையில் உட்கார்ந்திருக்க வேண்டுமென்று நீங்கள் சொல்கிறீர்களா? ஈஸ்டர்தான் எல்லா இடங்களிலும் நடக்குமே? டெல்லியிருந்தாலும் அதைக் கொண்டாடலாம். ஆனால், புத்தாண்டில், என்னுடைய திருவிருந்தை மாணவிகளுடனும் ஆசிரியைகளுடனும் சிஸ்டர்களுடனும் கொண்டாட இயலவில்லையென்ற வருத்தம் எனக்கிருக்கிறது. மட்டுமல்ல, ஆண்டு விழா ஏற்பாடு செய்ய இயலவில்லையென்பதிலும் அன்றைய தினம் என்மீது அன்பு காட்டுபவர்களுடனிருக்க இயலாது என்பதுவும்தான் என்னுடைய வருத்தங்கள்.”

“நீ தொலைதூரத்திற்குப் போவதில் வருத்தப்படுகிறேன் ஜெஸ்மி. என்ன செய்வது, அப்படியெல்லாம் நிகழ்ந்துபோய் விட்டது.”

பைபிளில் சொல்லப்படுவதுபோல் நான் போவதுதான் உங்களுக்கு நல்லது. நான் போனால், பாரக்கலேத்தாய உங்களுக்காக அனுப்பலாம். உருவாக்கிய கைகளாலேயே உதககிரியை செய்வது போல் எனக்குத் தோன்றியது. கேட்பதற்கு எனக்குத் தயக்கம்தான். இருந்தாலும் கேட்கிறேன். எதற்காக நீங்கள்

என்னை பிரின்சிபாலாக ஆக்கினீர்கள்? அதே கைகளால் தூக்கி எறிவதற்காகவா? எல்லாமே தேவனின் இச்சைகள் தானென்று நினைக்கிறேன்.

நான் புறப்படும்போது அனைவரும், ஆட்டோ ரிக்ஷா வரைக்கும் என்னை வழியனுப்புவதற்காக வந்தார்கள். அவர்களிடம் நான் சொன்னேன்: "கவுன்சிலர்களும் புரொவின்ஷியலம்மாவும் ஏதாவதொருவகையில் என்னுடன் தொடர்புள்ளவர்கள்தான். புரொவின்ஷியலம்மா எனது அக்காவின் கணவருக்கு வேண்டப்பட்டவர். அஸி. புரொவின்ஷியலம்மா என்னுடைய ஆசிரியையும் தோழியுமாவார். மேற்படிப்புக்கான கவுன்சிலர் என்னுடைய வைஸ் பிரின்சிபால். கவுன்சிலர் ஃபார் ஸ்கூல் அட்மினிஸ்ட்ரேட்டர் என்னுடைய நம்பிக்கைக்குரியவர், ஹாஸ்பிட்டல் அட்மினிஸ்ட்ரேஷன் கவுன்சிலர் என்னுடைய பேட்சிக்கு முந்திய பேட்சிலுள்ளவர். மற்றொருவர் என்னுடைய முன்னாள் தோழி. இந்தச் சூழலில்தான் எனக்கு இந்த மோசமான நிலைமை வந்து சேர்ந்திருக்கிறது."

என்னுடைய வைஸ் பிரின்சிபால் சொன்னார்:

"என்னை ஆசீர்வதியுங்கள் ஜெஸ்மி. இது, என்னைச் சபித்துவிடாதே ஜெஸ்மி" என்று சொல்வதுபோல் என் காதுகளில் விழுந்தது.

யூதாசைப்போல் இவளை இப்படிச் சொல்ல வைத்தது குற்றவுணர்ச்சியாக இருக்கலாம். அவர்களை என்னால் ஆசீர்வதிக்க மட்டுமே முடியும். "இயேசுவே, தாங்கள் என்ன செய்கிறோமென்று அவர்கள் தெரியாமலிருக்கிறார்கள். அவர்களை மன்னித்து விடுவீராக!"

அப்போதுதான் அடுத்த பிரச்சினை வருகிறது. அவர்கள் என்னை எந்தத் தயவு தாட்சணியமுமில்லாமல் கல்லூரியிலிருந்து அனுப்புவது மட்டுமல்ல, நானிருக்கும்போதே அடுத்த பிரின்சிபாலை தேர்வு செய்யவும் வேண்டும். சாதாரண முறையில் நான் புதிய பிரின்சிபாலை ஏற்றுக்கொள்ளத் தயாராகவே இருந்தேன். ஆனால், பலவந்தமான இந்தப் புறக்கணிப்பு நடந்த இந்தச் சூழலில் இதை ஏற்றுக் கொள்வதற்கு நான் தயாராக இல்லை. அந்த சிஸ்டர் வரும்போது புத்தன் பள்ளியில் போய் அமர்ந்திருக்கும்படி அம்மாவும் வீட்டிற்குப் போகும்படி டெல்லியிலுள்ள ஃபாதரும் சொன்னார்கள். கடைசி நிமிடத்தில் அப்படியான ஒரு இன்சார்ஜ் நடக்காது என்று வைஸ் பிரின்சிபால் தெரிவித்ததால் அதிர்ஷ்டவசமாக எனக்கு எங்கேயும் ஓடி ஒளியவேண்டிய தேவை ஏற்படவில்லை.

என்னுடைய மாணவியான சிஸ்டரும், ஒரு பேட்ச் மேட்டும் மிகுந்த அன்புடன் சாதனங்கள் வாங்கவும் லக்கேஜ்களைக் கட்டவும் எனக்கு உதவியாக இருந்தார்கள். பல்வேறு ஃபைல்களிலும் முக்கியமான குறிப்புகளிலும் என்னுடைய கையொப்பம் தவிர்க்க முடியாத நிலையில் தேவைப்படுகிறது. ஆகவே, நான் மார்ச் இறுதியில் திரும்பி வரவேண்டும். மார்ச் 31க்கு கிட்டத் தட்ட இன்னும் மூன்று வாரங்கள் மட்டும்தானிருக்கிறது. இந்நிலையில் எதற்காக அவசரமாகப் புறப்பட்ட வேண்டும்? இந்த நியாயமான கேள்வி என்மீது அக்கறையுள்ள அனைவருக்குமே இருந்தது. டெல்லிக்குப் போகவும் அங்கிருந்து திரும்புவதற்குமான தேர்ட் ஏசி டிக்கெட்டை என்னுடைய ஸ்டூடண்ட் சிஸ்டர் முன்பதிவு செய்திருந்தாள். டெல்லியிலுள்ள ஃபாதர் எனக்கு மெஸ் கட்டணமும் வாடகையும் மட்டும் தருவதாக உறுதியளித்தார். கல்வித் துறையில் என்னுடைய செயல்பாடுகளுக்கான அங்கீகாரமாக 'கிருஹலக்ஷ்மி', மாவட்ட அளவிலான விருதுக்கு என்னைத் தேர்வு செய்திருப்பதாக அப்போது, பேரா. குஸுமம் என்னிடம் தெரிவித்தார். புரொவின்ஷியலுக்குப் பயம் வந்துவிட்டது. சமீப காலங்களில் நான் அனுபவித்த தண்டனைகளைப் பற்றியெல்லாம் எதையும் பேசிவிட வேண்டாமென்று எனக்கு நினைவுபடுத்திக்கொண்டே இருந்தது. இந்த நான்கு மாத காலமும் நடந்த என்னுடைய கதையை நன்றாக அறிந்த, ஊடகங்களில் பணியாற்றுகிற சில நண்பர்கள் அதை வெளியிடாமல் இதுவரையிலும் பாதுகாத்துக்கொண்டிருந்தார்கள். திடீரென்று என்னைப் பிரித்துவிட்டால் ஊடகங்கள் இதை செய்தியாக்கிவிடுமென்று தெரிந்திருந்ததால் இப்படியெல்லாம் எதையும் செய்துவிடாதீர்களென்று நான் கெஞ்சிய போது அதிகாரிகள் என்னை ஏளனம் செய்து சிரித்தார்கள். என்னுடைய அறியாமையாலும் அகங்காரத்தினாலும்தான் நான் இப்படிப் பெருமை பேசுவதாக அவர்கள் நினைத்தார்கள். விருது வழங்கும் நிகழ்ச்சியில் இளைஞர் இயக்கப் பணிகளுக்காக இரண்டு வருடகாலம் கேரளத்தை விட்டுப் போகவிருப்பதாக நான் மிகச் சாதாரணமான மனோபாவத்துடன் சொன்னேன். அப்போது என் பக்கத்தில் அமர்ந்திருந்த ஒரு இயக்கத்தின் தலைவி சொன்னார்:

"சிஸ்டர், நீங்கள் இங்குள்ள சிஸ்டர்களுக்கு ஒருவேளை தேவையில்லாதவராக இருக்கலாம்; ஆனால், எங்களுக்கு நீங்கள் வேண்டும். ஆகவே, சீக்கிரமாகத் திரும்பி வந்துவிடுங்கள்."

இந்த அன்பான வார்த்தைகளில் என்னுடைய இதயமே நிறைந்துபோய்விட்டது. டெல்லிக்குச் செல்கிற பயணம் மிக ஆரோக்கியமானதாகவும் பாதுகாப்பாகவும் அமைந்தது. வெடிகுண்டு மிரட்டலின் காரணமாக, ஃபாதர் ஜோஸஃபால் பிளாட்

பாமினுள் வர இயலவில்லை. சக பயணிகளான ஒரு சிபிஐ அதிகாரியும் ஓய்வு பெற்ற ஒரு அரசதிகாரியும் என்னுடைய பெரிய சுமைகளை வெளியே நின்றிருக்கும் ஃபாதரின் கார் வரைக்கும் கொண்டுவந்து சேர்க்க உதவினார்கள். மிகக் குறுகிய காலத்தினுள் ஒரு தங்குமிடத்தைக் கண்டறிவதில் நேர்ந்த சிரமங்களைப் பற்றி ஃபாதர் சொன்னார்:

"ஜெஸ்மி, மற்றொரு தங்குமிடத்தை ஏற்பாடு செய்வது வரையிலும் உன்னை எங்கள் புரொவின்ஷியல் ஹவுசில் தங்க வைக்கலாமென்றுதான் நினைத்திருந்தேன். ஆனால், யாரோ உன்னைப் பற்றிய சில தவறான தகவல்களை அங் கிருப்பவர்களிடம் சொல்லியிருக்கிறார்கள். பல்வேறு ரகசியத் தகவல்கள் கிடைத்திருப்பதாகவும் ஆகவே, உன்னை அங்கே தங்கவைக்க முடியாதென்றும் அதிபர் சொல்லிவிட்டார்."

நான் டெல்லியில் தங்குவது மனநோய் சிகிச்சை செய்து கொள்வதற்காக என்று சந்தேகப்பட்ட பிரின்சிபாலை இங்கே சந்திக்க நேர்ந்ததை நினைவுகூர்ந்தேன். நான் அந்தப் பக்கமாகப் போகும்போது இந்தப் பொய்யை அவள் ஒரு பாதிரியாரிடம் சொல்லிக்கொண்டிருப்பது என் காதுகளில் விழுந்தது. வதந்தி களும் தவறான குற்றச்சாட்டுகளும் நிரபராதியான ஒரு மனிதனின் வாழ்க்கையை எந்த அளவுக்குக் குலைத்துப்போடு கிறது? கடைசியில், ஃபாதர் என்னை நர்சிங் சிஸ்டர்கள் ஹாஸ்டலில் தங்க வைத்தார். அங்கே நான் தங்கியிருந்தது, எல்லா வசதிகளுமுள்ள அழகான ஒரு அறையில்தான்.

மூன்று மாத காலம்வரை எனக்கு எந்த வேலைகளும் கிடையாது. மத்தியானம்வரை நான் அறைக்குள் அமர்ந்து அழவோ, பழைய விஷயங்களை அசைபோடவோ அல்லது முகட்டைப் பார்த்தபடி படுத்திருக்கவோ செய்வேன். தேவை யில்லாமல் வெளியே இறங்கினால் எனக்கு எந்த வேலையும் கிடையாதென்பது மற்ற சிஸ்டர்களுக்குத் தெரிந்து போய்விடும். ஒரு பிரின்சிபால் இரண்டு வருட லீவில் டெல்லிக்கு வந்து வெறுமனே உட்கார்ந்திருப்பதென்பது எவ்வளவு சுவாரஸ்ய மான விஷயம்? மத்தியான சாப்பாட்டிற்குப் பிறகு நான் சாப்பலில் போய்ப் பிரார்த்தனையிலும் ஆராதனையிலும் நேரத்தைச் செலவிடுவேன். இந்நேரங்களில்தான் நான் இயேசு விடம் நேரான வழியைக் காட்டித் தரச்சொல்லி மன்றாடு வேன். அவர் எனக்குத் தெளிவுபடுத்தி, அருளியதன்படியான காரியங்களை அதுவரை எனக்குச் செயல்படுத்துகிற தைரிய மில்லாமலிருந்தது. அதுதான் அவருடைய விருப்பமாக இருக்கு மென்றால் அவரே அதை வழி நடத்திச் செல்லட்டும். இதனி டையே, டெல்லியின் கடுமையான வெப்பத்தைத் தாங்கமுடி யாத நிலையில் வேறு வேலையுமில்லை என்பதால் இரண்டு

வாரம் பெங்களூருக்குப் போயிருந்தேன். மனத்திடத்துடன் ஒரு வார்த்தைகூட எழுதுகிற தைரியம் எனக்கு அப்போதில்லை.

மடத்திலிருந்து சிஸ்டர்கள் எனக்கு பெரும்பாலான நாட்களிலும் ஃபோன் செய்வார்கள். அப்படித்தான் எரணாகுளம் புரொவின்ஷியலுக்குட்பட்ட அசோகபுரம் ஆஸ்பத்திரியில் வேலைபார்த்து வந்த என்னுடைய பேட்ச் மேட், கான்கிரிகேஷனிலிருந்து வெளியேற்றப்பட்டதாகக் கேள்விப்பட்டேன். இண்டர்னெட், சிடி, மொபைல் ஃபோன் வழியாக அவளுடைய ஆபாசப் படங்கள் வெளிவந்ததாகச் சொல்லி அவளை வெளியேற்றியிருந்தார்கள். அவளைப் பற்றிக் கேள்விப்பட்ட விஷயங்கள் என்னை மிகவும் பாதித்துவிட்டன. நடந்ததைப் பற்றியெல்லாம் நினைத்துப் புலம்பியபடியே பல இரவுகளை நான் தூக்கமில்லாமல் கழித்தேன். இயேசுவிடம் வருத்தங்களைப் பகிர்ந்து கொள்ளும்போது கேட்டேன்:

“இயேசுவே, உம்முடைய மனைவியர்களை மட்டும் ஏன் நீர் இப்படி அவமானத்திற்குள்ளாக்குகிறீர்? இதைத் தாங்கிக் கொள்ள இயலவில்லை, நாதா! எந்தப் பெண்ணுமே இதைத் தாங்கமாட்டாள். 26 வருட வாழ்க்கையை உம்மிடம் அர்ப்பணித்த ஒரு கன்யாஸ்திரியால் இப்படியான ஒரு நிலைமையில் எப்படி வாழ இயலும்?”

அவளுடைய துறவற வெள்ளிவிழாவுக்கு முன்பு, ஆலுவாவில் 25 நாட்கள் எங்களுடன் அவளும் இருந்தாள். ஒரு சிஸ்டர் எனக்கெழுதினாள்: மதர் ஜெனரலும் சிஎம்சி கான்கிரிகேஷனும் ஜெஸ்மிக்குச் செய்ததற்குப் பலனாக அந்த அதிகாரிகள் இப்போது அனுபவிக்க ஆரம்பித்திருக்கிறார்கள்.

“ஆனாலும், இதெல்லாம் ரொம்பவும் அதிகம், தேவா.” எனக்கு அழுகை வந்தது.

கல்லூரியிலுள்ள என்னுடைய ஒரு நண்பரிடமிருந்து பிரின்சிபால் இன்சார்ஜ், ‘பிரின்சிபால்’ என்றெழுதி கையொப்பம் வாங்குவதாக அறிந்தேன். விடுப்பிலிருந்தாலும் நானொரு கெஸட்டெட் அதிகாரி. ஆகவே, பல்கலைக்கழக அனுமதியுடன் டெல்லியிலுள்ள நர்ஸ்களின் சான்றிதழ் பிரதிகளை அட்டெஸ்ட் செய்து கொடுப்பதுண்டு. ஒரு கல்லூரியில் ஏக காலத்தில் இரண்டு முதல்வர்கள் இருக்க முடியாதல்லவா? ஆகவே, இந்த விஷயத்தை நான் ஃபாதர் ஜோஸஃபிடம் பேசியபோது அவர், இந்த விஷயத்தை கல்லூரி மானேஜராக இருக்கும் மதர் புரொவின்ஷியலுக்கு அதிகாரபூர்மாகத் தெரிவிக்கும்படி சொன்னார். என்னுடைய கடிதத்திற்கு ஒரு வார்த்தையோ பதில் கடிதமோகூட வரவில்லை. அதிகாரிகள், பிரின்சிபால் இன்சார்ஜை பிரின்சிபால் என்று கையொப்பம்

வாங்கத் தொடர்ந்து அனுமதித்துக் கொண்டிருந்தார்கள். மத மேதாவிகள் எந்தச் சட்டத்தையும் உடைத்தெறியும் தைரியமுள்ள வர்கள். அவர்களது அதிகார, பணபல மந்திரக்கோலைச் சுழற்றித் தப்பித்துக்கொள்வதற்கான ஏதாவதொரு மார்க்கத்தை அவர் களால் கண்டுபிடித்துக்கொள்ளவும் முடியும்.

இதனிடையே டெல்லியில் என்னை 'அக்னி' என்றொரு இளைஞன் வந்து சந்தித்தான். அவன் என்னுடைய கவிதைத் தொகுப்பை காஸ்மோ புக் ஸ்டாலிலிருந்து வாங்கிப் படித்திருக் கிறான். பிறகு, அமலா கல்லூரியில் என்னைப் பார்க்கச் சென்ற போது, அவர்கள் செயிண்ட் மரியா கல்லூரிக்குப் போகச் சொல்லியிருக்கிறார்கள். அங்கிருந்து என்னுடைய தொலைபேசி எண்ணைக் கேட்டு வாங்கியிருக்கிறான். நானிப்போது டெல்லி யிலிருப்பதாகவும் அறிந்திருக்கிறான். பி.டெக் முடித்துவிட்டு இந்தியாவைச் சுற்றிப் பார்த்த பிறகு சிவில் சர்வீஸ் தேர்வுக்குத் தயாராவதற்காக டெல்லிக்கு வந்த இடத்தில் என்னைத் தொலை பேசியில் தொடர்புகொண்டு நான் தங்கியிருக்கும் இடத்திற்கு வந்துசேர்ந்தான். இவன் என்னுடைய ஒரு வகுப்புத் தோழியின் மகன் என்பதையும் அப்போது நான் தெரிந்துகொண்டேன். இங்கே ஒரு கவிதை வாசிப்பு கிளப்பைக் கண்டு பிடித்து அங்கே வருகிற வாசகர்களின் முன்னிலையில் நாங்கள் இருவரும் கவிதை வாசிப்பதற்கான வாய்ப்பையும் உருவாக்கினான். அங்கே என்னுடைய கவிதைத் தொகுப்பிற்காக இருநூறு ரூபாயும், கவிதை வாசித்ததற்கான அன்பளிப்பும் தந்தார்கள். இவனிடமிருந்து என்னுடைய பழைய வகுப்புத் தோழியான இவனது அம்மாவின் தொலைபேசி எண்ணும் கிடைத்தது.

நான் சிஸ்டர்களின் கவுனை உபயோகிப்பது ஜோசஃப் பாதிரியாருக்கு பிடிக்கவில்லை. சுடிதாரோ சேலையோ அணிந்து கொள்ளும்படி வற்புறுத்தினார். எங்கள் சபையில் காவி நிறச் சேலைதான் அதிகாரபூர்வமான உடை. ஆனால், சேலைக்கு மாறினால், பிறகு எப்போதுமே அதையே உடுத்திக்கொள்ள வேண்டும். பாதிரியார் எப்போதுமே என்னுடைய உடையை பற்றி விருப்பமின்மையுடன் பேசுவதால் அவருடைய மகிழ்ச்சிக் காகவாவது நான் சேலையுடுத்திக்கொள்ள முடிவு செய்தேன். புரொவின்ஷியலிலிருந்து மிகவும் சிரமப்பட்டு அனுமதியும் கிடைத்தது. சேலையும் பாவாடையும் வாங்கியதுடன் ஜாக்கெட் டும் தைத்துக்கொண்டேன். கவுனிலிருந்தும் தலை முக்காட்டி லிருந்தும் சுதந்திரம் பெறுவதற்கு முடிவு செய்தேன். பாதிரி யார் கேட்டார்:

"ஜெஸ்மி, சேலைக்கு மாறுவதில் உனக்கு விருப்பம்தானா? அல்லது நான் வற்புறுத்தியதால் மாறுகிறாயா"

“ஃபாதர், எல்லாமே வாங்கியாகிவிட்டது; எல்லோரிடமும் சொல்லியும்விட்டேன்.”

“பண விஷயத்தை விடு. உன்னுடைய விருப்பத்தின்பேரில் தான் நீ மாறுகிறாயா?”

இது மிகவும் சிக்கலான ஒரு கேள்வியாக இருந்தது. நான் செய்வது அவரது வலியுறுத்தலின் பேரில்தான் என்பதை ஏற்றுக் கொள்ள அவர் தயாராக இல்லை. நான் பலமுறை அவரிடம் எனக்குச் சேலை அணிந்துகொள்வதில் விருப்பமில்லையென்று தனிப்பட்ட முறையில் சொல்லியுமிருக்கிறேன். சரி, இதற்கான பொறுப்பிலிருந்து அவர் தப்பித்துக்கொள்ள நினைக்கிறார். ஆகவே, இதை நான் என்னுடைய முடிவாகவே எடுத்துக் கொண்டேன். யூத் மினிஸ்ட்ரி இதுவரையும் துவங்கவில்லை. அது, காலவரையின்றி நீண்டு போய்க்கொண்டே இருந்தது.

இயேசுவின் விருப்பத்தை நடைமுறைப்படுத்துவதற்கான நேரம் நெருங்கிவிட்டதாக நான் உணர்ந்தேன். புரொவின்ஷிய லேட்டிலிருந்து வந்த ஒரு சுற்றறிக்கையின்படி மதர் ஜெனரலும் மதர் புரொவின்ஷியலும் கொஞ்ச நாட்கள் புரொவின்ஷியல் ஹவுசில்தான் இருப்பார்களென்று நான் அறிந்தேன். இந்நாட் களில் நான் இயேசுவிடமிருந்து அனுக்கிரகமும் சக்தியையும் திரட்டிக்கொண்டிருந்தேன். “எல்லாவற்றையும் நல்லபடியாக முடித்துத் தாரும் என் இயேசுவே” என்று நான் தொடர்ந்து பிரார்த்தனை செய்து அவரே முன்நின்று செயலாற்றுவதற்காகக் காத்திருந்தேன். இதனிடையே, சிஎம்சியை விட்டு வந்துவிடுவ தற்கு சம்மதம் தெரிவித்த அம்மா என்னிடம் சொன்னாள்:

“மேமி, வீட்டிலிருந்து இனி ஏதாவது உதவி கிடைக்கும் என்று நீ எதிர்பார்க்கவே வேண்டாம். உன்னைப் பாதுகாத்துக் கொள்வதற்கான ஒரு வாய்ப்பை நீ முதலில் எங்களிடம் ஒப்படைத்தபோதும் எங்களால் அது இயலாமல் போய்விட் டது. இனி, இயேசுவின் விருப்பம் அதுவாகவே இருந்தால் உன்னுடைய நண்பர்கள்தான் உனக்கு உதவுவார்கள். நீ இயேசு வின் இச்சைப்படி நடக்கவேண்டுமென்பதைத்தான் நான் நிச்சயமாக விரும்புகிறேன்.”

அம்மாவின் அனுமதியுடனும் ஆசிர்வாதத்துடனும் செயல் படுவதற்கான ஏற்பாடுகளைச் செய்தேன். அதற்கான தகவல் களைச் சேகரித்தேன். எப்போது வேண்டுமென்றாலும் எது தேவையென்றாலும் எனக்கு உதவி செய்வதாக வாக்குறுதி அளித்திருந்த என்னுடைய தோழி ஆஷாவை நான் அப்போது தான் முதன்முதலாகத் தொடர்புகொள்கிறேன். முன்பு, புரொவின் ஷியலேட்டில் சமரசப் பேச்சுவார்த்தைக்கு வந்திருந்தவளும்

இதே ஆஷாதான். என்னை வசீகரித்தது, இவளுடைய நேர்மையும் நன்மையில் ஆர்வமும் எந்த நிபந்தனைகளு மில்லாமல் இயன்ற அளவுக்கு ஒரு மனிதனுக்கு சுதந்திரம் கொடுக்கிற இவளது செயல்பாடுகளும்தான்.

"சிஸ்டர், எந்த முடிவெடுப்பதாக இருந்தாலும் நானும் உன்னுடனிருக்கிறேன். சிஎம்சியை விட்டு வருவதாக இருந் தாலும், அதையே நீ தொடர்வதாக இருந்தாலும் நானுமிருக் கிறேன். உன்னுடைய மகிழ்ச்சி மட்டுமே என்னுடைய நோக்கம்."

ஆஷாவுக்கு இந்த மாதம் கடைசியில் ஓய்விருக்கிறதா என்று கேட்டேன். சாதகமான பதில் தான் கிடைத்தது. அதன் பிறகு என்னுடைய நண்பரான பத்திரிகை நிருபரை அழைத்தேன். இவர் இந்த எட்டு மாத கால அக்னிப் பரீட்சையின் ரகசியங் களைப் பாதுகாத்துக்கொண்டிருப்பவர். வெளியே வந்ததும் தங்கியிருக்க முதலில் ஒரு இடம் தேவை. ஏற்கனவே ஏற்பாடாகி யிருந்த இடத்தை உறுதி செய்துகொள்வதற்காக சுஸ்மிதாவைத் தொடர்புகொண்டேன். இதைச் சில மாதங்களுக்கு முன்பே முடிவு செய்திருந்ததால் எந்த சந்தேகமுமிருக்கவில்லை. பிறகு, நான் டெல்லியிலிருந்து எப்போது திரும்பி வருவதென்று காலண் டரின் வெறுமனே ஒரு தேதியை குறித்து வைத்துக்கொண்டேன்.

ஆனால், விஷயங்கள் நினைத்த அளவுக்கொன்றும் அவ்வளவு எளிதாக இல்லை. ஃபாதர் ஜோஸஃபுக்குத் தெரியா மல் எப்படி டிக்கெட் முன்பதிவு செய்வது? லக்கேஜ்களை பேக் செய்து டெல்லியை விட்டுப் புறப்படுவது? அவருடன் சேர்ந்து நான் செய்துகொண்டிருக்கிற பணி, ஞாயிற்றுக்கிழமை யும் சுதந்திர தினமும் உட்பட காலையில் ஒன்பது மணி முதல் சாயங்காலம் கிட்டத்தட்ட ஆறரை ஏழுவரை நடக்கும். ஃபாதரின் அனுமதியுடன் டெல்லியிலிருந்து புறப்பட்டால், நான் இங்கே வந்து சேர்வதற்குள் செய்தி, புரொவின்ஷிய லேட்டுக்கு வந்து சேர்ந்துவிடும். ஒன்றில் அவர்கள் என்னை பலவந்தமாக மடத்திற்குக்கொண்டு போகவோ அல்லது இயேசு வின் விருப்பத்திற்கெதிராகச் செயல்படச் சொல்லி வற்புறுத் தவோ செய்வார்கள்.

டெல்லியிலுள்ள தோழியை அழைத்து டிக்கெட் முன்பதிவு செய்யச் சொன்னேன். காலண்டரில் குறிப்பிட்டிருந்த அந்த நாளிலேயே டிக்கெட்டும் கிடைத்தது. பிறகு, நான் இயேசுவின் அற்புதம் நிகழ்வதற்காகக் காத்திருந்தேன். திடீரென்று பெங்களூரி லிருந்து ஃபாதருக்கு ஒரு தொலைபேசி அழைப்பு வந்தது. மிக அடிப்படைத் திட்டப் பணிகளுக்காக அவரிடம் கொஞ்ச நாட்கள் பெங்களூரிலேயே தங்கியிருக்கச் சொல்லி அழைத் திருந்தார்கள். அவசர ஒதுக்கீட்டில் பயணச்சீட்டு முன்பதிவு

செய்துவிட்டு அவர் புறப்படத் தயாரானார். முன்பு, அடிப் படைத் திட்டத்திற்கான கேள்விகள் தொடர்பான பணிகளில் நான் ஈடுபட்டபோது அடிப்படைத் திட்டப் பணிகளின்போதும் நானும் அவருடனிருக்க வேண்டுமென்று கேட்டிருந்தார். ஆனால், அதிர்ஷ்டவசமாக இப்போது மற்றொரு ஃபாதரைக் கூடவே அழைத்துக்கொண்டு போனதால் நான் தவிர்க்கப்பட்டேன். போவதற்கு சில நிமிடங்களுக்குமுன் பாதுகாப்பாக வைத்துக் கொள்ளும்படி சொல்லி ஒரு லட்சம் ரூபாயை என்னிடம் ஒப்படைத்தார். எனக்கு என்ன செய்வதென்றே புரியவில்லை. இதை வாங்கினால் டெல்லியிலிருந்து நான் புறப்படுவதற்குள் எப்படி அவரிடம் ஒப்படைக்க இயலும்? ஆகவே, இவ்வளவு பெரிய ஒரு தொகையைப் பாதுகாப்பதற்கு பார்லரின் பக்கத்தி லிருக்கும் என்னுடைய அறை போதுமானதல்ல என்று சொல்லி விட்டேன். இது அப்பட்டமான பொய். ஏனென்றால் பூட்டி வைப்பதற்கான பாதுகாப்பு, எல்லா அறைகளிலும் இருந்தது. இருந்தாலும் நான் சொன்னதை அவர் நம்பிவிட்டார்.

அப்போதுதான் எனது தோழி என்னை அழைத்து தொலைக்காட்சிச் செய்தியைப் பார்க்கும்படி சொன்னாள். சிஸ்டர் அனுபா மேரி தற்கொலை செய்துகொண்ட செய்தி, சானல்களில் ஃபிளாஷ் நியூசாக ஓடிக்கொண்டிருந்தது. அவள் என்னிடம், புரொவின்ஷியலம்மாவை சந்திக்கப்போகும்போது பாதுகாப்புடன் போகவேண்டுமென்றும், யாராவது தெரிந்த வர்களையும் கூடவே அழைத்துக் கொண்டு போவது நல்லதென் றும் சொன்னாள். எரணாகுளத்திலுள்ள ஒரு தோழி என்னை அழைத்து இயேசு, கேரளத்தில் எனக்கு ஒரு சாதகமான சூழ்நிலையை உருவாக்கி வைத்திருப்பதாகச் சொன்னாள். யூத் மினிஸ்ட்ரி இன்னமும் ஆரம்பிக்கப்படாததால் நான் திரும்பிச் செல்வதாக அங்குள்ள சிஸ்டர்களிடம் சொன்னேன். டைரக்டர் ஃபாதரிடம் வாடகையையும் எனக்குப் போவதற் கான அனுமதியளிக்கக் கோரும் விண்ணப்பக் கடிதத்தையும் கொடுத்துவிட்டு என்னுடைய பொருட்களைப் பார்சல் செய்ய ஆரம்பித்தேன். தோழி அவளது ஃப்ளாட்டிற்கு என்னை அழைத்துக்கொண்டு போனாள். சில நாட்கள் நான் அங்கே தங்கியிருந்தேன். இந்நாட்களில், நான் மடத்தை விட்டு வருவதில் தன்னுடைய சோகத்தையும் பயத்தையும் வெளிப்படுத்தும் விதமாக அம்மாவிடமிருந்து அவ்வப்போது ஃபோன் வந்து கொண்டிருந்தது. குடும்ப உறுப்பினர்கள் யாராவது அம்மாவை இது சம்பந்தமாகத் தொந்தரவு செய்வார்களாக இருக்கலாம். இயேசுவுடன் நான் ரயில்வே ஸ்டேஷனுக்கு புறப்பட்டுப் போய் ரயிலில் ஏறினேன்.

15

கம்பார்ட்மெண்டிற்குள்ளும் வெளியிலுமிருந்த கோலாகலச் சூழல் என்னை மன உலகத்திலிருந்து விழிக்கச் செய்தது. வண்டி, முதலில் நான் இறங்க நினைத்திருந்த கோழிக்கோடு ரயில்வே ஸ்டேஷனில் வந்து நின்றது. சுஸ்மிதா குறிப்பிட்ட நேரம் அப்போது கடந்திருந்தது. பயணம் மீண்டும் தொடர்ந்தது. திருச்சூர் ஸ்டேஷனுக்கு வந்து சேரும்போது சற்று எச்சரிக்கையுடன்தானிருக்க வேண்டும். நான் வருகிற விஷயத்தை அம்மா யாரிடமாவது சொல்லியிருக்கலாம். யாராவது கம்பார்ட்மெண்டிற்குள் எட்டிப் பார்த்துவிட்டால் நிச்சயமாக பிடிபட்டு விடுவேன். ஏனென்றால், அந்த கம்பார்ட்மெண்டில் பெண் பயணியாக நான் மட்டும்தானிருந்தேன். நேரத்தைப் பாழாக்கிவிடாமல், நிருபர் நண்பரை அழைத்து என்னுடைய சீட் எண்ணையும் ரயில் திருச்சூருக்கு வந்து சேருகிற நேரத்தையும் ஏற்கனவே சொல்லியிருந்தேன். அவர் அங்கே வந்து நின்றது, எனக்குப் பாதுகாப்பாக இருந்தது. எரணாகுளத்தில் வண்டி வந்து நிற்கும் நேரத்தைக் கணக்காக்கி, நண்பர் லினக்சிடம் ஸ்டேஷனில் என்னுடைய கம்பார்ட்மெண்ட் நிற்குமிடத்தில் போர்ட்டர்களுடன் வந்து தயாராக இருக்கும்படி சொல்லியிருந்தேன். வழக்கமாக வரும் நேரத்திற்கு ஒரு மணி நேரம் முன்னதாகவே வண்டி வந்து சேர்ந்திருந்தபோதும் அவர் ஃபிளாட்ஃபாமில்தான் நின்றிருந்தார். ஒரு வாடகைக் காரையும் ஏற்பாடு செய்து தந்துவிட்டு நன்மைகள் நேர வாழ்த்தினார். டீச்சர் வசிப்பிடத்துக்கு இதயபூர்வமாக வரவேற்கப்பட்டேன்.

ஏற்கனவே திட்டமிட்டபடி, ஆகஸ்ட் 31ஆம் தேதியன்று நான் திருச்சூர் கேஎஸ்ஆர்டிசி பேருந்து நிலையத்திற்கு வந்து சேர்ந்தேன். ஆஷா, அங்கிருந்து என்னை வீட்டிற்கு அழைத்துச் சென்றாள். நண்பரான அந்தப் பத்திரிகை நிருபரும் எங்களுடன் வந்தார். பிறகு,

ஆஷா என் அனுமதியுடன் முன்பு அருட் கன்னியராக இருந்த ஒரு கத்தோலிக்கப் பெண்மணியை வரவழைத்தாள். ஆஷாவின் இன்னொரு தோழியும் எங்களுடன் வந்தாள். சிஎம்சி முத்திரையையும் சபையில் இருந்து விடுவிப்புக்கான எனது விண்ணப்பக் கடிதத்தையும் கொடுக்கும்போது நீங்கள் சாட்சியாக மட்டும் இருந்தால் போதுமென்றும் அங்கே எதுவுமே பேசவேண்டாமென்றும் அனைவரையும் கண்டிப்புடன் அறிவுறுத்தியிருந்தேன். உண்மையான கடிதத்தை நான் ஏற்கனவே மதர் ஜெனரலுக்கு அனுப்பி வைத்திருந்தேன். மடத்திற்கு வந்து சேர்ந்த பிறகு சிறிதுநேரம் அதிகாரிகளைச் சந்திப்பதற்காகக் காத்திருக்க வேண்டியதாயிற்று. இதனிடையே ஒரு கவுன்சிலர் வந்து என்னுடனிருந்த ஒவ்வொருவரையும் எங்கள் எதிர்ப்பையும் கண்டு கொள்ளாமல் மொபைலில் படமெடுக்க முயற்சி செய்தாள். பிறகு மற்றொரு கவுன்சிலர் வந்து நீங்கள் மட்டும் உள்ளே போய் அதிகாரிகளைப் பார்க்கலாம் என்றாள். என்னுடனிருப்பவர்களில் ஒருத்தியையாவது உள்ளே அனுமதிக்கும்படி கேட்டுக்கொண்டேன். ஆனால், ஏற்கப்படவில்லை. இதனிடையில் அவசரமாக பார்லருக்கு வந்த மற்றொரு சிஸ்டர், எங்களுக்குத் தெரியாமலேயே எங்களை மொபைலில் படம் பிடித்தாள். இப்படிச் செய்வது தவறென்று நான் சொல்லிப் பார்த்தேன். என்னுடைய பேட்சிலுள்ள கவுன்சிலர் வந்து என்னிடம் கேட்டாள்:

“இதுவரைக்கும் நீ நேராக புரொவின்ஷியலுக்குள் வந்து உட்கார்ந்திருப்பாய். இப்போது மட்டும் என்ன பிரச்சினை?”

“சிஸ்டர், டிசம்பர் 6ஆம் தேதி முதல், புரொவின்ஷியலை எனக்கு தனிப்பட்ட முறையில் சந்திக்க வேண்டுமென்று நான் பல தடவை கேட்டிருக்கிறேன். அப்போதெல்லாம் அவர் கவுன்சிலர்கள் முன்னிலையில்தான் என்னை சந்தித்திருக்கிறார். இந்தத் தடவை நான் என்னுடைய நண்பர்களையும் வைத்துக் கொண்டு அவரைச் சந்திக்க நினைக்கிறேன்.”

கடைசியில், கடிதத்தையும் என் செலவுக் கணக்கையும் சிஎம்சியின் முத்திரையாகிய செயினையும் கவுன்சில் ஏற்றுக் கொண்டது. நான் விருப்ப ஓய்வு கேட்க விரும்புவதாகாவும் பென்ஷன் கிடைப்பதுவரை வாழ்வதற்கான பணமெதுவும் என்னிடமில்லை என்றும் சொன்னேன்.

“நமது சபை உனக்குப் பொருளாதார உதவி எதையுமே செய்யாது என்று நீ நினைக்கிறாயா ஜெஸ்மி?”

ஒரு கவுன்சிலர் கேட்டாள்.

“சிஸ்டர், நான் சிஎம்சியின் கருணையில் நம்பிக்கை வைத்திருப்பதால்தான் அதைப் பற்றி உங்களிடம் நினைவுபடுத்தினேன்.”

அங்கிருந்து திரும்பி வரும்போது என்னுடைய அம்மாவும் வந்திருந்தாள். அவள் ஒரு மரண நிகழ்ச்சியில் கலந்துகொள்வதற்காக வந்திருந்தாள். இயேசுவும் மாதாவும் சிலுவைப் பாதையில் நான்காமிடத்தில் சந்திக்க நேர்ந்ததுபோல் நாங்கள் பரஸ்பரம் பார்த்துக்கொண்டோம். பிறகு நாங்கள் மதிய உணவிற்காக ஒரு ஓட்டலுக்குப் போகும்போது என்னுடைய முன்னாள் கப்ளோன் ஃபாதர் தொலைபேசியில் என்னை அழைத்தார்:

"நான் அறிந்ததெல்லாம் உண்மையா ஜெஸ்மி?"

"ஆமாம், ஃபாதர்."

"சரி, சிஸ்டரை நான் பிறகு தொடர்புகொள்கிறேன்."

நான் ஓட்டலிலிருக்கும்போது ஒன்றன்பின் ஒன்றாகத் தொலைபேசி அழைப்புகள் வந்துகொண்டே இருந்தன. 'தீபிகா' 'மனோரமா' நிருபர்களிடமிருந்து நான் கான்வென்ட்டிலிருந்து வெளியேறிய செய்தியை மற்ற நிருபர்களும் அறிந்துகொண்டார்கள். அவர்கள் என்னிடம் நிறைய கேள்விகளைக் கேட்டார்கள். "சம்பவங்கள் எல்லாம் உண்மையா? உங்களுக்குப் பைத்தியம் என்று கான்கிரிகேஷன் முத்திரை குத்தியதா? நீங்கள் நார்மலாக இருக்கிறீர்கள் என்பதை உறுதிசெய்ய நாங்கள் ஒரு டாக்டரை அழைத்துக்கொண்டு வந்தால் நீங்கள் ஒத்துழைப்பீர்களா?" ஒத்துழைப்பதாக நான் சம்மதித்தேன். பொது இடத்தில் வைத்து அதிகமான தலையீடுகளிலிருந்து தப்பிப்பதற்காக நாங்கள் சீக்கிரமாக ஆஷாவின் வீட்டிற்குப் போய்விட்டோம். மூன்று மணிக்கு ஆஷா என்னிடம், பத்திரிகைக்காரர்கள் மூன்றரை மணிக்கு வந்து விடுவார்களென்றும் நான் அவர்களைச் சந்திக்க வேண்டுமென்றும் கேட்டுக்கொண்டாள்.

"சிஸ்டர், இப்போது பேசவில்லையென்றால் நடந்த சம்பவங்களைப் பற்றி சபை சொல்வதை மட்டும்தான் மக்கள் கேட்கவும் நம்பவும் செய்வார்கள். நடந்த விஷயங்களை நீ சொல்வதற்கான சந்தர்ப்பம் இதுதான்."

திருச்சபையும் சிஎம்சியும் எனக்கெதிராக பிரச்சாரம் செய்வதால் என் தரப்பிலான உண்மையை நானும் சொல்ல வேண்டும். இந்த துஷ்பிரச்சாரத்தை அவர்கள் முன்பும் நிறையவே செய்திருக்கிறார்கள். அதன் விளைவுகளைத்தான் நான் இந்நிமிடம் வரை அனுபவித்துக்கொண்டிருக்கிறேன். அவர்கள் என் மீது மனநோய்க்கான சிகிச்சையைத் திணிக்க முயற்சி செய்யாமலிருந்தால் உயிரின் கடைசி நிமிடம் வரைக்கும் நான் மதத்தின் கட்டுக்குள் கிடந்து சிலுவையில் அறையப்பட்டிருப்பேன். இந்தப் பிரச்சினையை வெளியே வரவேண்டாமென்று நான் நினைத்திருந்தாலும் இது 'அவர்' எனக்களித்த ஒரு வாய்ப்பாகவே அமைந்தது. ஆகவே, நான் இதற்கு ஒத்துழைப்பதாக

முடிவு செய்தேன். எதுவாயினும் எந்த ஒரு மீடியாவையும் என் தரப்பு நியாயத்தை விளக்குவதற்கென்று நான் வரவழைக்க வில்லை.

சபையும் கான்கிரிகேஷனும் பிரச்சாரம் செய்வதற்கு முயற்சி செய்த வதந்திகளிலிருந்து ஊடகங்கள்தான் என்னைப் பாதுகாத்தன. அவர்கள் அனைவரும் ஒன்றாக நின்றிருந்தனர். அவர்களுடைய தகவல்கள் ஒன்றுபோலவும் உண்மையாகவு மிருந்தன.

என்னுடைய இப்போதைய மாணவிகளும் பழைய மாணவிகளும் ஆசிரியைகளும் உட்பட பல்வேறு தரப்பிலுள்ள முக்கியமான நபர்கள் இந்த இக்கட்டான காலகட்டத்தில் என்னை அழைத்து தங்களுடைய ஆதரவைத் தெரிவித்துக் கொண்டார்கள். உண்மையான நண்பர்களை நான் அடை யாளம் கண்டுகொண்டது இப்போதுதான். என்னுடைய நண்ப ரான மேயர் வந்து தேவையான உதவிகளைச் செய்து தருவ தாக வாக்குறுதியளித்தார். கஸின் சகோதரனும் உதவிக்கரம் நீட்டினான். பல புரோகிதர்கள், தார்மிகரீதியாகவும் பொருளா தார ரீதியாகவும் எனக்கு உதவி செய்வதாகச் சொன்னார்கள்.

இரண்டு சிஸ்டர்கள் என்னை அழைத்து ஆறுதல் சொன் னார்கள். என்னுடைய சகோதரன் வந்து என்னைப் பார்த்தான். மகளிர் கமிஷன் அதிகாரபூர்வமாக என்னை வந்து சந்தித்தது. இயேசுவின் விருப்பத்தினைப் பூர்த்திசெய்த பிறகு நான் எரணா குளத்திற்கு வந்து ஒரு வீட்டில் பணம் கட்டும் விருந்தாளியாக தங்கியிருந்தேன். இதனிடையே ஒரு புரோகிதர் என்னைத் தொடர்புகொண்டார். ஒரு நடுநிலையாளராக அவர், சிஎம்சி அதிகாரிகளிடம் பேசியதாகவும் என்னுடைய சபை விலகல் கடிதம் இதுவரை மேலதிகாரிகளுக்கு அனுப்பப்படவில்லை யென்பதால் அதைக் கிழித்தெறிந்துவிட்டு என்னைத் திரும்பவும் சேர்த்துக்கொள்வதாக அவர்கள் ஒப்புக்கொண்டிருப்பதாகவும் சொன்னார். நான் இதை ஏற்றுக்கொள்ளவில்லை. அடுத்த கட்டமாக திருச்சபை என்னிடம் அமைதியைக் கடைப்பிடிக்கும் படி கேட்டுக்கொண்டது. நான் சொன்னேன்:

“என்னைப் பெற்ற தாய் உட்பட அனைவரிடமிருந்தும் நான் தலைமறைவாக வாழ்கிறேன். நான் யாருக்கும் எந்த பேட்டியையும் இதுவரை கொடுக்கவில்லை. அவர்கள் எழுதவும் பேசவும் செய்வதெல்லாம் நான் ஆகஸ்ட் 31ஆம் தேதியும் செப்டம்பர் ஒன்றாம் தேதியும் சானல்களிடம் வெளிப்படை யாகச் சொன்ன உண்மைகளை மட்டும்தான்.”

மற்றொரு பாதிரியார் என்னிடம் பேசாமாலிருக்கும்படி கேட்டபோது நான் சொன்னேன்:

“ஃபாதர், சிஸ்டர்கள் என்னைப் பற்றி நிறைய பொய்களைப் பேசி வருவது எனக்குத் தெரியும். அவர்கள் என்னை வைத்து புளூ ஃபிலிம் வரை எடுத்துவிடுவார்களோ என்று நான் பயப்படுகிறேன். அவர்களைப் பேசாமல் இருக்க வைக்க உங்க ளால் முடியுமா?”

“ஜெஸ்மி, உனக்கு சிஸ்டர்களுடைய குணம் தெரியு மல்லவா?”

“உங்கள் கீழிருக்கும் சிஸ்டர்களைக் கட்டுப்படுத்த உங்க ளால் முடியாது. ஆனால், மடத்தைவிட்டு வெளியே வந்து விட்ட என்னிடம் வந்து பேசாமலிருக்கச் சொல்லுகிறீர்கள்.”

“இதைப் பற்றி நான் அவர்களிடம் பேசுகிறேன்.”

எனக்கு எப்போதுமே ஆதரவாக இருக்கும் சிஸ்டர் ஆல்ஃபி, மிக அவசரமாக என்னை சந்திக்க வேண்டுமென்று கேட்டுக் கொண்டாள். எரணாகுளத்தில் நான் தலைமறைவாக இருக்கு மிடத்திற்கு வரவும் அவள் தயாராக இருந்தாள். நான் விருப்ப ஓய்வுக்கான நடவடிக்கைகளை முடிப்பதற்காக அதிகாரபூர்வ மான சந்திப்பு நடத்திவிட்டு அப்படியே திருச்சூருக்கு அம்மா வைப் பார்க்க வருவேன் அப்போது சந்திக்கலாமென்று சொன்னேன்.

வீட்டில் வந்து என்னைச் சந்தித்ததும் அவள் ஆறுதலுடன் சொன்னாள்:

“துறவு வாழ்க்கையை நாங்கள் நான்கு சுவர்களுக்குள் மேற்கொள்ளுகிறோம் என்றால், அதை நீ வெளியே செய்கிறாய். இதுதான் நான் பார்த்த வரையிலுமான வேறுபாடு.

ஜெஸ்மி, உன்மீது அன்பு செலுத்துகிற உன்னைப் பார்க்க விரும்புகிற நிறையபேர் மடத்திலிருக்கிறார்கள். ஆனால், இதற் கான துணிச்சல்தான் அவர்களிடமில்லை. எதுவாயினும் உன்னைப் பார்த்த பிறகு என் மனம் அமைதியடைந்திருக்கிறது.”

அம்மாவுடனோ சகோதரனுடனோ வந்தால் எனக்குத் தேவையான பொருளாதார உதவிகளைச் செய்து தருவதாக மதர் புரொவின்ஷியல் என் சகோதரனிடம் தெரிவித்தார்.

அவர்கள் எனக்குப் பொருளாதார ரீதியாக உதவ விரும்பி னால் பென்ஷன் கிடைப்பதுவரை மாதம் 15000 ரூபாய் டெல்லி யில் நான் துவங்கிய என்னுடைய வங்கிக் கணக்கில் செலுத்தட் டும் என்று நான் என்னுடைய சகோதரனிடம் சொல்லி யனுப்பினேன்.

மதர் புரொவின்ஷியல் உடனேயே அதை ஏற்றுக்கொண்ட துடன் அதற்கான ஒரு விண்ணப்பம் எழுதித் தரும்படி என்னிடம்

கேட்டார். அவர் கேட்பதற்கு முன்பே நான் ஒரு விண்ணப்பம் எழுதி அனுப்பியிருந்தேன். என்னுடைய கணக்கில் ஏதாவது பணம் செலுத்தப்பட்டிருக்கிறதா என்று வங்கியில் கிட்டத்தட்ட பதினைந்து நாட்கள், தொடர்ந்து விசாரித்தபடி காத்திருந் தேன். ஆனால், எனக்குக் கிடைத்தது, மதர் புரொவின்ஷியலின் ஒரு கடிதம் மட்டும்தான். அதில், ஒரு லட்சத்திற்கும் அதிகமான ரூபாய் சம்பளப் பாக்கி உடனடியாக உங்களுக்குக் கிடைக்க விருப்பதால் நாங்கள் தருவதாக வாக்குறுதியளித்திருந்த பணத்தைத் தர இயலாதென்று குறிப்பிடப்பட்டிருந்தது. என் னுடைய சிரமமான நேரத்தில் அரசாங்கத்திடமிருந்து தேவை யான பணம் கிடைத்ததாகப் பெருமைப்பட்டுக் கொள்ளலா மென்றாலும் மதர் புரொவின்ஷியலிடமிருந்து ஒரு ரூபாய்கூட கிடைக்கவில்லையென்பதில் வருத்தமிருக்கிறது. திருச்சபை சட்ட விதிகளில் துறவு வாழ்க்கையை வேண்டாமென்று சொல்லி வெளியேறுகிற கன்யாஸ்திரிகளிடம் காண்பிக்க வேண்டிய கருணைகளைக் குறித்து சொல்லப்பட்டிருக்கிறது. ஆனால், எனக்கு இங்கே, அளிக்கப்பட்ட வாக்குறுதிகள்கூட மீறப்பட்ட துடன் எல்லா வகையான கருணைகளும் மறுக்கப்பட்டன. ஆயரின் பிரதிநிதியான பாதிரியார் இதை அறிந்தபோது இது அதிகாரிகள் தரப்பில் நடந்த வெட்கக்கேடான செயல் பாடு என்பதை ஒப்புக்கொண்டார். ஆனால், செயிண்ட் மரியா கல்லூரியிலிருந்து ஓய்வுபெற்ற அலுவலகப் பெண் ஊழியர், ஒவ்வொரு மாதமும் நான் நிர்வாகத்திடமிருந்து இருபதாயிரம் ரூபாய் வாங்கிக்கொண்டிருப்பதாகப் பலர் முன்னிலையில் உறுதியுடன் வெளிப்படையாகவே பேசிய இடத்தில் என்னுடைய உறவினர் ஒருவரும் இருந்தார். சபையோ குடும்ப உறுப்பினர் களோ, மடத்தைவிட்டு வெளியேறிய கன்யாஸ்திரிகளுக்குச் சல்லிக்காசு கூட கொடுக்க முன்வராத இந்தச் சூழலில் அவர்கள் இந்த உலகத்தில் எப்படி வாழ்வார்கள்? அதில், யாருக்குமே மடத்திற்கெதிராகவோ குடும்பத்திற்கெதிராகவோ வழக்குப் போடுகிற துணிச்சலோ அதற்கான பொருள் வசதியோ இருப்ப தில்லை. இந்நிலையில், நான்கு சுவர்களுக்குள் கிடந்து செத்துப் போக வேண்டிய நிலைக்கு அவர்கள் தள்ளப்படுகிறார்கள்.

அண்மையில் திருவனந்தபுரத்தில் நடந்த காங்கிரஸ் கூட்டத் திலும் என்னைப் பற்றிய விமர்சனமிருந்ததாம். சுமார் ஒரு வருடம்வரைக்கும் நான் மனநோய் மருத்துவமனையில் சிகிச்சை யிலிருந்ததாகவும் அது குணமாகிவிட்டதென்று நினைத்து பிரின்சிபால் நாற்காலியில் உட்கார வைத்துப் பார்த்ததாகவும் திரும்பவும் நோய்க்கான அறிகுறிகள் தென்பட்டதால் மருந்து சாப்பிடச் சொல்லி நிர்ப்பந்தம் செய்ததாகவும், திருச்சபை தரப்பின் நியாயமாக ஒருவர் பேசியிருக்கிறார்.

என்னைப் பற்றிய மற்றொரு குற்றச்சாட்டு: நான் கட்டாய வசூல் வாங்கினேன் என்பதுவும் நிர்வாகத்தின் வற்புறுத்தலின் பேரில் அதைத் திருப்பிக் கொடுத்தேன் என்பதுவும். இந்தக் குற்றச்சாட்டிற்கு எந்த ஒரு சிஸ்டரும் ஆதரவாக இருக்கமாட்டார்கள். பக்கத்திலுள்ள ஒரு கல்லூரியின் பேராசிரியர் ஒருவர், மதர் புரொவின்ஷியலின் அனுமதியில்லாமல் நான் திருவனந்தபுரத்தில் நடந்த ஃபிலிம் ஃபெஸ்டிவலுக்குச் சென்றதாகவும் அங்கிருந்து என்னைத் திரும்ப அழைத்துக்கொண்டு வந்ததாகவும் சொன்னார். அதிகாரிகள், திடீரென்று என்னை வெளியே அனுப்ப முடிவு செய்ததற்கான காரணம் இதுதானாம். மேலும், பலநூறு கதைகள் புனையப்படலாம். நான் பதில் சொல்லாமலிருந்தால் கதைகளை அவர்கள் உருவாக்கிக்கொண்டே இருப்பார்கள். இது, நானிப்போது அனுபவிக்கும் சுதந்திரத்தின் சுவாரஸ்யமான பின்விளைவாகவே இருக்கட்டும். ஆர்க்குட்டில் செயின்ட் மேரீஸ் காலேஜின் கீழ், 'அம்மு தனிமைப்பட்டவள்' என்னும் பெயரில் என்னுடைய மாணவிகள் ஆறுதல் வார்த்தைகளை வாசிக்கக் கேட்டபோது எனக்கு மிகுந்த மகிழ்ச்சியாக இருந்தது. 'திருச்சபை இப்போது ஓட்டு அரசியலின், அதிகார அப்பத் துண்டுகளின் பின்னால் ஓடிக்கொண்டிருக்கிறது. ஆகவே, நாங்கள் இப்போது கிறிஸ்து சபையின் படிகளிலிருந்து இறங்கிக் கொண்டிருக்கிறோம்' என்று சொல்கிற அளவுக்கு என்னுடைய மாணவிகள் வளர்ந்திருக்கிறார்கள். நான் பிரின்சிபால் பொறுப்பைத் துறந்திருக்கிறேன். இதன்மூலம் என்னுடைய கெஸட்டெட் தகுதியையும் சிஎம்எஸ் உறுப்பினர் பதவியையும் மாதம் 40,000 ரூபாய்க்கும் அதிகமாக எனக்குக் கிடைத்து வந்த யுஜிசி ஆசிரியைப் பணியையும் தியாகம் செய்திருக்கிறேன். நான் இதையெல்லாம் செய்தது இயேசுவின் விருப்பத்தை நிறைவேற்றுகிற பட்சத்தில் கிடைக்கிற புனிதமான சுதந்திரத்தையும் மன சாந்தியையும் அடைவதற்காகவே! கடினமான வாழ்க்கையனுபவங்கள் மூச்சடைக்க வைக்கும் நிலையில் என்னைப் புரிந்துகொள்கிற, மனிதத் தன்மையுள்ள என்னுடைய நண்பர்களிடம் நான் என்னுடைய மனதைத் திறக்கிறேன்.

கூடவே, நான் இயேசுவின்மீது என் பார்வையை ஊன்றிப் பதித்தபடியே அவருக்குக் கோபமூட்டுவதுபோல் இப்படிச் சொல்கிறேன்: "இயேசுவே, நடந்த எல்லாவற்றிற்குமே பொறுப்பு நீர்தான்." அடுத்த கணமே நான் அந்த மடியில் ஆறுதலடைகிறேன். தகர்க்க முடியாத கோட்டைச் சுவர்களுக்குள்ளிருந்து என்னைக் காப்பாற்றி பாதுகாப்பான அவரது அபயகேந்திரத்தினுள் என்னைக் கொண்டுவந்து சேர்த்ததற்காக நான் நன்றி சொல்லிக்கொண்டுமிருக்கிறேன்.